களப்பிரர் - துளு நாடு

ஆசிரியர்:

மயிலை சீனி.வேங்கடசாமி

அறம் ™
பதிப்பகம்

களப்பிரர் - துளு நாடு (கட்டுரைகள்)

ஆசிரியர்: மயிலை சீனி. வேங்கடசாமி

முதல் பதிப்பு: டிசம்பர், 2023

வெளியீட்டு எண்: 108

வெளியீடு: அறம் பதிப்பகம்

KALPPIRAR - THULU NADU (ESSAYS)

Author: MAYILAI SEENI. VENKATASAMI

First Edition: December, 2023

Published By: ARAM PUBLICATION
Address: No. 3/582, Mullai Street,
Kasthuribai Nagar, Mullipattu Village & Post,
Arani Taluk - 632 316,
Thiruvannamalai Dt, Tamil nadu.
Contact Cell No: 91507 24997
e-mail: arampublication50@gmail.com

Book Design: R.Prakash

Wrapper Design: G.Murugan

Printed at: Durga printers, Chennai-14

ISBN: 978-93-91480-82-0

பொருளடக்கம்

களப்பிரர்

துளு நாடு

களப்பிரர்

01

முகவுரை

தமிழ்நாட்டின் வரலாறு முழுமையாகவும் தெளிவாகவும் சரியாகவும் இன்னும் எழுதப்படாமலிருப்பது தமிழரின் பெருங்குறையாகும். தமிழகத்தின் மிக நீண்ட வரலாற்றில் களப்பிரரின் ஆட்சிக்காலம் முக்கியமானது. களப்பிரர் ஆட்சிக்காலம் தமிழ் நாட்டு வரலாற்றில் 'இருண்ட காலம்' ஆக இருந்து வந்தது. ஒரு காலத்தில் களப்பிரர் தமிழகத்தை அரசாண்டார்கள் என்னும் வரலாற்றுச் செய்தியே நெடுங் காலமாக மறைந்து கிடந்தது. வேள்விக்குடிச் செப்பேடு கிடைத்து, இது வெளியிடப்பட்ட பிறகுதான் களப்பிரர் என்னும் அரசர் இருந்தனர் என்றும் அவர்கள் தமிழகத்தை அரசாண்டனர் என்றும் தெரியவந்தது. அதற்கு முன் அப்படி ஒரு அரசர் பரம்பரை இருந்தது என்பதை அறியாமலே இருந்தோம்.

1920 ஆம் ஆண்டுக்குப் பிறகு வேள்விக்குடிச் செப்பேட்டு வாசகம் வெளிவந்தபிறகு 55 ஆண்டுகளாகத்தான் களப்பிரரைப்பற்றிக் கொஞ்சங்கொஞ்சமாக அறிந்து வருகிறோம். ஐம்பத்தைந்து ஆண்டு களாகியும் இன்னும் அவர்களைப் பற்றிய முழு வரலாறு தெரியாமலிருக்கிறது. அறிஞர்கள் களப்பிரரைப் பற்றிச் சில கட்டுரைகள் எழுதினார்கள். சில வரலாற்றுப் பேராசிரியர்கள் தங்களுடைய வரலாற்று நூல்களில் களப்பிரரின் 'இருண்ட காலத்தை' ஒரே வரியில் குறிப்பிட்டுள்ளனர், அவ்வளவுதான்.

களப்பிரர் வரலாறு எழுதப்படாததன் காரணம், அவர்கள் காலத்துக் கல்வெட்டுச் சாசனங்களோ, செப்பேட்டுச் சாசனங்களோ, அவர்கள் காலத்துக் காசுகளோ, வேறு

பழம்பொருள் சான்றுகளோ கிடைக்காதது தான். இந்த நிலையில் அவர்களைப் பற்றி அறியக்கூடிய ஒரே சான்று அக்காலத்துச் சமய, இலக்கிய நூல்களேயாகும். இந்தச் சான்றுகளை இதுவரையில் யாரும் அதிகமாகக் கையாளவில்லை. பெரிய புராணமும் யாப்பருங்கல உரை மேற்கோள் செய்யுட்களும் ஓரளவு பயன்படுத்தப்பட்டன. இதுவரை வெளிவந்த களப்பிரரைப் பற்றிய கட்டுரைகளும் அவர்கள் வரலாற்றை ஓரளவே தெரிவிக்கின்றன.

அக்காலத்தில் இருந்த (சைவ, வைணவ, பௌத்த, சமண) சமயங்களின் வரலாறு, சமய நூல்களின் (பதினோராம் திருமுறை) வரலாறு, செய்யுள் இலக்கண (யாப்பருங்கலம்) வரலாறு ஆகியவற்றைப் பற்றி ஆராய்ந்தபோது களப்பிரர் ஆட்சிக் காலத்தைப் பற்றிச் சில செய்திகள் புதிதாகப் புலனாயின. ஆகவே, இந்நூலை எழுதினேன். களப்பிரர் காலத்தில் நடந்த பல நிகழ்ச்சிகள் இந்த நூலில் இடம் பெற்றுள்ளன என்பதை இந்நூலைப் படிப்பவர் அறிந்துகொள்ளலாம்.

களப்பிரரின் 'இருண்டகாலம்' இந்த நூலினால் 'விடியற் காலம்' ஆகிறது. மேலும் புதைபொருள் சான்றுகள், பழங்காலச் சான்றுகள் கிடைக்குமானால் களப்பிரர் வரலாற்றில் பகற் காலத்தைக் காணக்கூடும்.

வாழ்க்கையில் ஏற்பட்ட மனக்கவலையும் துன்பமும் நோயும் தொடர்ந்து வருத்துகிற காலத்தில் இந்நூலை எழுதினேன்.

இந்நூல் வெளிவர முழு முயற்சிகள் எடுத்துக்கொண்ட சென்னைப் பல்கலைக்கழகத் தொல்பொருள் துறை ஆய்வு மாணவர் திரு. ர. ராமசாமி அவர்களுக்கு என் நன்றி உரியதாகும்.

இந்த நூலை அச்சிட்டு வெளியிடும் மக்கள் வெளியீடு நிறுவனத்தைச் சேர்ந்த திரு. மே. து. ராசுகுமார் அவர்களுக்கு என்னுடைய நன்றியைத் தெரிவிக்கக் கடமைப்பட் டுள்ளேன்.

மயிலாப்பூர் **மயிலை சீனி. வேங்கடசாமி**

சென்னை — 4 *20—10—1975*

02

தோற்றுவாய்

கடைச்சங்க காலத்துக்குப் பிறகு தமிழகத்தின் அரசியல் நிலைமை இன்னதென்று தெரியாமல் சரித்திரத்தில் 'இருண்ட கால' மாக இருந்தது. கடைச்சங்க காலத்தின் முடிவு ஏறத்தாழ கி. பி. 250 என்று கருதப் படுகிறது. கடைச்சங்க காலத்தின் இறுதியில் இருந்த சேர, சோழ, பாண்டிய மன்னர்களின் பெயர்கள் சங்கச் செய்யுட்களிலிருந்து கிடைக் கின்றன. சங்க நூல்களில் காணப்படுகிற கடைசி சேர அரசன் பெயர் கோக்கோதை மார்பன் என்பது. இவனைக் கோதை என்று கூறுவர். கோக்கோதை மார்பன், சேரன் செங்குட்டுவனுடைய மகன். இவன் சிறுவனாக இருந்தபோது இவனுக்குக் குட்டுவன் சேரல் என்று பெயர் இருந்தது. தன் மேல் பதிற்றுப்பத்து ஐந்தாம் பத்துப் பாடிய பரணருக்குச் செங்குட்டுவன் உம்பர்காடு என்னும் நாட்டின் வருவாயையும் தன்னுடைய மகன் குட்டுவன் சேரலையும் பரிசாகக் கொடுத்தான். (பதிற்றுப்பத்து, ஐந்தாம் பத்துப் பதிகத்தின் அடிக்குறிப்பு).

புலவராகிய பரணருக்குச் செங்குட்டுவன் தன்னுடைய மகனான குட்டுவன் சேரலைப் பரிசாகக் கொடுத்தான் என்பதன் பொருள், புலவ ரிடத்தில் கல்வி கற்பதற்கு மாணாக்கனாகக் கொடுத்தான் என்பதாகும். இளமையில் குட்டுவன் சேரல் என்று பெயர் பெற்றிருந்த இவன் முடிசூடின பிறகு கோக்கோதை மார்பன் என்று பெயர் பெற்றான் என்று அறிகிறோம்.

கடைச்சங்க காலத்தில் கொங்கு நாட்டைச் சேர அரசர்களின் இளைய வழியினரான பொறையர் அரசாண்டார்கள். கொங்கு நாட்டை ஆண்ட கடைசிப் பொறையன் கணைக்கால் இரும்பொறை. இவன் கோக்கோதை மார்பனுடைய

தாயாதி உறவினன். இருவரும் சம காலத்தில் இருந்தவர்கள். கணைக்காலிரும்பொறை, சோழன் செங்கணானோடு போர்செய்து தோற்றுப் போரில் பிடிக்கப்பட்டுச் சிறை வைக்கப்பட்டான். பிறகு சிறையிலிருந்து விடுவிக்கப்பட்டு மீண்டும் கொங்கு நாட்டையரசாண்டான். அதாவது, சோழன் செங்கணானுக்குக் கீழடங்கிக் கணைக்காலிரும்பொறை அரசாண்டான். ஆகவே, சோழன் செங்கா ணானும் சேரமான் கோக்கோதை மார்பனும் கணைக்கால் இரும் பொறையும் சமகாலத்தவர் என்று தெரிகின்றனர்.

கடைச்சங்க காலத்தின் இறுதியில் பாண்டிய நாட்டையரசாண்டவன் நெடுஞ்செழியன். இந்த நெடுஞ்செழியன், கோவலன் கண்ணகி காலத்திலிருந்த நெடுஞ்செழியன் அல்லன். அவனுக்குப் பிறகு இருந்த நெடுஞ்செழியன். இவனைத் தலையாலங்கானத்துச் செருவென்ற நெடுஞ்செழியன் என்று வரலாறு கூறுகிறது. இந்த நெடுஞ்செழியன், சேர நாட்டுக் கடற்கரையோரத்தில் பேரியாற்றின் புகுமுகத்தில் இருந்த முசிறிப்பட்டினத்தை முற்றுகைசெய்து அங்கிருந்த ஒரு தெய்வத் திருமேனியை எடுத்துக்கொண்டு மதுரைக்குப் போனான் (அகநானூறு 57: 14—16; 11—14). இவனுடைய சமகாலத்திலிருந்த சேர அரசன் மேற்சொன்ன கோக்கோதைமார்பனே.

கோக்கோதை மார்பன், கணைக்கால் இரும்பொறை, சோழன் செங்கணான், தலையாலங்கானத்துச் செருவென்ற நெடுஞ்செழியன் ஆகிய இவர்கள் கடைச்சங்க காலத்தின் இறுதியில் சமகாலத்தில் இருந்த அரசர்கள். இவர்களுக்குப் பிறகு இவர்களுடைய மக்கள் அல்லது உறவினர் சேர, கொங்கு, சோழ, பாண்டிய நாடுகளை அரசாண்டார்கள். இவர்களுடைய பெயர்கள் தெரியவில்லை. இவர்கள் காலத்தில் அயல் நாட்டவர் வந்து இவர்களை வென்று தமிழகத்தைக் கைப்பற்றி யரசாண்டார்கள். அவர்கள் களப்பிரர் என்று கூறப்பட்டார்கள். களப்பிரர் தமிழகத்தைக் கைப்பற்றி யரசாண்ட வரலாறு மறைந்து போய் நெடுங்காலமாகப் பல நூற்றாண்டு வரையில் தெரியாமல் இருந்தது. கி. பி. 20ஆம் நூற்றாண்டு வரையில் மறைந்து போயிருந்த களப்பிர அரசரைப் பற்றின வரலாற்றுச் செய்தி, பாண்டியருடைய செப்பேடுகள் கிடைத்த பிறகு அவைகளிலிருந்து தெரியவந்தன.

திரு. கே. ஜி. சங்கரன் அவர்கள், வட்டெழுத்தில் எழுதப்பட்ட வேள்விக்குடிச் செப்பேட்டை இக்காலத் தமிழ் எழுத்தில் செந்தமிழ்த் திங்களிதழில் வெளியிட்டார். (செந்தமிழ், 20 ஆம் தொகுதி, பக்கம் 205—216). அதன் பிறகு, இந்திய சாசன இலாகா 1923ஆம் ஆண்டில் எபிகிறாபியா இந்திகா என்னும் ஆங்கில வெளியீட்டில் வேள்விக்குடிச் சாசனத்தை ஆங்கில (இலத்தீன்) எழுத்தில் வெளியிட்டது. (Epigraphia Indica, Vol. XVII, 1923 pp. 291-309). சில ஆண்டுகளுக்குப் பிறகு தளவாய்ப்புரச் சாசனம் கிடைத்ததும் இந்தச் செப்பேடுகளிலிருந்து களப்பிர அரசர்களைப் பற்றி அறிகிறோம் (பாண்டியர் செப்பேடுகள் பத்து, தமிழ் வரலாற்றுக் கழக வெளியீடு, 1967).

வேள்விக்குடிச் செப்பேடு வெளியான பிறகுதான் களப்பிரரைப் பற்றின செய்தி தெரியவந்தது. அதன் பிறகு களப்பிரரைப் பற்றிப் பல அறிஞர்கள் எழுதத் தொடங்கினார்கள். ஆனால், களப்பிரரைப் பற்றின முழு வரலாறு இன்றுங் கிடைக்கவில்லை.

களப்பிரர் வேறு, களம்பாளர் (களப்பாழர்) வேறு என்று சில வரலாற்று அறிஞர்கள் கருதினார்கள். சிலர் இருவரும் ஒருவரே என்று கருதினார்கள். திரு. கே. ஏ. நீலகண்ட சாஸ்திரியும் திரு. மு. இராக வையங்காரும், களப்பிரரும் களம்பாளரும் ஒருவரே என்று கருதினார் கள். திரு. டி. வி. சதாசிவ பண்டாரத்தார் அவர்கள் இருவரும் வெவ் வேறு இனத்தவர் என்று கருதினார். பண்டாரத்தார் இதுபற்றி இவ்வாறு எழுதினார்: “அன்றியும் தமிழ்நாட்டுக் குறுநில மன்னர் குடியினராகிய முத்தரையர் என்போர் களப்பிரரேயாவர் என்று சிலர் கூறுவது சிறிதும் ஏற்புடைத்தன்று. களப்பாள் என்ற சோணாட்டூரொன்றில், முற்காலத்தில் வாழ்ந்து கொண்டிருந்த அரசியல் தலைவன் ஒருவன் களப்பாளன் என்று சிறப்பித்து வழங்கப் பெற்றமையால், அவன் வழியினர் களப்பாளர் எனவும் களப்பாளரா‌யர் எனவும் குடிப்பெயர் பெற்றுப் பெருமையோடு வாழ்ந்து வருவாராயினர். எனவே, தமிழராகிய களப்பாளரும் ஏதிலராகிய களப்பிரரும் ஒருவரே யாவரென்னும் முடிவு எவ்வாற்றானும் ஒத்துக்கொள்ளத் தக்கதன்று” (பாண்டியர் வரலாறு, டி. வி. சதாசிவ பண்டாரத்தார்; ‘பாண்டி நாட்டில் களப்பிரர் ஆட்சி’ என்னும் தலைப்புக் காண்க).

தளவாய்புரச் செப்பேடு கிடைப்பதற்கு முன்பு திரு. சதாசிவ பண்டாரத்தார் அவர்கள் இவ்வாறு எழுதினார். அந்தச் செப்பேடு கிடைத்த பிறகு களப்பிரரும் களப்பாளரும் ஒருவரே என்பது தெரிந்து விட்டது. வேள்விக்குடிச் செப்பேடு களப்பிரர் என்று கூறுவதைத் தளவாய்புரச் செப்பேடு களப்பாழர் (களப்பாளர்) என்று கூறுகிறது. “கடிராறு கவனலங்கல் களப்பாழர் குலங்களைந்தும்” என்றும் (வரி 99) “களப்பாழரைக்களை கட்ட மற்றிரண்டோள் மாக்கடுங்கோன் மானம் பேர்த்தருளிய கோன்” என்றும் தளவாய்ப்புரச் செப்பேடு (வரி 131 — 132) கூறுகிறது. எனவே, களப்பிரரும் களப்பாளரும் ஒருவரே என்பது தெளிவாகத் தெரிகிறது. இனிக் களப்பிரரைப் பற்றித் தொடர்ந்து ஆராய்வோம்.

களப்பிரர் யார்?

களப்ரர், களப்பரர், களப்பிரர், களப்பாளர், களப்பாழர் என்றெல்லாம் கூறப்படுகிற இவர்களைக் களப்பிரர் என்று கூறுவோம். களப்பிரர் தமிழர் அல்லர். ஆனால், அவர்கள் ஆரியரோ என்றால் ஆரியரும் அல்லர். அவர்கள் வட இந்தியாவில் இருந்து தமிழ் நாட்டுக்கு வந்தவர் என்று திரு. சதாசிவ பண்டாரத்தார் கருதுகிறார். “...... அன்னோர் (களப்பிரர்) பிராகிருதம், பாலி ஆகியவற்றைத் தமக்குரிய மொழிகளாகக் கொண்டு ஆதரித்துள்ளமையால் அம்மரபினர் தமிழர் அல்லர் என்பதும் வடபுலத்தினின்றும் போந்த ஏதிலர் ஆவர் என்பதும் நன்கு தெரியப்படும்” என்று அவர் எழுதுகிறார் (பாண்டியர் வரலாறு, 1969, பக். 32). களப்பிரர் சைன மதத்தையும் பௌத்த மதத்தையும் ஆதரித்தனர். இந்த மதங்களின் ‘தெய்வ பாஷை’ பிராகிருதம் (சூரசேனியும் பாலி மொழியும்) ஆகையால், இயற்கையாகவே இந்தப் பிராகிருத மொழிகளுக்கு ஆக்கம் ஏற்பட்டது. ஆனால், அவர்களுடைய தாய்மொழி பிராகிருதம் அன்று, கன்னட மொழியே. களப் பிரர் வட இந்தியாவிலிருந்து வந்தவர் அல்லர். அவர்கள் தமிழகத்துக்கு அண்மையில் இருந்த கன்னட வடுகர். எனவே, அவர்கள் திராவிட இனத்தவரே.

களப்பிரரைப் பற்றி ஆராய்ந்த அறிஞர்கள் அவர்களைப் பற்றித் தங்கள்தங்கள் கருத்துகளை எழுதியுள்ளனர். பழந் தமிழகத்தின் வடக்கில் இருந்த வேங்கட நாட்டை அரசாண்ட

சிற்றரசர் புல்லி என்று கூறப்படுகின்றனர். 'கள்வர் கோமான் புல்லி' என்று அவர்கள் கூறப்படுகிறார்கள். (அகநானூறு 61 : 11—13). கள்வர் என்பதைக் களவர் என்றும் படிக்கலாம். பழைய ஏட்டுச் சுவடிகளில் புள்ளியிட வேண்டிய எழுத்துக்களுக்குப் புள்ளி இடாமலே எழுதும் வழக்கம் இருந்தது. ஆகவே, இந்தச் சொல் களவர் என்பதா கள்வர் என்பதா என்பதை அறுதியிட்டுக் கூறமுடியவில்லை. இந்தச் சொல்லைக் களவர் என்று கொண்டு திரு. மு. இராகவையங்கார் களவர் என்பது களப்பிரரைக் குறிக்கிறது என்று எழுதினார். (Journal of Indian History, Vol. VIII). டாக்டர் எஸ். கிருஷ்ணசாமி அய்யங்காரும் இதே கருத்தைக் கூறியுள்ளார். வேங்கட நாட்டையாண்ட களவர் அல்லது கள்வர்தான் (புல்லி அரசர்) களப்பிரர் என்று இவர் கூறுகிறார். (The Age of Imperial Unity, Vol. II, Bharatiya Vidya Bhavan, 1951, pp. 223-33). இந்த அறிஞர்கள் கூறுவது ஏற்கத் தக்கது அன்று. வேங்கட நாட்டிலிருந்த களவர் அல்லது கள்வர் என்பவர் தமிழர். களப்பிரரோ தமிழர் அல்லாத கன்னடர். மற்றும், சங்க காலத்து வேங்கட நாடு தொண்டை மண்டலத்தைச் சேர்ந்து தமிழகத்தின் பகுதியாக இருந்தது. ஆகவே, தமிழராகிய கள்வர் (களவர்) வேறு. கன்னடராகிய களப்பிரராக இவர்கள் இருக்க முடியாது. கள்வர் (களவர்) வேறு, களப்பிரர் வேறு.

பல்லவ அரசர் ஆண்ட தொண்டை மண்டலம் தவிர, சோழ, பாண்டிய, சேர நாடுகளைக் கைப்பற்றி யரசாண்ட களப்பிரர் கருநாட நாட்டுக் கன்னடர் என்பதில் ஐயமில்லை. பாண்டி நாட்டில் இருந்த மூர்த்திநாயனார் காலத்தில் பாண்டி நாட்டை யரசாண்ட மன்னன் கன்னட நாட்டு அரசன் என்று சேக்கிழார் கூறுகிறார். "கானக்கடி சூழ் வடுகக் கருநாடர் மன்னர்" என்று அவர் கூறுகிறார் (திருத்தொண்டர் புராணம், மூர்த்திநாயனார் புராணம் 11, 24). 'வடுகக் கருநாடர் மன்னன்' என்பதன் பொருள் வடுக நாடாகிய கன்னட நாட்டைச் சேர்ந்த அரசன் என்பது பிற்காலத்து நூலாகிய கல்லாடம் 'மதுரை வவ்விய கருநடர் வேந்தன்' என்று கூறுகிறது (கல்லாடம், செய்யுள் 56). கன்னட நாட்டை அக்காலத்தில் ஒரே அரசன் ஆட்சி செய்யவில்லை. வெவ்வேறு பகுதிகளை வெவ்வேறு அரசர் ஆண்டனர். கருநாடர் மன்னர், கன்னட நாட்டில் எந்த ஊரை யரசாண்டவன் என்பதைப் பெரியபுராணமும்

கல்லாடமும் கூறவில்லை. அவர்கள் கன்னட தேசத்தில் களபப்பு என்னும் நாட்டையாண்ட சிற்றரசர் என்பது கன்னட நாட்டுக் கல்வெட்டு களிலிருந்தும் கன்னட நூலிலிருந்தும் தெரிகிறது. சந்திரகுப்த மௌரியன் (அசோகச் சக்கரவர்த்தியின் பாட்டன்) அரசாட்சியைத் துறந்து சைன சமயத்தைச் சார்ந்து பத்திரபாகு முனிவருடனும் அவரைச் சார்ந்த சமண சமயத் துறவிகளுடனும் தென்னாட்டுக்கு வந்து களபப்பு நாட்டில் உள்ள களபப்பு மலையில் தங்கினார்கள் என்று சமண சமய நூலாகிய வட்டாராதனெ என்னும் நூல் கூறுகிறது. அவர்கள் கழ்ப்பு நாட்டுக்கு வந்தார்கள் என்று இந்நூல் கூறுகிறது. (வட்டாராதனெ, பத்ரபாஹு பட்டாரா கதெ). கழ்பப்பு என்பதும் கள்பப்பு என்பதும் ஒன்றே. கழ்பப்பு (களபப்பு) என்பதைச் சமஸ்கிருதத்தில் கடவப்ர என்று கூறினார்கள். இப்போதைய சிரவண பௌகொள என்னும் பிரதேசமே பழங்காலத்தில் கள்பப்பு நாடு என்று பெயர் பெற்றிருந்தது (கன்னட ஸாஸனகள ஸாம்ஸ்கிருதிக அத்யயன, கி. பி. 450—1150, டாக்டர் எம். சிதானந்த மூர்த்தி, 1966, பக்கம் 70, 78). களபப்பு நாட்டில் உள்ள சத்திரகிரி மலையின் பழைய பெயர் களபப்பு பெட்ட (பெட்ட — மலை) என்று கூறப்பட்டது (கர்நாடக இதிஹாஸ தர்ஸன (கன்னட தேசத்தின் வரலாறு), டாக்டர் எம். வி. கிருஷ்னராவ், எம். கேசவபட்ட, 1970, பக். 13, 14).

ஹொஸகோட்ட தாலுகாவில் கிடைத்துள்ள பழைய வீரக்கல் சாசனம் கன்னட மொழியில் பழைய கன்னட எழுத்தில் எழுதப்பட்டிருக்கிறது. இதில் களப்பிர இராச்சியம் கூறப்படுகிறது. இதன் வாசகம் இது: ஸ்வஸ்திஸ்ரீ மதுராளக் களவர திருராஜ்யதல் மள்ளே கவுண்டரும் சாவா காவுண்ரு துயீநாத பல்கனிளலுதுவ காமூண்ட ஸத்த எர்ரதயக் கர்ளனபூழ்திகம் (Epi. Car., Vol. IX, Hoskote, 13, p. 198). இதனால், களபப்பு நாடு களவர இராச்சியம் என்பது மைசூர் தேசத்தில் இப்போது சிரவணபௌகொள என்று கூறப்படுகிற வட்டாரத்தைச் சேர்ந்திருந்தது என்பது தெரிகிறது. களவர் நாடு, களப்பிரர் நாடு என்னும் பெயர்கள் வேறு சாசனங்களிலும் கூறப்படுகின்றன (Epi. Car., Vol. X, Chintamani, 9). திருத்தொண்டர் புராணம் கூறுகிற ‘வடுகக் கருநாடர் மன்னன்’ இந்தக் களபப்பு நாட்டைச் சேர்ந்தவன் என்று கருதலாம்.

கருநாடக தேசத்தில் இருந்த களப்பிரரின் களபப்பு இராச்சியம் மைசூர் நாட்டைச் சேர்ந்த கோலார் (கோலாலபுரம்) வரையிலும் பரவி யிருந்தது. கோலாலபுரத்திலுள்ள நந்தி மலை களப்பிரர் மலை என்று கூறப்படுகிறது. (Epi. Car., Vol. X, Chickbalpur, 9). பழைய தமிழ்ச் செய்யுட்கள், தமிழகத்தை யாண்ட களப்பிரரை நந்தி என்றும் நந்தி மலையை யுடையவர் என்றும் கூறுகின்றன: "நந்தி மால்வரைச் சிலம்பு நந்தி," "புகழ்துறை நிறைந்த பெருவேல் நந்தி."

கன்னட நாட்டுக் களபப்பு இராச்சியத்தை யாண்ட களப்பிரர் எப்பொழுதும் சுதந்தரராக இருக்கவில்லை. அவர்கள் கடம்பர், கங்கர் போன்ற வேறு அரசர்களுக்கு வெவ்வேறு காலத்தில் அடங்கியிருந் தனர் என்பது தெரிகிறது. கடம்ப அரசனான சாகுஸ்தன் (கி. பி. 425—450) களபோரருக்குப் (களப்பிரர்) பகைவன் என்று பேலூர் தாலுகாவில் ஹல்மிடி என்னும் ஊரிலுள்ள கல்வெட்டு எழுத்துக் கூறுகிறது. (Mysore Archaeological Report, 1936, No. 16). களபப்பு நாட்டின் அரசனான திண்டிகன் என்பவன், மேலைக்கங்க அரசனான ஸ்ரீபுருஷனுடைய அனுமதி பெற்று ஒரு தானத்தைக் கொடுத்தான் என்று ஒரு சாசனம் கூறுகிறது. (Mysore Arch. Rep. 1927, No. 118). இதிலிருந்து களபப்பு அரசர் சில காலம் கங்க அரசருக்குக் கீழடங்கியிருந்தனர் என்பது தெரிகிறது.

மேற்கூறிய சான்றுகளினாலே கன்னட நாட்டவராகிய களப்பிர அரசர் அங்கு ஒரு பகுதியான களப்பிர நாட்டையர சாண்டனர் என்பது தெரிகிறது. அவர்கள் ஏறத்தாழ கி. பி. 250இல் அல்லது அதற்குச் சற்றுப் பின்னர் தமிழகத்தைக் கைப்பற்றிச் சேர, சோழ, பாண்டிய நாட்டையர சாண்டனர் என்று கருதலாம்.

களப்பிரர் எப்போது வந்தனர்?

வடுகக் கருநாடராகிய களப்பிரர் தமிழகத்தைக் கி. பி. மூன்றாம் நூற்றாண்டில், ஏறத்தாழ கி. பி. 250இல் அல்லது அதற்குச் சற்றுப் பின்னர் கைப்பற்றினார்கள் என்று கூறினோம். பேராசிரியர் நீலகண்ட சாஸ்திரி, தமிழ்நாட்டில் களப்பிரர் ஆட்சி ஏற்பட்டது கி. பி. 275இல் என்று கூறுகிறார்

(A Comprehensive History of India, Vol. II, Edited by K. A. Nilakanta Sastri, 1956, p. 550). கி. பி. மூன்றாம் நூற்றாண்டின் தொடக்கத்தில் களப்பிரர் ஆட்சி ஏற்பட்டிருக்கவேண்டும் என்று திரு. சதாசிவப் பண்டாரத்தார் கூறுகிறார் (பாண்டியர் வரலாறு, டி. வி. சதாசிவப் பண்டாரத்தார், 1966, பக். 32). திரு. எம். எஸ். இராமசாமி அய்யங்கார், கி. பி. 6 ஆம் நூற்றாண்டில் களப்பிரர் தமிழ்நாட்டைக் கைப்பற்றி அரசாண்டார்கள் என்று கூறுகிறார். "சங்கம் (வச்சிரநந்தி கி. பி. 470இல் நிறுவின திராவிட சங்கம்) கி. பி. 5 ஆம் நூற்றாண்டின் இறுதியில் அமைக்கப்பட்டது. கி.பி. 6 ஆம்நூற்றாண்டு தொடங்கினபோது தமிழ்நாட்டின் அரசியல் விரைவாக மாறுதல் அடைந்தது. இந்தக் காலத்தில் தான் களப்பிரரின் படையெடுப்பும் அவர்கள் பாண்டி நாட்டைக் கைப்பற்றியதும் நிகழ்ந்தன" என்று அவர் எழுதுகிறார் (Studies in South Indian Jainism, M. S. Ramasami Ayengar, 1922, pp. 52-53). இவர் கூறுவது ஏற்கத்தக்கது அன்று. களப்பிரர் தமிழகத்தை ஆட்சி செய்யத் தொடங்கிய பிறகுதான் வச்சிர நந்தியின் திராவிட சங்கம் ஏற்பட்டதே தவிர, வச்சிரநந்தியின் திராவிட சங்கம் ஏற்பட்ட பிறகு களப்பிரர் ஆட்சி ஏற்படவில்லை. ஆகவே, கி. பி. 6 ஆம் நூற்றாண்டில் களப்பிரர் ஆட்சி ஏற்பட்டது என்று இவர் கூறுவது தவறு. கி. பி. மூன்றாம் நூற்றாண்டின் இடைப் பகுதியில் களப் பிரர் ஆட்சி ஏற்பட்டது என்பதில் ஐயம் இல்லை. மேலும், இராமசாமி அய்யங்கார் இன்னொரு செய்தியையும் கூறுகிறார். "தமிழ்நாட்டில் ஜைன மதத்தை மேலும் உறுதியாக நிலை நாட்டுவதன் பொருட்டு ஜைனர் களப்பிரரைப் படையெடுத்து வருமாறு அழைத்தார்கள் என்று தோன்றுகிறது". என்று இவர் எழுதுகிறார் (மிதீவீபீ, ஜீ. 56). இவ்வாறு இவர் கூறுவதற்குச் சான்று இல்லை. கி. பி. இரண்டாம் நூற்றாண்டின் இறுதிக் காலத்திலும் மூன்றாம் நூற்றாண்டின் தொடக்கக் காலத்திலும் தமிழகத்தில் இருந்த அரசியல் சூழ்நிலை கன்னட நாட்டுக் களப்பிரர் தமிழகத்தின் மேல் படையெடுத்து வருவதற்கு ஏற்றதாக இருந்தது. கடைச்சங்க காலத்தில் இருந்த தமிழரசர்களும் குறுநில மன்னர்களும் ஒருவர்மேல் ஒருவர் அடிக்கடி போர் செய்து கொண்டிருந்ததைச் சங்கச் செய்யுட்களிலிருந்து அறிகிறோம். காரணம் இல்லாமலே தங்களுடைய போர் வல்லமையைக் காட்டுவதற்காகவே அரசர்கள் அக்காலத்தில் அடிக்கடி ஒருவர்

மேல் ஒருவர் போர் செய்தனர். போர் செய்வது அவர்களின் வழக்கமாகவும் குறிக்கோளாகவும் இருந்தது. தமிழ்நாட்டு வேந்தர்களுக்குள்ளாகவே போர் செய்வதைப் பெருமை யாகக் கருதினார்கள். போர் செய்வதை ஒரு கலையாகவே அமைத்துக் கொண்டனர். அரசர்களின் போர்ச் செயல்களைப் புலவர்கள் புகழ்ந்து பாடினார்கள். போர் முறைகளில் பல முறைகளை வகுத்துக்கொண்டு அதற்குப் புறத்திணை என்றும் புறத்துறை என்றும் போர்க்கலையை வகுத்தனர். போர்த்துறைகளைக் கலையாகவே போற்றிவந்தனர். காரணம் இருந்தாலும் இல்லை யானாலும் ஒவ்வொரு அரசனும் போர்செய்துதான் ஆக வேண்டும் என்னும் வழக்கம் ஏற்பட்டு விட்டது. தம்முடைய போர் வெற்றிகளைப் புலவர்கள் புகழ்ந்து பாடவேண்டும் என்னும் ஆசை அரசர்க்குள் ஏற்பட்டுவிட்டது. போர்க்களத்துக்குப் போகாமல் அரசன் இறந்துவிட்டால் அவனுடைய உடலைத் தருப்பைப் புல்லின் மேல் கிடத்தி வாளினால் மார்பை வெட்டி 'விழுப்புண்' உண்டாக்கிய பிறகு அடக்கம் செய்த நிலையும் ஏற்பட்டுவிட்டது. இந்தப் 'போர்க்களச் சூழ்நிலை' தமிழ்நாட்டையும் தமிழரசர்களையும் பலவீனப்படுத்திவிட்டபடியால், அயல்நாட்டரசர்கள் இதைப் பயன் படுத்திக்கொண்டு படையெடுத்து வரக் காரணமாக இருந்தது. கி.பி. இரண்டாம் நூற்றாண்டில் இருந்த இந்தச் சூழ்நிலை களப்பிர அரசரைத் தமிழகத்தின் மேல் படையெடுத்து வரத்தூண்டியது. அன்னிய நாட்டவர் படையெடுப்பைத் தடுத்துநிறுத்த ஆற்றல்மிக்க பேரரசர் இல்லாத நிலை களப்பிரரின் ஆட்சி தமிழகத்தில் ஏற்படக் காரணமாக இருந்தது.

முன்பு கூறியபடி பாண்டியன் உக்கிரப்பெருவழுதி, சோழன் செங்கணான், சேரமான் கோக்கோதைமார்பன், கொங்கு நாட்டுக் கணைக்கால் இரும்பொறை ஆகியோர் கடைச்சங்க காலத்தின் இறுதியில் இருந்த தமிழரசர்கள். இவர்கள் காலத்துக்குப் பிறகு இவர்களுடைய மக்கள் அல்லது உறவினர் ஆட்சிக் காலத்தில் ஏறத்தாழக் கி. பி. 250 இல் களப்பிரர் தமிழகத்தைக் கைப்பற்றித் தங்கள் ஆட்சியை நிறுவினார்கள் என்று அறிகிறோம்.

களப்பிரர் வென்ற சேர, சோழ, பாண்டிய மன்னரின் பெயர்கள் தெரியவில்லை. மூவேந்தர்களையும் இவர்களின்

கீழடங்கியிருந்த சிற்றரசர்களையும் களப்பிரர் வென்றனர் என்று வேள்விக்குடிச் செப்பேட்டுச் சாசனம் கூறுகிறது. "அளவரிய ஆதிராஜரை அகல நீக்கி அகலிடத்தைக் களப்ரனென்னுங் கலி அரைசன் கைக்கொண்ட"னன் என்று வேள்விக்குடிச் செப்பேட்டு வாசகம் கூறுகிறது (வேள்விக்குடிச் செப்பேடு, வரி 39—40).

களப்பிரர் தமிழகத்தைக் கைப்பற்றின பிறகு 'கடைச்சங்க காலம்' முடிவடைந்தது. களப்பிரர், மேற்கூறியபடி, கி. பி. மூன்றாம் நூற்றாண் டின் இடைப்பகுதியில் கி. பி. 250இல் தமிழகத்தைக் கைப்பற்றினார்கள் என்று கொள்வதில் தவறு இல்லை.

சில களப்பிர அரசர்கள்

களப்பிரர் முன்னூறு ஆண்டுகள் அரசாண்டார்கள். அவர்களுடைய ஆட்சிமுறை எப்படி இருந்தது, அவர்களுடைய ஆட்சி செங்கோல் ஆட்சியாக இருந்ததா, அடக்கி அரசாண்டார்களா என்பது தெரியவில்லை. அவர்கள் எத்தனை பேர் அரசாண்டார்கள், அவர்களுடைய பெயர் என்ன என்னும் வரன்முறையான சரித்திரம் கிடைக்க வில்லை. சங்க காலத்துச் சேர, சோழ, பாண்டியர் வரலாறே வரன் முறையாகக் கிடைக்காத போது அன்னியராகிய களப்பிரரைப் பற்றின வரன்முறையான வரலாறு எப்படிக் கிடைக்கும்? முன்னூறு ஆண்டு ஆட்சிக் காலத்தில் அவர்கள் எழுதிவைத்த செப்பேடுகளோ கல் வெட்டுகளோ இதுவரையில் ஒன்றேனும் கிடைக்கவில்லை. அவர்கள் வழங்கின காசு — அவர்கள் காசுகளை வெளியிட்டிருந்தால் — ஒன்றேனும் இதுவரையில் கிடைக்க வில்லை. அக்காலத்தில் வரலாறு எழுதும் வழக்கமும் இல்லை. அவர்கள் கட்டின கோயில் கட்டடங் களோ சிற்பங்களோ எதுவும் காணப்படவில்லை. ஆகவே, அவர்களுடைய வரலாற்றையறிவதற்கு யாதொரு சான்றும் கிடைக்கவில்லை. அங்கொன்றும் இங்கொன்றுமாக ஒன்றிரண்டு இலக்கியச் சான்றுகள் மட்டுங் கிடைக்கின்றன. அவ்வளவுதான்.

களப்பிரரின் போர்க்கள வெற்றியைப் பழைய வெண்பா ஒன்று கூறுகிறது. மிகத் தொன்மை வாய்ந்த அந்த வெண்பா

கி. பி. 10ஆம் நூற்றாண்டு நூலாகிய யாப்பருங்கலம் என்னும் யாப்பிலக்கண நூலின் விருத்தியுரையில் மேற்கோள் காட்டப்பட்டுள்ளது.

படுபருந்தும் சூர்ப்பேயும் பல்லிலங்கும் நாயும்
கொடியும் கழுகுமிவை கூடி - வடிவுடைய
கோமான் களப்பாளன் கொல்யானை போமாறு
போமாறு போமாறு போம்

என்பது அந்தப் பாடல். களப்பாள (களப்பிர)அரசனுடைய யானை சேனைகள் போர்க்களத்துக்குப் போகும்போது, பேய்களும், நரி, ஓநாய், நாய், பருந்து, கழுகு முதலான பிணந்தின்னிப் பிராணிகளும் அந்தச் சேனையோடு போயின என்று இச்செய்யுள் கூறுகிறது. அதாவது, போர்க் களத்தில் போர்வீரர்களும் யானை, குதிரைகளும் செத்துமடியு மாகையால் இந்தப் பிணந்தின்னிப் பிராணிகளுக்கு இறைச்சி விருந்து கிடைத்தது என்பது இதன் கருத்து. களப்பாள அரசன் மற்ற அரசர் களோடு போர்செய்து வெற்றி பெற்றான் என்பது இதன் திரண்ட பொருள்.

மற்றும் நான்கு பழைய வெண்பாக்களை யாப்பருங்கல விருத்தியுரை மேற்கோள் காட்டுகிறது. அந்தப் பழைய வெண்பாக்கள், களப்பிர அரசன் சேர, சோழ, பாண்டியரை வென்று அவர்களைச் சிறையிலிட்டுத் தளை (விலங்கு) இட்டபோது அந்த மூவரசர்களால் பாடப்பட்டவை. யாப்பருங்கல விருத்தியுரை மேற்கோள் காட்டுகிற அந்தப் பழம் பாடல்கள், பிற்காலத்தில் தனிப்பாடற்திரட்டு, புலவர் புராணம் முதலான நூல்களிலும் சேர்க்கப்பட்டுள்ளன. அப்பழம் பாடல்கள் இவை:

சேர மன்னன் பாடியது:

தினை விதைத்தார் முற்றந் தினை யுணங்கும், செந்நெல்
தனை விளைத்தார் முற்ற மதுதானாம் - கனைசீர்
முரசுணங்கும் சங்குணங்கும் மூரித்தேர்த் தானை
அரசுணங்கும் அச்சுதன்தன் முற்றத்து

சோழ அரசன் பாடியது:

> **அரசர்குல திலகன் அச்சுதன் முற்றத்தில்**
> **அரச ரவதரித்த வந்நாள் - முரசதிரக்**
> **கொட்டிவிடு மோசையினுங் கோவேந்தர் காற்றளையை**
> **வெட்டிவிடும் ஓசை மிகும்**

பாண்டிய மன்னன் பாடியது:

> **குறையுளார் எங்கிரார் கூர்வே லிராமன்**
> **நிறையறு திங்கள் இருந்தான் - முறைமையால்,**
> **ஆலிக்குத்தானை யலங்குதார் அச்சத! முன்**
> **வாலிக் கிளையான் வரை**

இதைக் கேட்ட அச்சுதக் களப்பாளன் பாண்டியனுக்கு இன்னொரு தளை இட்டான். அப்போது பாண்டியன் இன்னொரு வெண்பாவைப் பாடினான்.

> **குடகர் குணகடலென் றார்த்தார் குடகர்க்**
> **கிடகர் வடகடலென் றார்த்தார் - வடகடலர்**
> **தென்கடலென் றார்த்தார் தில்லையச் சுதானந்தன்**
> **முன்கடை நின்றார்க்கும் முரசு**

இந்தக் களப்பிர அரசனை இப்பாடல்கள் அச்சுதன் என்று கூறுகின்றன. அச்சுதன் என்பது களப்பிர அரசர்களின் பொதுப் பெயர் என்று தோன்றுகிறது. பாலி மொழியில் எழுதப்பட்ட ஒரு பௌத்தச் செய்யுள் ஒரு களப்பிர அரசரை அச்சுதன் என்று கூறுகிறது. இன்னொரு தமிழ்ச் செய்யுள் ஒன்று இன்னொரு களப்பிர அரசனை அச்சுதன் என்று கூறுகிறது. ஆகையால், களப்பிர அரசர்கள் ஒவ்வொருவரும் அச்சுதன் என்று பெயர் கொண்டிருந்தனர் என்பது தெரிகின்றது.

சேர, சோழ, பாண்டியர் களப்பாளரைத் (களப்பிரரைத்) தமிழ்ச் செய்யுளில் பாடின படியால், களப்பிரரும் தமிழரசரே என்று பி. டி. சீனிவாச அய்யங்கார் கூறுகிறார் (History of the Tamils, 1929, p. 535). இவர் கூற்றுத் தவறு. களப்பிரர் தமிழரல்லர்; கன்னடர் என்பதில் ஐயமில்லை.

யாப்பருங்கலம் என்னும் செய்யுள் இலக்கண நூலின் விருத்தி யுரையாசிரியர் தம்முடைய உரையில் நான்கு அழகான செய்யுட்களை மேற்கோள் காட்டியுள்ளார். அந்தச் செய்யுட்கள் களப்பிர அரசரைப் பற்றியவை (இணைப்பு 1 காண்க). அச்செய்யுட்களில் 'கெடலரு மாமுனிவர்' என்று தொடங்குகிற செய்யுள் அச்சுதன் என்னும் களப்பிர அரசனைக் காத்தருளவேண்டும் என்று திருமாலை வேண்டுகிறது ('புயலுறழ் தடக்கைப் போர்வேல் அச்சுதன், தொன்றுமுதிர் கடலுலகம் முழுதுடன் ஒன்றுபுரி திகிரி உருட்டுவோன் எனவே').

'அலைகடற் கதிர்முத்தம்' என்று தொடங்கும் இன்னொரு செய்யுள், களப்பிர அரசன் சங்கு சக்கரம் ஏந்திய திருமாலை வழிபட்டு அவன் அருளினால் பெரிய நிலத்தை ஆளும் பேறுபெற்றான் என்றும் அந்த அரசனை அருகக் கடவுள் காத்தருளவேண்டும் என்று தொடங் குகிற இன்னொரு செய்யுள் ஒரு களப்பிர அரசனுடைய ஆற்றல், கொற்றம், வீரம் முதலியவற்றைப் புகழ்கிறது. அதில் அந்தக் களப்பிர அரசன் 'அச்சுதர்கோ' என்று கூறப்படுகிறான். அதாவது, அச்சுத குலத்தில் பிறந்த அரசன் என்று கூறப்படுகிறான்.

'நலங்கிளர் திருமணியும்' என்று தொடங்குகிற இன்னொரு செய்யுள், செங்கோல் விண்ணவன் (விண்ணவன் — விஷ்ணு) என்றும் களப்பிர அரசனுடைய ஆட்சி ஓங்கவேண்டும் என்றும் அருகக் கடவுளை வேண்டுகிறது. விண்ணவன் (விண்ணு — விஷ்ணு) என்று பெயர் பெற்றிருப்பதனால் இவ்வரசன் வைணவ சமயத்தவன் என்று தெரிகிறான். சேர, சோழ, பாண்டியர் களப்பிர அரசனைப் பாடிய பாடல்களில் களப்பிரன் அச்சுதன் என்று கூறப்பட்டதை முன்னமே கண்டோம்.

கி. பி. 5ஆம் நூற்றாண்டின் முற்பாதியில் வாழ்ந்திருந்த ஆசாரிய புத்ததத்ததேரர் சோழ நாட்டுத் தமிழர். அவர் பேர் போன பௌத்தப் பெரியார். அவர் பாலி மொழியில் புத்தவம் சாட்டகதா, அபிதம்மாவ தாரம், வினயவினிச்சயம், உத்தரவினிச் சயம், ரூபாரூபவிபாகம், ஜினாலங்காரம் முதலான நூல்களை எழுதியுள்ளார். சோழ நாட்டுப் பூத மங்கலம் என்னும் ஊரில் வேணுதாசர் கட்டின பௌத்த விகாரையில் இவர் தங்கியிருந்த போது வினயவினிச்சயம்

என்னும் நூலை களம்ப (களப்ர) அரசன் காலத்தில் இவர் எழுதி முடித்ததாக இவர் அந்த நூலில் கூறியுள்ளார் ('Contemporary Buddha Gosha' A. P. Buddha Datta, University of Ceylon Review, 1945, Vol. III, No. 1, pp. 34-70).

பஸாத ஜனனே ரம்மே பாஸாதே வஸதா மயா

புத்தஸ்ஸ புத்தஸீஹேன வினயஸ்ஸ வனிச்சயோ

புத்தஸீஹம் ஸமுத்திஸ்ஸ மம ஸத்தி விஹாரிம்

கதோ யம் பன பிக்கூனம் ஹிதத்தாய ஸமாஸதோ

வியைஸ்ஸாவ பொத்தந்தம் ஸுகேனே வாசிரேன ச

அச்சுதச்சுத விக்கந்தே களப்ப குலநந்தனே

மஹிம் ஸமனு ஸாஸந்தே ஆர்த்தோ ச ஸமாபிதோ

இதில் அச்சுத விக்கந்தன் களப்ப (களப்பிர) குலத்தில் பிறந்தவன் என்று கூறப்படுகிறான்.

இந்தச் சான்றுகளினாலே களப்பிர அரசர் வைணவர் என்றும் வைணவப் பெயராகிய அச்சுதன் என்னும் சிறப்புப் பெயரைக் கொண் டிருந்தார்கள் என்பதும் தெரிகின்றன.

களப்பிர அரசர் தொண்டை நாட்டைத் தவிர சேர, சோழ, பாண்டிய நாடுகளை வென்று அரசாண்டார்கள் என்பது உறுதியாகத் தெரிகிறது. இவர்கள் சேர, சோழ, பாண்டியரின் கொடிகளைத் தங்களுடைய கொடிகளாகக் கொண்டிருந்தனர் என்பதைக் 'கெடலருமா முனிவர்' என்று தொடங்கும் செய்யுளினால் அறிகிறோம் (இணைப்பு 1 காண்க). அந்தச் செய்யுளின் இறுதிப் பகுதி இவ்வாறு கூறுகிறது.

அடுதிறல் ஒருவ! நிற் பரவுதும், எங்கோன்

தொடுகழற் கொடும்பூண் பகட்டெழில் மார்பிற்

கயலொடு கிடந்த சிலையுடைக் கொடுவரிப்

புயலுறழ் தடக்கைப் போர்வேல் அச்சுதன்

ஒன்றுகடல் உலகம் முழுவதும்

ஒன்றுபு திகிரி யுருட்டுவோன் எனவே

இதனால், கயல் (மீன்), சிலை (வில்), கொடுவரி (புலி) ஆகிய அடை யாளங்களைக் களப்பிரர் கொண்டிருந்தனர்

என்பது தெரிகின்றது. அதாவது, பாண்டியனுடைய மீன் கொடியையும் சேரனுடைய வில் கொடியையும் சோழனுடைய புலிக் கொடியையும் களப்பிரர் தங்களுடைய கொடியாகக் கொண்டிருந்தார்கள் என்பது தெரிகிறது. சேர, சோழ, பாண்டியரின் அடையாளங்களைக் கொண்டிருந்தபடியால் இம்மூன்று நாடுகளையும் அவர்கள் கைப்பற்றி அரசாண்டார்கள் என்று ஐயமறத் தெரிகின்றது.

களப்பிரர் எத்தனை பேர் அரசாண்டார்கள் அவர்கள் நாட்டுக்கு என்னென்ன செய்தார்கள் என்பது தெரியவில்லை. பாண்டி நாட்டில் மதுரையைத் தலைநகரமாக்கிக்கொண்டு களப்பிரர் அரசாண்டதை அறிகிறோம். உறையூர், காவிரிப் பூம்பட்டினங்களிலும் இருந்து சோழ நாட்டைக் களப்பிரர் அரசாண்டனர் என்பதும் தெரிகின்றது. தில்லை யில் (சிதம்பரம்) இருந்தும் அரசாண்டதையறிகிறோம். சோழநாட்டிலே களப்பாள் என்னும் ஊரில் ஒரு களப்பாளன் இருந்ததையறிகிறோம். சேரநாட்டில் எந்த ஊரில் இருந்து களப்பிரர் ஆட்சி செய்தனர் என்பது தெரியவில்லை. களப்பிரர் ஆட்சி, தொண்டைமண்டலத்தைத் தவிர ஏனைய தமிழ்நாடெங்கும் இருந்தது என்பது தெரிகிறது. களப்பிரர் தமிழ்நாட்டைக் கைப்பற்றிய போதே பல்லவ அரசர் தமிழகத்தின் வட பகுதியாகிய தொண்டை நாட்டைக் கைப் பற்றிக் கொண்டனர். ஆகவே, களப்பிரர் ஆட்சி தொண்டைநாட்டில் ஏற்படவில்லை. அவர்களுடைய ஆட்சி தென்பெண்ணை யாற்றுக்குத் தெற்கே சேர, சோழ, பாண்டிய நாடுகளில் இருந்தது.

களப்பிர அரசனுக்குக் கீழ், அவனுக்கு அடங்கிக் களப்பிர குலத்து அரசர் சேர, சோழ, பாண்டிய நாடுகளை யரசாண்டனர் என்பது தெரிகிறது.

மூர்த்தியார்

பாண்டிய நாட்டில் களப்பிரர் ஆட்சிக் காலத்தில் சில காலம் மூர்த்திநாயனார் என்னும் ஒரு வணிகர் அரசாண்டதைப் பெரிய புராணம் கூறுகிறது. மதுரையை ஆண்ட களப்பிர அரசன் பிள்ளைப் பேறு இல்லாமல் இறந்துபோனான். அவன் சைவ சமயத்துக்கு இடையூறுகளைச் செய்தவன். அவன்

இறந்தபோது, அமைச்சர்கள் பட்டத்து யானையின் கண்ணைத் துணியினால் கட்டி மறைத்து நகரத்தில் போகவிட்டனர். அந்த யானை யாரைத் தன்மேற் ஏற்றிக் கொண்டு வருகிறதோ அவரை அரசனாக்கிப் பட்டம் கட்டுவது அக் காலத்து மரபு. நகர வீதிகளில் சென்ற யானை சொக்கநாதர் ஆலயத் தருகில் நின்றுகொண்டிருந்த மூர்த்தியாரைத் தன் மேல் ஏற்றிக்கொண்டு சென்றது. அமைச்சர்கள் அவருக்கு முடிசூட்டி அரசனாக்கத் தொடங்கினார்கள். மூர்த்தியார் தமக்குப் பொன்முடி வேண்டாம் என்று மறுத்து விட்டார். சிவனடியார் ஆகையால், அவர் திருநீற்றையும் உருத்திராக்கத் தையும் சடை முடியையும் அணிந்து பட்டங்கட்டப் பெற்றார். அதனால் அவர் 'மும்மையால் உலகாண்ட மூர்த்தியார்' என்று கூறப்பட்டார். இவருடைய வரலாற்றைப் பெரியபுராணத்தில் (மூர்த்திநாயனார் புராணம்) காணலாம். மூர்த்தியார் எத்தனை யாண்டுகள் அரசாண்டார், அவருக்குப்பிறகு களப்பிரர் ஆட்சி மீண்டும் எப்படி மதுரையில் ஏற்பட்டது என்பது தெரியவில்லை. இது நிகழ்ந்த காலமும் தெரியவில்லை.

கூற்றனார்

சோழ நாட்டை யரசாண்ட களப்பிர அரசர்களில் கூற்றனாரும் ஒருவர். இவரைக் கூற்றனார் என்றும் கூற்றுவ நாயனார் என்றுங் கூறுவர். இவருடைய வரலாற்றைப் பெரிய புராணத்தில் (கூற்றுவ நாயனார் புராணம்) அறிகிறோம். 'ஆர் கொண்ட வேற்கூற்றன் களந்தைகோன் அடியேன்' என்று சுந்தரமூர்த்தி நாயனார் திருத் தொண்டத்தொகையில் இவரைக் கூறுகிறார். இவர் களப்பாளன் (களப்பிரன்) குலத்தவர் என்று திருத்தொண்டர் திருவந்தாதியில் நம்பியாண்டார் நம்பி கூறுகிறார் (திருத்தொண்டர் திருவந்தாதி 47).

நாதன் திருவடியே முடியாகக் கவித்து நல்ல
போதங் கருத்திற் பொதிந்தமை யாலதுகை கொடுப்ப
ஓதந்தரு வியஞான மெல்லாம் ஒரு கோலின் வைத்தான்
கோதை நெடுவேற் களப்பாள னாகிய கூற்றுவனே

களப்பிர அரசர்கள் பொதுவாகச் சைன சமயத்தவர் என்றாலும், அவர் குலத்தைச் சேர்ந்த கூற்றுவர் சைவ

சமயத்தைச் சேர்ந்தவராக இருந்தார். சோழநாட்டிலிருந்த இவர், சோழ அரசர்களுடைய முடியைத் தரித்து அரசாள வேண்டும் என்று விரும்பினார். களப்பிரர் ஆட்சிக் காலத்தில் பழைய சோழ அரச பரம்பரையார் களப்பிரருக்குக் கீழடங்கியிருந்தார்கள். அவர்களுடைய முன்னோரான சோழர் அணிந்திருந்த மணிமுடி தில்லை வாழ் அந்தணர்களிடத்தில் இருந்தது. 'முடிஒன்று ஒழியஅரசர் திருவெல்லாம்' உடையராக இருந்த கூற்றுவர், சோழ அரசருடைய பழைய முடியைத் தரித்து அரசாள விரும்பினார். அவர் சோழ அரசருடைய முடியைக் கொண்டு தனக்கு முடிசூட்டும்படி கேட்டார். அவர்கள், 'சோழ அரசர் குடியில் பிறந்தவர்களுக்கு அல்லாமல் மற்றவர்களுக்கு முடி சூட்டமாட்டோம்' என்று சொல்லி, சோழர் முடியைத் தம்மில் ஒரு குடும்பத்தாரிடம் ஒப்படைத்துவிட்டு மற்றவர் எல்லோரும் சேர நாட்டுக்குப் போய்விட்டார்கள் (கூற்றுவ நாயனார் புராணம் 4, 5).

மல்லல் ஞாலம் புரக்கின்றார்
மணிமா மவுலி புனைவதற்கு
தில்லைவா ழந்தணர் தம்மை
வேண்ட அவரும் 'செம்பியர் தம்
தொல்லை நீடுங்குல முதலோர்க்
கன்றிக் கட்டோம்முடி' என்று
நல்கா ராகிச் சேரலன்தன்
மலைநா டணைய நண்ணுவார்
ஒருமை உரிமை தில்லைவா
ழந்தணர்கள், தம்மில் ஒரு குடியைப்
பெருமை முடியை அருமைபுரி
காவல் கொள்ளும்படி இருத்தி
இருமை மரபுந் தூயவர்தாம்
சேரர் நாட்டில் எய்தியபின்
வரும்ஐயுற வால்மனந் தளர்ந்து
மன்றுள் ஆடும் கழல்பணிவார்

இதனால், கூற்றுவனார், முடிசூடாமலே சோழ நாட்டை யரசாண்டார் என்று தெரிகின்றது.

ஏறத்தாழ முன்னூறு ஆண்டுகளாகத் தமிழகத்தை யரசாண்ட களப்பிர அரசர்களைப் பற்றி வரன்முறையான வரலாறு கிடைக்காமல், மேற்காட்டியபடி, அங்கொரு துணுக்கும் இங்கொரு துணுக்குமாகக் கிடைக்கிறது. ஆனால், தமிழ்நாட்டு அரசியலில் களப்பிர அரசருக்குப் பெரிய எதிர்ப்புகளும் அரசியல் கலகங்களும் குழப்பங்களும் நாட்டில் இருந்துகொண்டிருந்தன என்பதைச் சில குறிப்புகளைக் கொண்டு அறிகிறோம். தமிழகத்தை யரசாண்ட களப்பிர அரசர்கள் எத்தனை பேர், அவர்களுடைய பெயர் என்ன, அவர்கள் ஒவ்வொருவர் காலத்திலும் நடந்த நிகழ்ச்சிகள் எவை என்னும் வரலாறு ஒன்றும் தெரியவில்லை.

03

களப்பிரர் காலத்து இரேணாட்டுச் சோழர்

தமிழகத்தில் களப்பிரர் ஆட்சிக் காலத்தில் சோழ அரசர்கள் களப்பிரருக்குக் கீழடங்கியிருந்தனர். அக்காலத்தில் சோழர் குலத்தைச் சேர்ந்த ஒரு சோழன் தமிழகத்துக்கு வடக்கே இருந்த வடுக (தெலுங்கு) நாட்டுக்குச் சென்று அங்கு ஒரு சிறு இராச்சியத்தை அமைத்துக் கொண்டு அரசாண்டான். அவன் அமைத்துக்கொண்ட அந்த இராச்சி யத்தை அவனுடைய பரம்பரையினர் சில நூற்றாண்டுகள் வரையில் அரசாண்டார்கள். இந்த வரலாற்றுச் செய்தி கல்வெட்டுச் சாசனங்களில் இருந்து புதிதாகக் கிடைத்திருக்கிறது. தெலுங்கு நாட்டில் கடப்பை மாவட்டத்தில் கிடைத்துள்ள கல்வெட்டுச் சாசனங்களும் செப்பேட்டுச் சாசனங்களும் இந்த வரலாற்றுச் செய்தியைக் கூறுகின்றன.

இப்போதைய கடப்பை, கர்னூல் மாவட்டங்கள் அக் காலத்தில் சோழர்களுடைய ஆட்சியில் இரேணாடு ஏழாயிரம் என்று பெயர் பெற் றிருந்தன. இரேணாடு ஏழாயிரத்தை யாண்ட சோழர், இரேணாட்டுச் சோழர் என்றும் தெலுங்குச் சோழர் என்றும் பெயர் பெற்றிருந்தனர். பிற்காலத்தில் சோழர் என்னும் பெயர் சோடர் என்று திரிந்துவிட்டது. அவர்கள் பிற்காலத்தில் ரேணாட்டுச் சோடர் என்றும் தெலுங்குச் சோடர் என்றும் கூறப்பட்டனர். தமிழராகிய அந்தச் சோழர் தெலுங்கு நாட்டை யரசாண்டபடியால், நாட்டு மொழியாகிய தெலுங்கு மொழியைத் தங்களுடைய அரசாங்க பாஷையாக அமைத்துக் கொண்டு தெலுங்கிலேயே கல்வெட்டுச் சாசனங்களையும் செப்பேட்டுச் சாசனங்களையும் எழுதினார்கள். பிற்காலத்தில் அவர்கள் தெலுங்கராகவே மாறி விட்டார்கள்.

இரேணாட்டுச் சோழர் தங்களைத் தமிழ்ச் சோழர் பரம்பரையினர் என்று தங்களுடைய கல்வெட்டிலும் செப்பேட்டிலும் எழுதியுள்ளனர். காவிரியாற்றுக்குக் கரை கட்டின பேர்போன கரிகாற் சோழனுடைய குலத்தினர் என்றும் உறையூரிலிருந்து வந்தவர் என்றும் தங்களை இவர்கள் கூறியுள்ளனர். மற்றும், சோழர்களுடைய அடையாள மாகிய புலியையே இவர்களும் தங்களின் அடையாளச் சின்னமாகக் கொண் டிருந்தார்கள். ஆகவே, இவர்கள் காவிரி பாயும் சோழ நாட்டையாண்ட சோழர்களின் பரம்பரையினர் என்பதில் சற்றும் ஐயமில்லை. இரேணாடு ஏழாயிரம் சோழர்களின் ஆட்சியில் இருந்தபடியால் அந்த நாடு சோழ நாடு என்றும் கூறப்பட்டது.

சீன தேசத்திலிருந்து பாரத தேசத்துக்கு வந்து பல நாடுகளைச் சுற்றிப் பார்த்த யுவான் சுவாங் என்னும் பௌத்தன் தன்னுடைய யாத்திரைக் குறிப்பில் இரேணாட்டை சு—லி—ய என்று எழுதியுள்ளார். சு—லி—ய என்பது சோழிய அல்லது சோழ என்னும் சொல்லின் திரிபு. பாரத நாட்டில் தல யாத்திரை செய்த யுவான் சுவாங் ஆந்திர நாட்டில் அமராவதி நகரத்தில் சில காலம் தங்கியிருந்து, பிறகு தெற்கே யாத்திரை செய்து தொண்டை மண்டலத்தில் காஞ்சிபுரத்துக்கு வந்து தங்கினார். கி. பி. 639—40ஆம் ஆண்டில் இவர் அமராவதியிலும் காஞ்சியிலும் தங்கியிருந்தார். அமராவதியிலிருந்து காஞ் சிபுரத்துக்கு வந்த போது இடைவழியில் சுலிய (சோழ) நாடு இருந்தது என்று இவர் தம்முடைய யாத்திரைக் குறிப்பில் எழுதியுள்ளார்.

தொண்டை நாட்டுக்குத் தெற்கே காவிரியாறு பாய்கிற சோழ நாடு இருக்கிறது என்பதை அறிவோம். ஆனால், சீனராகிய யுவான் சுவாங், தொண்டை நாட்டுக்கு வடக்கே சோழ நாடு இருந்தது என்று எழுதி யுள்ளார். இவர் கூறுவது தவறாக இருக்குமோ என்னும் ஐயம் இருந்தது. ஆனால், அண்மைக் காலத்தில் தெலுங்கு நாட்டில் கடப்பை மாவட்டத் தில் கிடைத்த கல்வெட்டுகளும் செப்பேடுகளும் அந்தப் பகுதி நாட்டைச் சோழ குலத்து மன்னர் அரசாண்டனர் என்னும் வரலாற்றுச் செய்தியைக் கூறுகின்றன. எனவே, தொண்டை நாட்டுக்கு வடக்கே சோழ நாடு இருந்தது என்று யுவான் சுவாங் கூறியுள்ளது தவறு அன்று என்பதும்

உண்மையான செய்தி என்றும் தெரிகின்றது. அவர் சு—லி—ய என்று கூறுவது இரேணாட்டையாகும். தமிழ்நாட்டின் வட எல்லையில் இருந்த திருவேங்கடக் கோட்டத்துக்கு (வேங்கட மலைக்கு) வட மேற்கேயுள்ள இப்போதைய கடப்பை, கர்னூல் மாவட்டங்களே அக்காலத்தில் இரேணாடு என்றும் சோழநாடு என்றும் பெயர் பெற்றி ருந்தது என்பதையறிகிறோம். இரேணாட்டைச் சோழ அரசர் பரம்பரையார் அரசாண்டனர் என்னும் வரலாறு அண்மைக் காலம் வரையில் தெரியாமல் மறைந்திருந்தது.

இரேணாட்டுச் சோழர் தங்களுடைய சாசனங்களிலே தங்களைச் சோழன் கரிகாலனுடைய பரம்பரையில் வந்தவர் என்று கூறுகிற படியினாலே, கரிகாற் சோழன் காலத்திலிருந்து இரேணாட்டைச் சோழர் அரசாண்டு வந்தனர் என்று சில வரலாற்று ஆசிரியர் கருதுகிறார்கள். இவர்கள் கருத்து சரியன்று. கடைச்சங்க காலத்தில் கி. பி. முதலாம் நூற்றாண்டில் இருந்த கரிகாற் சோழன் தமிழகத்துக்கு வடக்கே இருந்த நாடுகளையும் வென்றான் என்று சங்கச் செய்யுட்கள் கூறுகின்றன (பட்டினப் பாலை 275, 276; சிலப்பதிகாரம் 5 ஆம் காதை). ஆகவே, கரிகாற் சோழன் காலத்திலிருந்து இரேணாட்டைச் சோழர் அரசாண்டு வந்தனர் என்று சிலர் கருதுகின்றனர். சோழன் கரிகாலன் அடைந்த வெற்றிகள் போர்க்கள வெற்றியே. அவர் வென்ற வடநாட்டு நாடுகளை அவன் தன்னுடைய ஆட்சியில் வைத்து அரசாளவில்லை. ஆகவே, இரே ணாட்டைச் சோழர் கரிகாற் சோழன் காலத்திலிருந்து அரசாண்டனர் என்பது ஏற்கத்தக்க தன்று. களப்பிர அரசர் சோழ நாட்டைக் கைப்பற்றி யரசாண்ட போது அவர்களுக்குக் கீழடங்கியிருந்த சோழர் பரம் பரையைச் சேர்ந்த ஒரு சோழன் இரேணாட்டை வென்று தன்னுடைய ஆட்சியை நிறுவினான் என்பதும் அவனுடைய பரம்பரையார் சில நூற்றாண்டுகள் அந்நாட்டை யரசாண்டனர் என்பதும் வரலாற்று உண்மை என்று தோன்றுகின்றது. இரேணாட்டுச் சோழர் தங்களைக் கரிகாற் சோழனுடைய பரம்பரையைச் சேர்ந்தவர் என்று கூறுகிறார் களே தவிர, அவன் காலத்தைத் தொடர்ந்து இரேணாட்டை யரசாண்டதாகக் கூறவில்லை.

இரேணாட்டுச் சோழர்கள் எழுதியுள்ள சாசனங்களில் சிலவற்றை இங்குச் சுருக்கமாக அறிமுகப்படுத்துவது பொருத்தமாகும்.

கடப்பை மாவட்டம் ஜம்மல் மடுகு தாலுகாவில் கோசினெ பள்ளி கிராமத்தில் ஒரு களத்து மேட்டில் கருங்கற்றூண் ஒன்று இருக்கிறது. இந்தத் தூணின் மூன்று பக்கங்களில் தெலுங்கு எழுத்தில் சாசனம் எழுதப்பட்டுள்ளது. இதில் சோழ மகாராசன் என்னும் அரசன் பெயர் காணப்படுகிறது. இந்த அரசன், கரிகாற் சோழனுடைய பரம்பரையில் சூரிய குலத்தில் காசிப கோத்திரத்தில் பிறந்தவன் என்று தன்னைக் கூறிக்கொள்கிறான் *(408 டிக 1904).* மேற்படி தாலுகாவில் முட்டா னூருக்கு அருகில், சிலம்கூரிலிருந்து வருகிற சாலையின் ஓரத்தில் உள்ள கருங்கற் சாசனம், சோழ மகாராசன் ஆதித்தபட்டாரகருக்கு நிலத்தையும் பொன்னையும் தானஞ் செய்ததைக் கூறுகிறது *(405 டிக 1904).* இந்த ஊரிலேயே உள்ள சிவன் கோயில் முற்றத்தில் கிடக்கிற கல்லில் சோழ அரசனுடைய கல்வெட்டெழுத்துச் சாசனம் காணப் படுகிறது. இந்தச் சாசனக் கல்லின் அடிப்புறம் உடைந்து கிடக்கிறது. கல்லின் மேற்புறத்தில் சாசன எழுத்துக்கு மேலே, வாலைச் சுருட்டிக் கொண்டு நிற்கிற புலியின் உருவம் பொறிக்கப்பட்டிருக்கிறது *(406 டிக 1904).* புலியின் உருவம் சோழருடைய அடையாளக் குறி என்பதை யறிவோம். இரேணாட்டுச் சோழரும் புலியின் அடையாளத்தைக் கொண்டிருந்தபடியால் இவர்கள் சோழர் குலத்தவர் என்பது தெளிவாகிறது.

கடப்பை மாவட்டம் ஜம்மலமடுகு தாலுக்காவில் பெத்த முடியம் என்னும் ஊரில் சிதைந்து போன கல் எழுத்துச் சாசனம் காணப்படு கிறது. இந்தச் சாசனத்தில் சோழ மகாராசன் என்னும் பெயர் காணப்படு கிறது. சாசனக் கல்லின் மேற்புறத்தில் புலியின் உருவம் பொறிக்கப்பட்டிருக்கிறது. இந்தப் புலி வாயைத் திறந்து கொண்டு (உறுமிக் கொண்டு) நிற்பதுபோலக் காணப்படுகிறது (351 of 1905). இந்த மாவட்டத்தில் சமயபுரம் தாலுகாவில் சிலம்கூர் என்னும் ஊரில் ஒரு வயலில் உடைந்து கிடக்கிற கற்றூணில் தெலுங்கு எழுத்துச் சாசனங்கள் காணப்படுகின்றன. இதில் சோளமஹாதேவுலு (சோழ மகாதேவர்) என்னும் பெயர் காணப்படுகிறது (396 of 1904). இவ்வூர் அகத்தீஸ்வரர் கோவிலின் முன்புறத்தில் விழுந்து கிடக்கிற கற்றூணில் மூன்று பக்கங்களில் தெலுங்கு எழுத்துச் சாசனம் எழுதப்பட்டுள்ளது.

இச் சாசனத்தில் விக்கிரமாதித்திய சோள மஹாராஜுலு எளஞ்சோள மஹா தேவி (இளஞ்சோழ மகாதேவி) என்னும் சோழ அரச அரசியரின் பெயர்கள் காணப்படுகின்றன (400 of 1904). கலமள்ள என்னும் ஊரில் உள்ள சென்னகேசவ கோவிலின் முற்றத்தில் உடைந்து கிடக்கிற கற்றூணில் இரண்டு பக்கங்களில் தெலுங்கு எழுத்துச் சாசனம் காணப் படுகிறது. இதில் இரேணாட்டு அரசன் தனஞ்சயேண்டு என்பவன் பெயர் காணப்படுகிறது (380 of 1904).

கடப்பை மாவட்டம் கமலபுரம் தாலுக்கா மலெபாடு என்னும் ஊருக்கு மேற்கேயுள்ள கிணற்றின் அருகில் கிடக்கிற கற்றூணில் இரேணாட்டுச் சோழ அரசர்கள் சாசனம் எழுதப்பட்டுள்ளது. சித்தி ஆயிரம், இரேணாடு, ஏழாயிரம் ஆகிய நாடுகளை அரசாண்ட சக்தி கோமார விக்கிரமாதித்தியனின் மகனான சோள மகாராஜாதிராஜ விக்கிரமாதித்திய சத்யாதிதுன்று என்னும் அரசன் நிலங்களைத் தானங் கொடுத்ததை இந்தச் சாசனம் கூறுகிறது (399 of 1904). மலெபாடு என்னும் இந்த ஊரிலேயே 1905ஆம் ஆண்டில் இரேணாட்டுச் சோழன் புண்ணிய குமாரனுடைய செப்பேட்டுச் சாசனம் கிடைத் துள்ளது. இந்தச் செப்பேட்டுச் சாசனம் எபிகிறாபியா இந்திகா என்னும் சஞ்சிகை யின் பதினொன்றாம் தொகுதியில் திரு. கிருஷ்ணசாஸ்திரியால் வெளியிடப்பட்டுள்ளது (Epigraphia Indica, Vol. XI, pp. 337-46). இரணிய இராஷ்ட்ரத்தில் சுப்ரயோக ஆற்றின் தென்கரையில் உள்ள பிரிபாறு என்னும் கிராமத்தில் சில நிலங்களைப் போர்முகராமன் புருஷசார்த்துல புண்ணிய குமாரன் என்னும் அரசன் தானங்கொடுத்ததை இந்தச் செப்பேடு கூறுகிறது. இந்தப் புண்ணிய குமாரனுக்கு மார்த்த வசித்தன், மதனவிலாசன் என்னும் சிறப்புப் பெயர்களும் இருந்தன. இவன், சூரிய குலத்தில் பிறந்த கரிகாலச் சோழனுடைய பரம்பரையில் வந்த சோள மகாராசனுடைய மகன் என்றும் தனஞ்சயவர்மனுடைய பேரன் என்றும் நந்திவர்மனுடைய இரண்டாம் பேரன் என்றும் தன்னை இச்செப் பேட்டில் கூறிக்கொள்கிறான். இந்தச் சாசனம் கி. பி. 8ஆம் நூற்றாண்டில் எழுதப்பட்டது. இந்தச் செப்பேட்டின் தலைப்பில் புலியின் உருவம் எழுதப்பட்டிருக்கிறது. இதைக் கிருஷ்ண சாஸ்திரி சிங்கம் என்று கூறுகிறார். திரு. வெங்கையா அவர்கள் இது

புலி என்று கூறுகிறார். சோழர்களுக்குப் புலி அடையாளக் குறியாக இருந்தது. சில கல் வெட்டுச் சாசனங்களிலும் புலியின் உருவம் பொறிக்கப்பட்டுள்ளதை முன்னமே காட்டினோம்.

நன்னிச் சேடன் (நன்னிச்சோழன்) என்னும் பெயருள்ள இரேணாட்டு அரசன் ஒருவன் தெலுங்கு மொழியில் குமார சம்பவம் என்னும் சிறந்த செய்யுள் இலக்கியத்தை எழுதி யுள்ளான். அது மிகச் சிறந்த தெலுங்கு இலக்கியமாகப் புகழப்படுகிறது. இந்த நூலில் இந்த அரசன் தன் னுடைய சோழர் குலத்தைக் கூறுகிறான். தான், கரிகால் சோழனுடைய பரம்பரையைச் சேர்ந்தவன் என்றும், உறையூர் சோழ மரபைச் சேர்ந்தவன் என்றும் கூறிக் கொள்கிறான். கற்கோழி கூவிற்று என்றும் கூறுகிறான். உறையூருக்குக் கோழி என்றும் பெயருண்டு. உறையூரில் கோழிச் சேவல் ஒன்று யானையோடு போர் செய்து வென்ற படியால் உறையூருக்குக் கோழி (கோழியூர்) என்று பெயர் வந்தது என்றும் கூறுவர். ஆனால், கல்லினால் செய்யப்பட்ட கோழி கூவிற்று என்று கூறுவது வியப்பாக இருக்கிறது. இந்தக் குமாரசம்பவம் என்னும் நூலில் பல தமிழ்ச் சொற்கள் உள்ளன என்றும் அச்சொற்களின் பொருள் விளங்கவில்லை என்றும் கூறுகின்றனர். தெலுங்குச் சோழர்களின் கல்வெட்டுக்கள் எல்லாவற்றையும் இங்குக் கூறவேண்டுவதில்லை.

களப்பிரர் காலத்து இரேனாட்டுச் சோழர்

1. ***சோழ ராசன் (கி.பி.475 — 500)***

   (இவனுடைய பெயர் தெரியவில்லை. இவன் இரேணாட்டை வென்று தன் ஆட்சியை நிறுவிய ஆதீ சோழன். இவன், முதலாம் நந்திவர்ம பல்லவன் காலத்தில் இருந்தவன். அந்த நந்திவர்மனின் பெயரைத் தன் மகனுக்குக் சூட்டினான்.)

2. ***சோழ நந்திவர்மன் (கி.பி.500 — 520)***
3. ***சோழன் சிம்மவிஷ்ணு (கி.பி. 520 — 540)***
4. ***சோழன் சுந்தசநந்தன் (கி,பி, 540—550)***
5. ***சோழன் தஞ்சயவர்மன் (கி.பி. 550 — 575)***

6. சோழன் மகேந்திரவர்மன் (கி.பி. 575—610)

7. சோழன் (கி.பி.610 — 625)

8. சோழன் குணமுடிதன் புண்ணியகுமாரர் (கி.பி. 625 — 650)

சோழன் விக்கிரமாதித்தன் (கி.பி. 650 - 680)

தமிழ்நாட்டை யரசாண்ட களப்பிர அரசர் ஆட்சிக் காலத்தில் இரேணாட்டை யாண்ட சோழர்களைப் பற்றி மட்டும் இங்குக் கூறுவோம்.

இரேணாட்டை யரசாண்ட சோழர் அங்கு நிலைத்து நெடுங்காலம் அரசாண்ட போதிலும் அவர்கள் முழுச் சுதந்தரராக இருக்கவில்லை. தங்களைவிடப் பேரரசரின் துணையை நாடி வாழ வேண்டியவராக இருந்தனர். முதலில் அவர்கள் தொண்டை நாட்டை யரசாண்ட பல்லவ மன்னர்களுக்கு அடங்கியிருந்தனர். அவர்கள் தங்களுக்கு, அக் காலத்துப் பல்லவ மன்னர்கள் பெயரைச் சூட்டிக் கொண்டதிலிருந்து இதனை அறிகிறோம். பிறகு, மேலைச் சளுக்கியர் வலிமை பெற்று ஓங்கினபோது இவர்கள் சளுக்கிய மன்னரைச் சார்ந்து வாழ்ந்தனர்.

களப்பிரரின் ஆட்சிக் காலத்தில் இரேணாட்டை யாண்ட தெலுங்குச் சோழர்களின் பெயரையும் அவர்கள் சூட்டிக் கொண்டிருந்த பல்லவ அரசர் பெயர்களையும் கீழே தருகிறோம் (பக்கம் 270). அவர்கள் ஆண்ட காலத்தையும் உத்தேசமாகத் தருகிறோம்.

இந்தச் சோழருடைய காலங்களைத் திரு. எம். இராமராவ் அவர்களின் ஆந்திர தேசத்தின் பழைய வரலாற்று ஆய்வுகள் என்னும் நூலிலிருந்து (பக்கம் 148, 149) எடுத்துள்ளோம் (Studies in the Early History of Andhradesa, M. Rama Rao, pp. 148, 149).

மற்ற இரேணாட்டுச் சோழர்களைப் பற்றி இங்குக் கூறவில்லை. இங்குக் கூறப்பட்ட முதல் ஆறு அரசர்கள் பல்லவ அரசர்களைச் சார்ந்து இருந்ததை அறிகிறோம். கி. பி. 5ஆம் நூற்றாண்டின் கடைசியில் இருந்த ஒரு சோழன் இரேணாட்டில் சோழ இராச்சியத்தை நிறுவினான். இவன்,

முதலாம் நந்திவர்மன் என்னும் பல்லவனுடைய சமகாலத்தில் இருந்தவன். இவன் தன்னுடைய மகனுக்குப் பல்லவ நந்திவர்மனுடைய பெயரைச் சூட்டினான். நந்திவர்ம சோழன், சிம்மவிஷ்ணு என்னும் பல்லவ அரசனுடைய சமகாலத்தில் இருந்தவன். இவன் தன்னுடைய

மூத்த மகனுக்குச் சிம்மவிஷ்ணுப் பல்லவனுடைய பெயரைச் சூட்டினான். நந்திவர்ம சோழனுடைய முதலாம், இரண்டாம், மூன்றாம் மகன்களான சிம்ம விஷ்ணுவும் சுந்தசனந்தனும் தனஞ்சயனும் பல்லவ சிம்மவிஷ்ணு காலத்தில் இருந்தவர்கள் என்பதை அறிகிறோம். சோழன் தனஞ்சயவர்மனின் ஆட்சிக் காலத்தில் பல்லவ சிம்மவிஷ்ணு, காவிரி பாய்கிற சோழநாட்டை யரசாண்ட களப்பிரனோடு போர்செய்து வென்று சோழநாட்டைக் கைப்பற்றி அதனைத் தன்னுடைய பல்லவ இராச்சியத்தோடு இணைத்துக் கொண்டான். இந்தப் பல்லவ — களப்பிரப் போரில் இரேணாட்டுத் தனஞ்சயவர்மன் சிம்மவிஷ்ணுப் பல்லவனுக்கு உதவியாக இருந்திருக்கக்கூடும் என்று எண்ணத் தோன்றுகிறது. ஒரு வேளை இந்தப் போரில் தனஞ்சயவர்மன் போர்க்களத்தில் இறந்திருக்க கூடுமோ என்று எண்ணத் தோன்றுகிறது. இரேணாட்டுச் சோழன் தனஞ்சயவர்மன் தன்னுடைய மகனுக்கு மகேந்திர விக்ரமன் என்று, முதலாம் மகேந்திர விக்கிரமவர்மனின் பெயரைச் சூட்டினான்.

இரேணாட்டுச் சோழன் மகேந்திர விக்கிரமன் ஆட்சிக் காலத்தில் மேலைச் சளுக்கிய அரசனான புலிகேசி (இரண்டாம் புலிகேசி) மகேந்திரவர்மப் பல்லவன் மேல் படையெடுத்து வந்து அடிக்கடி தொண்டை நாட்டில் போர்செய்தான். அந்தக் காலத்தில் புலிகேசியின் கை ஓங்கியிருந்தபடியால், இரேணாட்டு மகேந்திரவிக்கிரம சோழன், பல்லவர் சார்பை விட்டுச் சளுக்கியர் சார்பைச் சேரவேண்டிய நிலை ஏற்பட்டது. ஆகவே, அவன் பல்லவ அரசர் சார்பிலிருந்து நீங்கிச் சளுக்கியரைச் சார்ந்தான் என்று அறிகிறோம். இவனுடைய பேரனுக்கு இவன் விக்கிரமாதித்தன் என்று சளுக்கிய அரசனுடைய பெயரைச் சூட்டியிருப்பதிலிருந்து இதனை யறியலாம்.

இரேணாட்டை யரசாண்ட முதல் ஐந்து சோழர்கள் களப்பிரர் ஆட்சிக் காலத்தில் தெலுங்கு நாட்டை யரசாண்டார்கள். இவர்கள் ஏறத்தாழ கி. பி. *475* முதல் *575* வரையில் அரசாண்டார்கள். பல்லவ சிம்ம விஷ்ணு களப்பிரரை வென்று சோழ நாட்டைக் கைப்பற்றிக் கொண்ட காலத்தில், பாண்டியன் கடுங்கோன் களப்பிரரை வென்று பாண்டி நாட்டைக் கைப்பற்றிப் பாண்டியர் ஆட்சியை நிலைநாட்டினான் என்பதை வேள்விக்குடிச் செப்பேட்டிலிருந்துஅறிகிறோம். களப்பிரர் ஆட்சிக் காலத்தில் சோழநாட்டுச் சோழரில் ஒரு கிளை இரேணாட்டில் அரசாட்சி செய்து கொண்டிருந்தபோது, சோழ நாட்டுச் சோழ பரம்பரையார் சோழ நாட்டிலேயே சில ஊர்களைக் களப் பிரருக்குக் கீழடங்கி அரசாண்டார்கள். பாண்டியன் கடுங்கோன் களப் பிரரை வென்று பாண்டி நாட்டை மீட்டுக்கொண்ட போது சோழர் களப் பிரரை வென்று தங்கள் சோழநாட்டை மீட்டுக் கொள்ளவில்லை. களப் பிரருடன் போர் செய்து சோழநாட்டைக் கைப்பற்றியவன் சிம்ம விஷ்ணு பல்லவன். ஆகவே, களப்பிரருக்குக் கீழடங்கியிருந்த சோழர், சிம்மவிஷ்ணு சோழநாட்டை வென்ற பிறகு பல்லவருக்குக் கீழடங்கிவிட்டனர்.

04

களப்பிரர் காலத்து இலங்கை அரசர்

களப்பிரர் தமிழகத்தை ஆண்ட காலத்தில் பக்கத்து நாடாகிய இலங்கையின் அரசியல் நிலை எப்படி இருந்தது என்பதைப் பார்ப்போம். இலங்கையிலும் நிலைத்த ஆட்சி யில்லாமல் அரசியல் குழப்பங்களும் கலகங்களும் இருந்தன.

தமிழ்நாட்டுக்கும் இலங்கைக்கும் நெடுங்காலமாக அரசியல் தொடர்பும் வாணிகத் தொடர்பும் சமயத் தொடர்பும் இருந்து வந்தன. ஏறத்தாழ கி. மு. 5ஆம் நூற்றாண்டிலிருந்து, இலங்கை — தமிழ்நாடு உறவு இருந்தது. களப்பிரர் காலத்திலும் இரு நாடுகளுக்கும் தொடர்பு இருந்தது. அந்தத் தொடர்பைச் சுருக்கமாகக் கூறுவோம். களப்பிர அரசர்களைப் பற்றின வரலாற்றுச் செய்திகள் வரன்முறையாகத் தெரியவில்லை யானாலும் அக்காலத்து இலங்கையரசருடைய வரலாறு வரன்முறையாவும் தொடர்ச்சியாகவும் தெரிகின்றது. சூலவம்சம் என்னும் நூலிலே இலங்கை வரலாறு தெரிகின்றது. பாண்டிய நாட்டைக் களப்பிர அரசர் ஆண்ட காலத்திலே பாண்டிய அரச குலத்தார் இலங்கையைக் கைப்பற்றிச் சிலகாலம் அரசாண்ட செய்தியை இலங்கை வரலாற்றிலிருந்து அறிகிறோம். களப்பிரர் ஆட்சிக் காலத்தில் இலங்கையை யரசாண்ட அரசர்களைக் கூறுவோம். இந்த அரசர்கள் ஆண்ட காலத்தை இலங்கை வரலாற்றுச் சுருக்கம் என்னும் நூலிலிருந்து எடுத்துள்ளோம். (A Short History of Ceylon, H. W. Codringtion, 1929).

திஸ்ஸன்

திஸ்ஸன் என்னும் இவன் ஸ்ரீதாசனுடைய மகன். இவன் விவகாரம் (சட்டம்) அறிந்தவனாகையால் ஓகாரிக திஸ்ஸன்

என்று பெயர் பெற்றான். இவன் இருபத்திரண்டு ஆண்டுகள் அரசாண்டான். இவனுடைய ஆட்சிக் காலத்தில் இலங்கையில் மகாயான பௌத்த மதம் நுழையத் தொடங்கிற்று. இலங்கையில் பழைய தேரவாதப் பௌத்தத்துக்கு மாறானது மகாயான பௌத்த மதம். தேரவாதப் பௌத்தத்துக்கு இடையூறாக இருந்த மகாயான பௌத்தம் இலங்கை யில் நுழைந்தபோது, ஓகாரிக திஸ்ஸன் தன்னுடைய அமைச்சனான கபிலன் என்பவனைக் கொண்டு மகாயானத்தை அடக்கி தேரவாதப் பௌத்தத்தை நிலைக்கச் செய்தான்.

அபயநாகன்

இவன் ஓகாரிக திஸ்ஸனுடைய தம்பி. இவனுக்கும் இராணிக்கும் கூடா ஒழுக்கம் இருந்தது. இது கண்டறியப்பட்ட போது இவன் தமிழ்நாட்டுக்கு ஓடிவிட்டான். தமிழ்நாட்டில் எங்குத் தங்கினான் என்பது தெரியவில்லை. ஆனால், களப்பிர அரசனுடைய ஆதரவில் தங்கியிருந்தான் என்று கருதலாம். தமிழ்நாட்டில் தங்கியிருந்த இவன் சில காலத்துக்குப் பிறகு பெரிய சேனையை அழைத்துக்கொண்டு இலங்கைக்குப் போய் அண்ணனாகிய அரசனோடு போர் செய்தான். ஓகாரிக திஸ்ஸன் தன்னுடைய இராணியுடன் இலங்கையின் மத்தியில் உள்ள மலைநாட்டுக்கு ஓடினான். அபயநாகன் அவனைத் தொடர்ந்து சென்று போர் செய்து ஓகாரிக திஸ்ஸனைக் கொன்று அவனுடைய இராணியைக் கைப்பற்றிக் கொண்டுவந்து அவளை இராணியாக்கி அரசாண்டான். இவன் எட்டு ஆண்டுகள் அரசாண்டான்.

ஸ்ரீநாகன் II

இவன் ஓகாரிக திஸ்ஸனுடைய மகன். இவனை இரண்டாம் ஸ்ரீநாகன் என்றும் கூறுவர். அபயநாகன் இறந்த பிறகு ஸ்ரீநாகன் இலங்கையை இரண்டு ஆண்டுகள் அரசாண்டான்.

விஜயகுமரன்

ஸ்ரீநாகனுக்குப் பிறகு அவனுடைய மகனான விஜயகுமாரன் அரசனானான். இவனுடைய ஆட்சிக் காலத்தில் சங்க திஸ்ஸன், சங்கபோதி, கோதாபயன் என்னும் மூன்று பேர்

வந்து அரசாங்க ஊழியராக அமர்ந்தார்கள். இவர்கள் அரசகுலமல்லாத இலம்பகன்னர்.

ஸ்ரீகங்கபோதி (கி. பி. 252 - 254)

இவனுடைய ஆட்சியின் இரண்டாம் ஆண்டில், இவனுக்கு அமைச்சனாகவும் பொக்கிஷதாரனுமாக இருந்த கோதாபயன் என்னும் இலம்பகன்னன், நாட்டில் இவனுக்கு எதிராகக் கலகஞ்செய்தான். நாட்டிலே கலகமும் குழப்பமும் ஏற்பட்டன. கோதாபயன் சேனை யோடு வந்து இவன்மேல் போர் தொடுத்தான். அரசனான ஸ்ரீகங்க போதி இவனோடு போர்செய்யாமல் ஓடினான். ஓடிய இவனைப் பிடித்து ஒரு சேனைத் தலைவன் இவன் தலையை வெட்டிக் கோதாபயனிடம் அனுப்பினான். கோதாபயன் அதைத் தக்கமுறையில் அடக்கஞ் செய்துவிட்டு, மேகவண்ணாபயன் என்று பெயர் சூட்டிக்கொண்டு அரசனானான்.

மேகவண்ணாபயன் (கி. பி. 254 - 267)

கோதாபயன், மேகவண்ணாபயன் என்று பட்டப்பெயர் கொண்டு பதின்மூன்று ஆண்டுகள் அரசாண்டான். இவனுடைய ஆட்சிக் காலத்தில் இலங்கையில் வேதுல்லியமதம் (மகாயான பௌத்தம்) பரவத் தொடங்கிற்று. பழைய தேரவாதப் பௌத்தத்துக்கு மாறுபட்டதான வேதுல்லியமதத்தை நீக்கி இவ்வரசன் பழைய தேரவாதப் பௌத்தத்தை நிலை நிறுத்தினான். மகாயான பௌத்தத்தைச் சார்ந்த பௌத்தப் பிக்குகளை இவ்வரசன் நாடு கடத்தினான். நாடுகடத்தப்பட்ட பிக்குகள் தமிழ்நாட்டுக்கு வந்து சோழ நாட்டில் தங்கினார்கள். அக் காலத்தில் சோழ நாட்டில் மகாயானப் பௌத்தத் தலைவராக இருந்த சங்கமித்திரன் என்னும் தமிழப் பிக்கு, நாடுகடத்தப்பட்டு வந்த சிங்கள நாட்டுப் பிக்குகள் கூறியதைக் கேட்டுத் தான் இலங்கைக்குப் போய் மேகவண்ணாபய அரசனுடைய சபையில் தேரவாதப் பௌத்தர் களோடு சமயவாதஞ்செய்து வென்றார். மேகவண்ணாபயன் வெற்றி பெற்ற சங்கமித்திரரை ஆதரித்தான். தன்னுடைய மக்களான ஜேட்ட திஸ்ஸன், மகாசேனன் என்பவர்களைச் சங்கமித்திரரிடத்தில் கல்வி

கற்க விட்டான். மேகவண்ணாபயன் காலமான பிறகு அவன் மகனான ஜேட்டதிஸ்ஸன் அரசனானான்.

ஜேட்டதிஸ்ஸன் (கி. பி. 267 - 277)

இவன் மேகவண்ணாபயனுடைய மூத்த மகன். இவன் பத்து ஆண்டுகள் அரசாண்டான். இவன் சங்கமித்திரரிடம் கல்வி பயின்ற மாணவன். ஆனால், அவரிடத்தில் இவன் பகை கொண்டிருந்தான். ஆகையால், சங்கமித்திரர் இவன் காலத்தில் இலங்கையிலிருந்து சோழ நாட்டுக்கு வந்துவிட்டார்.

மகாசேனன் (கி. பி. 277 — 304)

ஜேட்டதிஸ்ஸனுக்குப் பிறகு அவனுடைய தம்பியான மகா சேனன் அரசனானான். இவன் அரசனாவதையறிந்த இவனுடைய குருவாகிய சங்கமித்திரர் சோழ நாட்டிலிருந்து இங்கு வந்து தம்முடைய கையினாலே இவனுக்கு முடிசூட்டினார். இவ்வரசனுடைய ஆதரவைப் பெற்ற இவர், மகாயான பௌத்த மதத்தை இலங்கையில் பரவச் செய்தார். இலங்கையில் தேரவாத (ஈனயான), மகாயானச் சமயப் பூசல்கள் ஏற்பட்டன. மகாசேனன் இலங்கையில் அக்காலத்தில் இருந்த பேர் போன சிவன் கோயில்களை இடித்து அழித்தான்.

ஸ்ரீமேகவண்ணன் (கி. பி. 304 - 332)

இவன் இலங்கையின் பழைய தேரவாதப் பௌத்தத்தை ஆதரித்தான். பல பரிவேணைகளையும் விகாரைகளையும் கட்டினான். இவனுடைய ஒன்பதாம் ஆட்சியாண்டில் கலிங்க நாட்டிலிருந்து கொண்டுவரப்பட்ட புத்தருடைய பல் தாதுவை அநுராதபுரத்தில் வைத்துச் சிறப்புச் செய்தான். வட இந்தியாவை இவன் காலத்தில் ஆட்சி செய்தவன் சந்திரகுப்தன் (கி. பி. 345 — 380). ஸ்ரீமேகவண்ணன், சந்தி குப்த அரசனிடத்தில் இரண்டு பௌத்தப் பிக்குகளைத் தூது அனுப்பி, புத்தகயாவுக்கு யாத்திரை போகிற இலங்கைப் பௌத்தப் பிக்குகளுக்குப் பாதுகாப்புக் கொடுத்து ஆதரிக்கும்படி கேட்டுக் கொண்டான். இவன் இருபத்தெட்டு ஆண்டு ஆட்சி செய்தான் (சூல வம்சம் 37ஆம் பரிச்சேதம் 51 - 99, Culavamsa,

Part I Translated by Wilhelm Geiger, 1929). இவனுடைய கல்வெட்டுச் சாசனங்கள் இலங்கையில் கிடைத்துள்ளன. அந்தச் சாசனங்களில் இவ்வரசன் கிரி மேகவண்ண என்றும் கிரி மேகவன என்றும் கூறப்படுகிறான்.

ஜேஷ்ட்டதிஸ்ஸன் மிமி (கி. பி. 332-341)

ஜேட்டதிஸ்ஸன், ஸ்ரீமேகவண்ணனுடைய தம்பி. இவன் யானைத் தந்தத்தில் அழகான உருவங்களையும் கலைப் பொருள்களையும் செய்வதில் வல்லவன். அந்தத் தொழிலைப் பலருக்கு கற்பித்தான். இவன் இலங்கையை ஒன்பது ஆண்டுகள் அரசாண்டான் (சூலவம்சம் 37ஆம் பரிச்சேதம் 100 — 104).

புத்ததாசன் (கி. பி. 341 - 370)

இவன் ஜேட்டதிஸ்ஸனுடைய மகன். மருத்துவக் கலையில் வல்லவனான இவன் மனிதரின் நோயைத் தீர்த்ததுமல்லாமல் ஒரு பாம்பின் நோயையும் தீர்த்தானாம். நாட்டில் ஆங்காங்கே மருத்துவர்களை நியமித்து நோயாளிகளுக்கு மருத்துவம் செய்ய ஏற்பாடு செய்தான். மருத்துவருக்கு மருத்துவ விருத்தி நிலங்களைக் கொடுத்தான். யானை, குதிரைகளின் நோய்களையும் போரில் புண்பட்ட வீரர்களின் நோயை யும் போக்க வைத்தியர்களை நியமித்தான்.

இவ்வரசன் காலத்தில் மகாதம்ம கீர்த்தி என்னும் பிக்கு பௌத்த சூத்திரங்களைச் சிங்கள மொழியில் பெயர்த்தெழுதினார். இவ்வரச னுக்கு எண்பது மக்கள் இருந்தார்களாம். ப—ஹியன் (திணீ—பிணீவீஸீ) என்னும் சீன யாத்திரிகர் இவ்வரசன் காலத்தில் இலங்கைக்கு வந்து தங்கினார். ப—ஹியன் இலங்கையில் கி. பி. 411 — 12 ஆம் ஆண்டு தங்கினார் என்று அறியப்படுகிறது. புத்ததாச அரசன் இருபத்தொன்பது ஆண்டுகள் அரசாண்டான் (சூலவம்சம் 37 ஆம் பரிச்சேதம் 105 — 178).

உபதிஸ்ஸன் (கி. பி. 370 - 412)

புத்ததாசன் காலமான பிறகு அவனுடைய மூத்த மகனான உபதிஸ்ஸன் இலங்கையை யரசாண்டான். இவனை இரண்டாம் உப திஸ்ஸன் என்பர். பௌத்தப் பள்ளிகளுக்கும் பௌத்தப்

பிக்குகளுக்கும் இவன் தான தருமங்களைச் செய்தான். அங்கு ஊனம் உள்ளவர்க்கும் குருடர் நோயாளிகளுக்கும் மருத்துவ மனைகளை அமைத்தான். இவன் 42 ஆண்டுகள் அரசாண்டான். இவனுடைய இராணி, இவனுடைய தம்பியான மகாநாமன் என்பவனோடு கூடாவொழுக்கங் கொண்டிருந்தாள். மகாநாமன் பௌத்தப் பள்ளியில் சேர்ந்த பௌத்தப் பிக்குவாகத் துறவு கொள்ள இருந்தான். அவன் புத்தப் பள்ளியில் பப்பஜா என்னும் நிலையில் இருந்தான். பப்பஜா என்பது துறவு பூணுவதற்கு முந்திய புகுநிலை. (முழுத்துறவு கொள்வதற்கு உபசம்பதா என்பது பெயர்.) மகாநாமனோடு கூடாவொழுக்கங் கொண்டிருந்த இராணி அரசனைக் (உபதிஸ்ஸனை) குத்திக் கொன்றுவிட்டாள். இதையறிந்த பௌத்தப் பள்ளியில் இருந்த மகாநாமன் அரண்மனைக்கு வந்து அரசாட்சியைக் கைக்கொண்டான் (சூலவம்சம் 37ஆம் பரிச்சேதம் 179 — 210).

மகாநாமன் (கி. பி. 412 - 434)

உபதிஸ்ஸனுக்குப் பிறகு அவனுடைய தம்பியான மகாநாமன் அரசனானான். இவன் தன்னுடைய அண்ணனுடைய இராணியைத் தன்னுடைய பட்ட மகிஷியாக்கிக் கொண்டான். இவர்களுக்கு ஆண் மக்கள் இல்லை. ஒரே ஒரு பெண்மகள் சங்கா என்பவள் இருந்தாள். மகாநாமனுக்கு இன்னொரு மனைவி இருந்தாள். அவள் தமிழ் குலத்தைச் சேர்ந்தவள். ஆகவே, அவள் தமிழமகிஷி என்று கூறப்பட்டாள். அந்தத் தமிழ் இராணிக்கு சொத்திசேனன் என்னும் ஒரு மகன் இருந்தான்.

மகாநாமனுடைய ஆட்சிக் காலத்தில் புத்த கோஷர் என்னும் பெயருள்ள பேர் போன பௌத்தப் பிக்கு இலங்கைக்கு வந்தார். அவர் இலங்கைக்கு வருவதற்கு முன்பு ஆந்திர நாட்டிலும் பிறகு தமிழ்நாட்டிலும் இருந்தார். தமிழ்நாட்டுப் பௌத்த விகாரைகளில் தங்கியிருந்தபோது, அப்பள்ளியில் இருந்த சுமதி, ஜோதிபாலர் என்னும் தமிழ்ப் பிக்குகள் புத்தகோஷரை இலங்கைக்குப் போய் அங்குச் சிங்கள மொழியில் எழுதப்பட்டிருந்த பௌத்த மத உரை நூல்களைக் கற்கும்படித் தூண்டினார்கள். புத்தகோஷர், மகாநாமன் ஆட்சிக் காலத்தில் இலங்கைக்கு வந்து தங்கி

பௌத்த விகாரைகளில் இருந்த சிங்கள உரை நூல்களைக் கற்றார். இலங்கையில் மகாவிகாரையில் இருந்த பௌத்த சங்கத்தலைவரான சுங்கபாலர் என்னும் மகாதேரர் புத்தகோஷருக்குச் சிங்கள மொழியில் இருந்த திரிபிடக உரைகளைக் கூறினார். அவற்றையறிந்த பிறகு புத்தகோஷர் விசுத்திமக்கம் முதலான நூல்களைப் பாலி மொழியில் எழுதினார். புத்தகோஷர் தம்முடைய நூலில், சோழ நாட்டை யரசாண்ட அச்சுதவிக்கந்தன் என்னும் களப்பிர அரசரைக் குறிப்பிடுகிறார்.

மகாநாமன் இருபத்திரண்டு ஆண்டுகள் ஆட்சி செய்த பிறகு காலமானான் (சூலவம்சம் 37ஆம் பரிச்சேதம் 210 — 247).

சொத்திசேனன் (கி. பி. 434)

மகாநாமன் இறந்த பிறகு அவனுடைய ஒரே மகனான சொத்தி சேனன் இலங்கையில் அரசனானான். இவன் மகாசேனனுக்கும் அவனுடைய தமிழ மகிஷிக்கும் பிறந்த மகன். சொத்திசேனன் முடி சூடின அதே நாளில் அவனுடைய மாற்றாந்தாயின் மகளான சங்கா என்பவளால் கொலை செய்யப்பட்டிறந்தான். சங்காவின் தாய் சிங்களவள். அவள் தன்னுடைய முதல் கணவனான உபதிஸ்ஸனைக் கொன்று அரசாட்சியைத் தன்னுடைய காதலனான மகாநாமனுக்குக் கொடுத்ததை யறிந்தோம். அவளுடைய மகளான சங்காவும் தன் தாயைப் போலவே, கொலைக்கு அஞ்சாதவளாய்த் தன்னுடைய தம்பியான தமிழசொத்தி சேனனைக் கொன்றுவிட்டாள். தாயைப் போல சேய் என்னும் பழமொழிக்கு ஏற்பத் தாயினுடைய கொலையுள்ளம் சங்காவுக்கும் இருந்தது.

சத்தக்காகசன் (கி. பி. 434)

இவனுடைய இயற்பெயர் தெரியவில்லை. சத்தக்காகசன் என்பது சத்திரக்காகசன் என்பதன் சிதைவு. சத்திரம் என்றால் அரசனுடைய கொற்றக்குடை என்பது பொருள். இவன் மகாநாமனின் கொற்றக்குடை ஏந்தும் அலுவலனாக இருந்தான். மகாநாமன் தன்னுடைய சிங்கள மனைவியின்

மகளான சங்கா என்பவளை இவனுக்கு மணஞ் செய்வித்தான். மகாநாமன் இறந்த பிறகு அவனுடைய மகனான சொத்தி சேனன் அரசனானான். சொத்திசேனன், மகாநாமனுடைய தமிழ மகிஷியின் மகன் என்பதையறிந்தோம். இவன் முடிசூடின அன்றைய தினமே இவனுடைய சிங்களச் சகோதரியினால் கொல்லப்பட்டிறந் ததையும் அறிந்தோம். சொத்திசேனனுக்குப் பிறகு சத்தக்காகச னாகிய இவன் சிங்கள அரசின் சிம்மாசனம் ஏறினான். இவன் ஓராண்டு காலம் அரசாண்டான். இவன் இறந்த பிறகு இவனுடைய உடம்பை அமைச்சன் அரண்மனையிலேயே கொளுத்தி விட்டு, மித்தசேனன் என்பவனை அரசனாக்கினான் (சூலவம்சம் 38ஆம் பரிச்சேதம் 3—4).

மித்தசேனன் (கி. பி. 435 - 436)

சத்தக்காகசன் இறந்த பிறகு, அமைச்சன் (அவன் பெயர் தெரிய வில்லை) மித்தசேனன் என்பவனைச் சிங்கள நாட்டுச் சிம்மாசனத்தில் அமர்த்தினான். அக்காலத்தில் சிங்கள அரச குலத்தைச் சேர்ந்தவர் ஒருவருமிலர் என்று தோன்றுகிறது. அரசனாக அமர்ந்த மித்தசேனன் யார், இவன் எந்த முறையில் அரசாட்சிக்கு உரியவன் என்பது தெரிய வில்லை. நிச்சயமாக இவன் அரசுக்கு உரியவனல்லன். ஏனென்றால், இந்த மித்தசேனன் பேர்போன அரிசிக் கொள்ளைக்காரனாக இருந்தவன். இவனை அரசனாக்கிய அமைச்சன் இவனை வெளியில் காட்டாமலே மறைத்து வைத்திருந்தான். அரசன் நோயாக இருக்கிறபடியால் அரண் மனையை விட்டு வெளியே வர இயலாமல் இருக்கிறான் என்று அமைச்சன் நாட்டு மக்களிடம் கூறினான்.

எத்தனை நாள் ஒளிந்திருக்க முடியும்? நாட்டு மக்கள் வற் புறுத்தலின்மேல், மித்தசேனன் திருவிழாக் காலத்தில் யானை ஏறி உலா வந்தான். இவன் ஆட்சிக் காலத்தில், ஓராண்டுக்குப் பிறகு தமிழ் நாட்டிலிருந்து பாண்டிய அரச குலத்துப் பாண்டியன் ஒருவன் படை யெடுத்து வந்து மித்தசேனனைப் போரில் கொன்று சிங்கள ஆட்சியைக் கைப் பற்றி யரசாளத் தொடங்கினான் (சூலவம்சம் 38ஆம் பரிச்சேதம் 4 — 11).

இலங்கையில் பாண்டியர் ஆட்சி (கி. பி. 436 - 463)

தமிழகத்தைச் (சேர, சோழ, பாண்டிய நாடுகளை) களப்பிர அரசர் ஆட்சி செய்தபோது பழைய சேர, சோழ, பாண்டிய அரச பரம்பரையார் களப்பிரருக்குக் கீழடங்கிச் சிற்றரசர்களாக இருந்தார்கள். அவர்களைப் பற்றி ஒன்றுமே தெரியவில்லை. பாண்டி நாட்டில் கீழடங்கியிருந்த பாண்டிய பரம்பரையில் ஒரு பாண்டியன், தன்னுடைய இரண்டு மகன்களையும் ஒரு தமிழ்ச் சேனையையும் அழைத்துக்கொண்டு, இலங்கைக்கு வந்தான். அங்கு அரசாண்டு கொண்டிருந்த மித்தசேனனோடு போர் செய்தான். மித்தசேனன் போரில் இறந்து போனான். பாண்டியன் இலங்கையாட்சியைக் கைப்பற்றி அனுராதபுரத்திலிருந்து இலங்கையை யரசாண்டான். இந்தப் பாண்டியனுடைய பெயர் தெரியவில்லை. இவனைப் பாண்டு (பாண்டியன்) என்று இலங்கை வரலாறு கூறுகிறது.

பாண்டு (பாண்டியன், கி. பி. 436 - 441)

பாண்டியன் இலங்கையை யரசாண்டபோது தலைநகரமான அநுராதபுரத்திலிருந்த சிங்கள அரச குடும்பத்தவரும் பெருங்குடி மக்களும் தெற்கே உரோகண நாட்டுக்குப் போய் விட்டார்கள். இலங்கையின் தென்கிழக்கிலிருந்த உரோகண நாடு அந்தக் காலத்தில் கலகக்காரர்களுக்குப் புகலிடமாக இருந்தது. உரோகண நாட்டுக்குச் சென்றவர்கள் தனக்கு எதிராகக் கலகஞ் செய்வார்கள் என்பதையறிந்த பாண்டியன் தன்னுடைய சிங்கள இராச்சியத்தின் தெற்கெல்லைகளில் பல கோட்டைகளை அமைத்துப் பாதுகாப்புகளைச் செய்தான். அவன் தெற்கு எல்லையில் இருபத்தொரு கோட்டைகளை அமைத்துப் பாதுகாத்தான்.

பாண்டியனுடைய இலங்கை இராச்சியம் வழக்கம் போல இராஜ ரட்டம் (இராஜ ராட்டிரம்) என்று கூறப்பட்டது. அதன் எல்லை கிழக்கு மேற்கு வடக்குப் புறங்களில் கடல்களும் தெற்கே மாவலி கங்கையாறும் ஆக அமைந்திருந்தன. மாவலிகங்கை என்பது இலங்கையின் பெரிய ஆறு. இதன் சரியான பெயர் மாவாலுக கங்கை என்பது. மா — பெரிய, வாலுகம் — மணல், கங்கை — ஆறு. மாவாலுக கங்கை என்பது மாவலி கங்கை என்று வழங்கப்படுகிறது.

அநுராதபுரத்தில் மகாவிகாரை என்னும் பௌத்தப் பள்ளியில் மோரிய குலத்தைச் சேர்ந்த ஒரு பௌத்தப் பிக்கு இருந்தான். அவனுடைய தங்கை மகனான தாதுசேனன் என்பவன், மகாவிகாரையைச் சேர்ந்த தீக சந்தனப் பரிவேணையில் (பரிவேணை — பௌத்த மதக் கல்லூரி) பௌத்த மத நூல்களைப் படித்துக்கொண்டிருந்தான். அவனுக்கு அரசாளும் ஊழ் இருக்கிறது என்று நம்பிய அந்தப் பிக்கு அவனுக்கு மதக்கல்வியைப் போதிக்காமல் அரசியல் நூல்களைக் கற்பித்துக் கொண்டிருந்தான்.

தனக்கு எதிராகப் பௌத்த விகாரையில் தாதுசேனன் மறைவாக இருக்கிறான் என்பதையறிந்த பாண்டியன் அவனைப் பிடித்துக் கொண்டுவரும்படி தன்னுடைய வீரர்களை அனுப்பினான். பிடிக்க வருகிறார்கள் என்பதை முன்னமேயறிந்த தாதுசேனனும் அவனுடைய மாமனான பிக்குவும் நகரத்தை விட்டுப் புறப்பட்டுத் தெற்கு எல்லையான மாவலிகங்கையைக் கடந்து தெற்கே போய்விட்டார்கள். அவர்கள் தெற்கு சென்று கோணஓயாவைப் (இபோதைய காளஓயா) கடந்து உரோகண நாட்டுக்குப் போய்விட்டார்கள். அவர்கள் உரோகண நாட்டில் கலகக்காரர்களோடு சேர்ந்துகொண்டு அரசனுக்கு எதிராகக் கலகஞ்செய்யும் வாய்ப்பை எதிர்பார்த்துக் கொண்டிருந்தார்கள்.

பாண்டியன் இலங்கை இராச்சியத்தை ஐந்து ஆண்டுகள் அரசாண்ட பிறகு காலமானான் (சூலவம்சம் 38ஆம் பரிச்சேதம் 11 — 29).

பரிந்தன் (கி. பி. 441 - 444)

பாண்டியன் காலமான பிறகு அவனுடைய மூத்த மகனான பரிந்தன் இலங்கையை யரசாண்டான். இவனுடைய ஆட்சிக் காலத்து வரலாறு தெரியவில்லை. இவனுடைய ஆட்சிக் காலத்தில் உரோகண நாட்டிலிருந்த தாதுசேனன் கலகக்காரர்களைச் சேர்த்துக் கொண்டு படை திரட்டிக் கொண்டிருந்தான் என்று தோன்றுகிறது. பாண்டியன் பரிந்தன் மூன்று ஆண்டுகள் அரசாண்டான் (சூலவம்சம் 38ஆம் பரிச்சேதம் 29).

இளம்பரிந்தன் (குட்டபரிந்தன், கி. பி. 444 - 460)

பாண்டியன் பரிந்தன் காலமான பிறகு அவனுடைய தம்பியான இளம்பரிந்தன் அரசாண்டான். இவனைக் குட்டபரிந்தன் என்று இலங்கை நூல்கள் கூறுகின்றன. குட்டபரிந்தன் என்றால் இளம்பரிந்தன் என்பது பொருள். அதாவது பரிந்தனுடைய தம்பி என்பது பொருள். இவன் பதினாறு ஆண்டுகள் அரசாண்டான். இவனுடைய ஆட்சிக் காலத்தில், கலகக்காரனான தாதுசேனன் படை திரட்டிக் கொண்டு வந்து இவனோடு போர் செய்தான். குட்டபரிந்தன் அவனோடு போர் செய்து வென்றான். தோற்றுப் போன தாதுசேனன் போர்க்களத்தைவிட்டு ஓடினான். போரின்போது தாதுசேனனை ஆதரித்துக் கலகஞ் செய்தவர்களை அடக்கினான். குட்டபரிந்தன் பல நன்மையான காரியங்களையும் தீமையான காரியங்களையும் செய்தான் என்று சூலவம்சம் கூறுகிறது. (சூலவம்சம் 38ஆம் பரிச்சேதம் 30 — 31). என்ன நன்மைகளைச் செய்தான், என்ன தீமைகளைச் செய்தான் என்று கூறவில்லை. கலகக்காரர்களை அடக்கியது தீமையாகாது.

பாண்டியன் குட்டபரிந்தன் இலங்கை நாட்டின் மதமான பௌத்த மதத்தைச் சேர்ந்தவன் என்று தெரிகிறான். இவனுடைய கல்வெட்டுச் சாசனம் கிடைத்திருக்கிறது. இந்தச் சாசன எழுத்து இலங்கையின் பழைய தலைநகரமான அநுராதபுரத்தில் கண்டு பிடிக்கப்பட்டு இப்போது அநுராதபுரத்து ஆர்க்கியாலஜி இலாகாவின் காட்சிச் சாலையில் வைக்கப்பட்டிருக்கிறது. இந்தச் சாசனத்தில் இவன், பரிதேவன் என்றும் பரிததேவன் என்றும் புததாசன் (புத்ததாசன்) என்றும் கூறப்படுகிறான். இவனுடைய இராணி பௌத்த விகாரைக்குத் தானஞ் செய்ததை இந்தக் கல்வெட்டுக் கூறுகிறது ('Annuradhabura Slab Inscription of Kuddha Parinda' by S. Paranavitana, Epigraphia zeylonica, Vol. IV, 1934 - 41, pp. 111 - 115).

திரிதரன் (ஸ்ரீதரன் கி. பி. 460)

இவன் குட்டபரிந்தனுக்குப் பிறகு அரசாண்டான். இவன் இளம் பரிந்தனுக்கு எந்த வகையில் உறவினர் என்பது

தெரியவில்லை. இவன் அரசனான இரண்டாம் மாதத்தில் கலகக்காரனான தாதுசேனன் இவன் மேல் படையெடுத்து வந்து போர் செய்தான். அந்தப் போரில் இவன் இறந்து போனான். போர்க்களத்தில் இறந்துபோனாலும் வெற்றி இவனுக்குக் கிடைத்தது. தாதுசேனன் தோற்று ஓடினான் *(சூலவம்சம் 38ஆம் பரிச்சேதம் 32).*

தாட்டியன் (கி. பி. 460 - 463)

திரிதரன் போர்க்களத்தில் இறந்த பிறகு பாண்டியன் தாட்டியன் அரசனானான். இவனுக்கும் முந்திய அரசனுக்கும் உள்ள உறவு தெரிய வில்லை. இவன் தாட்டியன் என்றும் தாட்டிகன் என்றும் மகாதாட்டிக மகாநாகன் என்றும் மகாதானிக மகாநாகன் என்றும் கூறப்படுகிறான். இவன் மேல் போர் செய்ய வந்த தாது சேனனை இவன் வென்று துரத்தினான். உரோகண நாட்டில் உள்ள பேர் போன கதரகாம (கதிர்காமம்) நகரத்தில் தாட்டிகனுடைய கல்வெட்டுச் சாசனம் சிதைந்து காணப்படுகிறது. இந்தச் சாசனம் இவன் கிரிவிகாரை என்னும் பௌத்தப் பள்ளிக்குத் தானஞ்செய்ததைக் கூறுகிறது. எனவே, இவனும் பௌத்த மதத்தைச் சேர்ந்தவன் என்று தெரிகிறான். இலங்கையின் தென்கிழக்குக் கோடியில் இவனுடைய கல்வெட்டுச் சாசனம் கிடைத்திருக்கிறபடியால், இவன் தாதுசேனன் இருந்த உரோகண நாட்டில் மேல் படையெடுத்துச் சென்று அவனோடு போர் செய்து வென்றான் என்பது தெரிகிறது. அங்கு வெற்றியடைந்தபோது இந்தத் தானத்தைச் செய்து இக்கல்வெட்டெழுத்தை எழுதினான். உரோகண நாட்டில் இவன் சில காலந் தங்கியிருந்தான் என்று தெரிகிறது (Epigraphia zeylonica, Vol.III, pp. 216 - 219).

இந்தப் பாண்டியனுக்கும் கலகக்காரனான தாது சேனனுக்கும் பல போர்கள் நடந்திருக்க வேண்டும் என்று தெரிகிறது. அந்தப் போர்களைப் பற்றிச் சூலவம்சம் ஒன்றும் கூறவில்லை. கூறாதபடியினால் தாதுசேனன் பல தடவை தோற்றுப் போனான் என்று ஊகிக்கலாம். கடைசியாக நடந்த போரிலே பாண்டியன் மகாதாட்டிக மகாநாகன் இறந்து போனான். இறந்து போனாலும் வெற்றி இவனுக்கே கிடைத்தது *(சூலவம்சம் 38 ஆம் பரிச்சேதம் 33).*

பிட்டியன் (கி. பி. 463)

தாட்டிகனுக்குப் பிறகு பிட்டியன் அரசனானான். களப்பிரர் காலத்தில் இலங்கையை யரசாண்ட பாண்டியர்களில் இவன் கடைசிப் பாண்டியன். இவன் ஆட்சிக் காலத்தில் ஏழாம் மாதத்தில் தாதுசேனன் இவன் மேல் படையெடுத்து வந்து போர் செய்தான். அந்தப் போரில் பிட்டியன் இறந்து போனான். ஆகவே, தாதுசேனன் இலங்கை யாட்சியைக் கைப்பற்றினான்.

களப்பிரர் ஆட்சிக் காலத்தில் பாண்டிய மரபைச் சேர்ந்த ஆறு பாண்டியர்கள் இலங்கையை இருபத்தேழு ஆண்டுகள் அரசாண்டார் கள் (சூலவம்சம் 38ஆம் பரிச்சேதம் 3 — 4). களப்பிரர் ஆட்சிக் காலத்தில் இலங்கையை யரசாண்ட வேறு சிங்கள அரசர்களைப் பற்றிக் கூறுவோம்.

தாதுசேனன் (கி. பி. 463 - 479)

பாண்டியருக்கு எதிராக இருபத்தேழு ஆண்டுகளாக கலகஞ் செய்துகொண்டிருந்த தாதுசேனன் கடைசியில் இலங்கையின் அரசனானான். ஆனால், தாதுசேனனுடைய வாழ்க்கை துன்பகரமாகவும் இரங்கத்தக்கதாகவும் இருந்தது. இவனுக்கு இரண்டு மனைவியர் இருந்தனர். இவர்களில் ஒருத்தி இவனுக்குச் சமமான குலத்தைச் சேர்ந்தவள். இவளுக்கு ஒரு அழகான பெண்மகளும் மொக்கல்லானன் என்னும் ஒரு மகனும் பிறந்தனர். தாதுசேனனுடைய இன்னொரு மனைவி இவனை விடச் சற்றுத் தாழ்ந்த குலத்தைச் சேர்ந்தவள். இவளுக்குக் கஸ்ஸபன் என்னும் ஒரு மகன் பிறந்தான். தாழ்ந்த குலத்தில் பிறந்தவ னாகையினால் கஸ்ஸபனுக்கு அரசாளும் உரிமை இல்லை.

தாதுசேனன் தன்னுடைய அருமை மகளைத் தன்னுடைய மரு மகனுக்குத் (தங்கையின் மகனுக்கு) திருமணஞ் செய்து கொடுத்தான். கொடுத்து அவனைத் தன்னுடைய சேனாபதியாக்கிக் கொண்டான். இவனுடைய பெயர் உபதிஸ்ஸன். இவ்வாறு இருந்தபோது, தன்னுடைய மருமகனும் சேனாபதியுமான உபதிஸ்ஸன் தன்னுடைய மனைவியைச் (அரசனுடைய மகளை) சவுக்கினால் துடைகளிலே அடித்து

விட்டான். இரத்தம் பீறிட்டு வெளிப்பட்டது. இதனைக் கண்ட அரசன், தன் மகளைக் கண்போல நேசித்தவனாகையினால், பெருஞ்சினங்கொண்டான். அடித்த காரணத்தை விசாரித்தான். காரணம் இல்லாமலே தன்னுடைய மகள் அடிக்கப்பட்டாள் என்று அறிந்தபோது, இதற்குக் காரணமான தன்னுடைய தங்கையை (சேனாதிபதியின் தாயை) உயிரோடு நெருப்பில் இட்டுக் கொளுத்திக் கொன்றுவிட்டான். தன்னுடைய தாய் பதைபதைத்துத் தீயில் வெந்து இறந்த கொடுமையைக் கண்ட மருமகனாகிய சேனாதிபதி அரசன் மேல் பெருஞ் சினங்கொண்டான். தன்னுடைய தாயைச் சுட்டுக் கொன்ற அரசனைப் பழிக்குப்பழி வாங்கத் தீர்மானஞ் செய்துகொண்டான். அரசனை ஆட்சியிலிருந்து விலக்கி அவனைத் துன்புறுத்திக்கொல்லத் திட்டம் இட்டான். தன்னுடைய திட்டத்துக்கு உதவியாக, கருவியாக அரசனுடைய மகனான கஸ்ஸபனைப் பயன்படுத்திக் கொண்டான். அரசு உரிமை இல்லாத கஸ்ஸபனுக்கு அரசாட்சி ஆசையை உண்டாக்கி அரசனுக்கு எதிராகக் கலகஞ் செய்து ஆட்சியைக் கைப்பற்றும் படித் தூண்டிவிட்டான்.

உபதிஸ்ஸனுடைய பேச்சைக் கேட்டு அரசாட்சிப் பதவியைப் பெறுவதற்கு ஆசைகொண்ட கஸ்ஸபன் நகர மக்களைத் தன் பக்கம் சேர்த்துக் கொண்டு தன்னுடைய தந்தையான தாதுசேன அரசனைப் பிடித்துச் சிறைச்சாலையின் இருட்டறையில் அடைத்துவிட்டுத் தான் ஆட்சியைக் கைப்பற்றிக் கொண்டான். அரசனைச் சார்ந்தவர்களை யெல்லாம் துன்புறுத்தி அடக்கினான். அரசாட்சிக்கு உரிமையுள்ளவ னான மொக்கல்லானனை விஷம் இட்டுக் கொல்ல முயன்றான். மொக்கல்லானன் உயிர் தப்பித் தமிழ்நாட்டுக்கு ஓடி அடைக்கலம் புகுந்தான். அவன் தமிழ்நாட்டிலிருந்து சேனையைச் சேர்த்துக்கொண்டு வந்து கஸ்ஸபன் மேல் போர்செய்து ஆட்சியைப் பெறுவதற்காகத் தமிழ்நாட்டுக்குப் போனான். போனவன் களப்பிர அரசரின் ஆதரவைப் பெற அவர்களிடம் சென்றான் போலும். சிறைச்சாலையில் தாதுசேன அரசனுக்குச் சரியாக உணவும் கிடைக்கவில்லை. தன்னுடைய மகனான மொக்கல்லானன் தமிழ்நாட்டுக்குப் போய் விட்டதையறிந்து அவன் மனக்கவலையும் துன்பமும் அடைந்தான். பழிக்குப்பழி

வாங்கத் திட்டமிட்ட சேனாபதியான உபதிஸ்ஸன் தன்னுடைய திட்டத் தில் வெற்றியடைந்தான். ஆனால், சேனாபதி இதோடு நிற்கவில்லை. அரசனைச் சித்திரவதை செய்து கொல்லத் திட்டமிட்டான்.

அவன் ஆட்சியைக் கைப்பற்றியுள்ள கஸ்ஸபனிடஞ் சென்று, 'உம்முடைய தந்தை தாதுசேன மன்னன் அரண்மனையில் இரகசிய மாகப் பெருஞ்செல்வத்தை வைத்திருக்கிறாரே, அது பற்றி அவர் உம்மிடம் ஒன்றும் சொல்லவில்லையா?' என்று கேட்டான். கஸ்ஸபன் 'ஒன்றுஞ் சொல்லவில்லை' என்று கூறினான். அதற்குச் சோனபதி 'அவருடைய உள்நோக்கம் உமக்குத் தெரியவில்லையா? அவர் தம்முடைய செல்வமகனான மொக்கல்லானனுக்குக் கொடுக்க அதை வைத்திருக்கிறார்' என்று கூறினான். சேனாபதி கூறியதை உண்மை என்று நம்பிய கஸ்ஸபன், பொருளாசை கொண்டவனாகித் தன்னுடைய ஆட்களைச் சிறைச்சாலை யிலுள்ள தாதுசேனனிடம் அனுப்பி அவர் பொருள் வைத்திருக்கும் இடத்தையறிந்து வரும்படி சொன்னான். அவர்கள் சென்று கேட்டபோது அரசன் 'இந்தக் கொடியவன் என்னைக் கொன்றுவிடுவதற்குச் செய்யும் சூழ்ச்சி இது' என்று எண்ணி, பதில் ஒன்றும் பேசாமலிருந்ததைக் கூறினார்கள். கஸ்ஸபன் பலமுறை தன்னுடைய ஆட்களை அனுப்பிக்கேட்டான். கடைசியாக வந்து கேட்டபோது, காலவாபிவரியில் என்னை நீராட அழைத்துக் கொண்டு போனால் அங்குச்சென்று அந்த இடத்தைக் காட்டுவேன் என்று கூறினான். ஆட்கள் வந்து அரசன் கூறியதைச் சொன்னார்கள். கஸ்ஸபன், தாதுசேனனை காலவபியில் நீராட அனுமதி கொடுத்தான். தாதுசேனன் காலவபியில் நீராடின பிறகு, அரசனுடைய ஆட்களிடம் ஏரியைக் காட்டி, 'இதுதான் நான் பொருள் வைத்துள்ள இடம்' என்று கூறினான். தாதுசேனன் பொருள் உள்ள இடத்தைத் தெரிவிக்காமல் இருப்பதை அறிந்த கஸ்ஸபன் அரசனைக் கொன்றுவிடும்படி சேனாபதிக்குக் கட்டளையிட்டான்.

இதை எதிர்பார்த்துக் கொண்டிருந்த சேனாபதி, தன்னுடைய பழி வாங்கும் எண்ணம் நிறைவேறிற்று என்று மகிழ்ச்சியடைந்து அரண் மனைக் கட்டடத்தின் ஓரிடத்தில் சுவரில் உயரமாக அமைந்திருந்த மாடத்தில், தாதுசேன அரசனைக் கொண்டுபோய், அவனுடைய ஆடைகளைக்

களைந்து அவனை அம்மணமாக மாடத்தில் சுவரோடு சுவராக நிறுத்திச் செங்கல்லினால் மாடத்தை மூடிக் கட்டிவிட்டான். தன்னுடைய தாயைத் தீயிட்டுக் கொன்ற தாதுசேனனை உயிரோடு சுவரில் வைத்துக் கட்டிப் பழி தீர்த்துக் கொண்டான் (சூலவம்சம் 38ஆம் பரிச்சேதம் 37 — 110).

கஸ்ஸபன் மி (கி. பி. 479 - 497)

தன் தந்தையான தாதுசேன அரசனிடமிருந்து அரசாட்சியைக் கைப்பற்றிக்கொண்டு அவனைச் சிறையில் அடைத்துப் பிறகு கொன்றுவிட்டுக் கஸ்ஸபன் இலங்கையின் அரசனானான். இவனை முதலாம் கஸ்ஸபன் என்று கூறுவர். இவனுடைய தம்பியான மொக்கல் லானன் தமிழ்நாட்டுக்குச் சென்றிருப்பதையறிந்த இவன், எப்படியும் மொக்கல்லானன் தமிழ்ச் சேனையோடு வந்து தன்னைக் கொன்று விடுவான் என்று அஞ்சித் தன்னுடைய பாதுகாப்புக்காகச் சீககிரி மலைமேல் கோட்டையமைத்து அதனுள் அரண்மனை கட்டிக் கொண்டு அங்கிருந்து அரசாண்டான். (சீககிரி என்பது இப்போது சிகிரிம் என்று கூறப்படுகிறது. இந்த மலை அநுராதபுரத்திலிருந்து தென் கிழக்கே 38 கல் தூரத்திலும் தம்புல்லா என்னும் ஊரிலிருந்து வட கிழக்கே பத்துக் கல் தூரத்திலும் இருக்கிறது. கஸ்ஸபன் இந்த மலை மேல் கட்டின கோட்டைக் கொத்தளங்களும் அரண்மனைக் கட்டடமும் இன்றும் சிதைந்த நிலையில் உள்ளன.)

கஸ்ஸபன் பதினெட்டு ஆண்டுகள் அரசாண்டான். உதவியை நாடித் தமிழகத்துக்குச் சென்ற மொக்கல்லானன் தமிழகத்தில் களப் பிரருடைய உதவியை நாடியிருக்க வேண்டும் என்று தோன்றுகிறது. ஆனால், உடனே அவனுக்கு உதவி கிடைக்கவில்லை. பதினெட்டு ஆண்டு அவன் தமிழ்நாட்டிலே தங்கிவிட்டான். பன்னிரண்டு தமிழ நண்பர்கள் அவனுக்கு உதவியாக வந்தனர். அவர்கள் போர் செய்வதில் தேர்ந்த சேனைத் தலைவர்கள் என்று தோன்றுகிறது. மொக்கல்லானன் சேனையோடு வந்து கஸ்ஸபனோடு போர் செய்தான். போரில் கஸ்ஸபன் தோல்வியடையும் நிலை ஏற்பட்டபோது அவன் தன்னுடைய யானை மேல் இருந்தபடியே வாளால் குத்திக் கொண்டு தற்கொலை செய்துகொண்டான். மொகல்லானன்

ஆட்சியைக் கைப்பற்றினான் (சூலவம்சம் 39 ஆம் பரிச்சேதம் 1 — 28) கஸ்ஸபனுடைய காலத்தை ஒருவாறு நிச்சயிக்கலாம். இவன் சீன நாட்டு அரசனுக்கு எழுதின திருமுகம் கி. பி. 572இல் போய்ச் சேர்ந்தது என்று தெரிகிறபடியால் இவன் அந்த ஆண்டில் வாழ்ந்திருக்கிறான் என்பது தெரிகிறது (J.R.A.S. Ceylon Branch, XXIV, p. 85).

மொக்கல்லானன் II (கி. பி. 497 - 515)

கஸ்ஸபனுக்குப் பிறகு மொக்கல்லானன் அரசாண்டான். இவன், கஸ்ஸபனால் துரத்தப்பட்டுத் தமிழ்நாட்டுக்குப் போய் அடைக்கலம் புகுந்தான் என்பதை அறிந்தோம். கஸ்ஸபனுடைய பதினெட்டாம் ஆட்சியாண்டில் மொக்கல்லானன் என்னும் வீர மன்னன் நிகந்தர்களின் செய்தியறிந்து பன்னிரண்டு வீரர்களான நண்பர்களோடு ஜம்புத் தீவிலிருந்து (தமிழ்நாட்டிலிருந்து) இங்கே (இலங்கைக்கு) வந்தான் என்று சூலவம்சம் கூறுகிறது (சூலவம்சம் 39ஆம் பரிச்சேதம் 20). நிகந்தர் என்பது இங்குக் களப்பிரரைக் குறிக்கிறது. நிகந்தர் என்றால் சமணர் அல்லது ஜைனர் என்று சூலவம்சம் கூறுகிறது. எனவே, மொக்கல்லானன் தமிழ்நாட்டிலிருந்தும் களப்பிர அரசரின் உதவி பெற்று இலங்கைக்குப் போனான் என்பது தெரிகிறது.

மொக்கல்லானன் அரசனானவுடனே தன்னுடைய தந்தையான தாதுசேனனைக் கொல்வதற்குக் கஸ்ஸபனோடு உதவியாக இருந்த ஆயிரம் பேரைக் கொன்றுவிட்டான். மற்றும் அவனுக்கு உதவியாக இருந்த பலரைப் பிடித்து அவர்களுடைய காதையும் மூக்கையும் அரிந்து அவர்களை நாடுகடத்திவிட்டான். தமிழ்நாட்டிலிருந்து இலங்கை மேல் போர் செய்யப் படையெடுத்து வருவார்கள் என அஞ்சி இவ்வரசன் இலங்கையின் மேற்குக் கடற்கரையோரங்களில் ஆங்காங்கே பாதுகாப்புகளை அமைத்தான். மொக்கல்லானன் பதினெட்டு யாண்டு அரசாண்டான் (சூலவம்சம் 39ஆம் பரிச்சேதம் 29 — 58).

குமார தாதுசேனன் (கி. பி. 515 - 524)

மொக்கல்லானன் இறந்த பிறகு அவனுடைய மகனான குமார தாதுசேனன் அரசாண்டான். இவனும் காளிதாசன்

என்பவனும் நெருங்கிய நண்பர்கள். காளிதாசன் மொக்கல்லானனுடைய அமைச்ச னுடைய மகன். குமார தாதுசேனன் ஒன்பது ஆண்டு அரசாண்டான் (சூலவம்சம் 41 ஆம் பரிச்சேதம் 1 — 3). இவன் தன்னுடைய நண்பனான காளிதாசன் இறந்தபோது அந்தத் துயரம் பொறுக்க முடியாமல் அவனுடைய ஈமத்தீயில் விழுந்து உயிர்விட்டான் என்பர்.

கீத்திசேனன் (கி. பி. 524)

பிறகு, குமார தாதுசேனனுடைய மகனான கீத்திசேனன் அரச னானான். இவனுடைய ஆட்சிக் காலத்தில் 9ஆம் மாதம் இவனுடைய தாய்மாமனான சிவன் என்பவன் இவனைக் கொன்று ஆட்சியைக் கைப்பற்றி யரசாண்டான் (சூலவம்சம் 41ஆம் பரிச்சேதம் 4).

சிவன் (கி. பி. 524)

தன்னுடைய மருமகனான கீத்திசேனனைக் கொன்று அரசனான சிவன் இருபத்தைந்தாம் நாளில் உபதிஸ்ஸன் என்பவனால் கொல்லப்பட்டு இறந்தான் (சூலவம்சம் 41ஆம் பரிச்சேதம் 5 — 6).

உபதிஸ்ஸன் III (கி. பி. 525 - 526)

சிவனைக்கொன்று இலங்கையாட்சியைக் கைப்பற்றின உபதிஸ்ஸன், மொக்கல்லானனுடைய தங்கையை மணந்தவன். கஸ்ஸபனுக்கு அரசாட்சி ஆசையை யுண்டாக்கித் தாதுசேன அரசனைச் சிறையில் அடைக்கச் செய்து, பிறகு அவ்வரசனைச் சுவரில் வைத்துக்கட்டிக் கொன்றவன். இவன் ஆட்சியைக் கைப்பற்றியவுடன் முக்கியமானவர்களுக்கு அரசாங்க அலுவல்களைக் கொடுத்து அவர்களைத் தன்வசப்படுத்திக் கொண்டான். இவன் தன்னுடைய மகளைச் சிலா காலன் என்பவனுக்கு மணஞ் செய்துகொடுத்தான். இவனுக்குக் கஸ்ஸபன் என்று ஒரு மகன் இருந்தான்.

உபதிஸ்ஸனுடைய மகளை மணஞ்செய்த சிலாகாலன் ஆட்சியில் அமர்ந்து அரசனாக இருக்க ஆசைப்பட்டுத் தன்னுடைய மாமனாரான உபதிஸ்ஸனோடு போர் செய்தான். உபதிஸ்ஸன் வயதானவனாகையால் அவனுடைய மகனான

கஸ்ஸபன் சிலாகாலனோடு போர்செய்தான். சில போர்களில் கஸ்ஸபன் வெற்றி பெற்றுச் சிலாகாலனைத்துரத்திவிட்டான். கடைசியில் சிலாகாலன் போரில் வெற்றியடைந்தான். தோல்வியடைந்த கஸ்ஸபன் (சிலாகாலனுடைய மைத்துனன்) போர்க்களத்தில் தற்கொலை செய்துகொண்டிறந்தான். இச்செய்தியையறிந்த வயது தளர்ந்தவனான உபதிஸ்ஸன் மனம் உடைந்து இறந்து போனான். உபதிஸ்ஸன் ஒன்றரை யாண்டு அரசாண்டான் (சூலவம்சம் 41ஆம் பரிச்சேதம் *7 — 26*).

சிலாகாலன் (கி. பி. 526 - 539)

தன்னுடைய மாமனாரான உபதிஸ்ஸனை வென்று ஆட்சியைக் கைப்பற்றி அரசனான சிலாகாலன் பதின்மூன்று ஆண்டு இலங்கையை அரசாண்டான். இவனை அம்பாசாமணேர சிலாகாலன் என்றும் கூறுவர். இவ்வரசனுக்கு மூன்று மக்கள் இருந்தனர். அவர்களின் பெயர் மொக்கல்லானன், தாட்டாபபூதி, உபதிஸ்ஸன் என்பது. மூத்த மகனான மொக்கல்லானனுக்கு ஆதிபத என்று சிறப்புப் பெயர் சூட்டி அவனைக் கிழக்கு நாடுகளின் அதிபதியாக்கினான். இரண்டாவது மகனான தாட்டாபபூதிக்கு மலையராஜன் என்று சிறப்புப் பெயர் கொடுத்து அவனை மலைய நாட்டுக்கும் தக்கிண தேசத்துக்கும் அதிபதி யாக்கினான். கடைசி மகனான உபதிஸ்ஸனைத் தன்னிடத்தில் வைத்துக் கொண்டான்.

இவன் அரசாண்ட காலத்தில், மகாநாகன் என்னும் வழிப்பறிக் கொள்ளைக்காரன் இருந்தான். அவன் சிலாகாலனிடம் வந்து அரசாங்க அலுவலில் அமர்ந்தான். அலுவலில் அமர்ந்த மகாநாகனைச் சிலா காலன், தென்கிழக்கேயுள்ள உரோகண நாட்டுக்கு அனுப்பி இறை (வரி) தண்டிவரும்படி நியமித்தான். அவன் சென்று இறை தண்டிவந்து கொடுத்தான். அவனுக்கு அரசன் அண்ட சேனாபதி என்னும் பெயர் கொடுத்து உரோகண நாட்டின் வரி தண்டும் அலுவலனாக அமைத்தான். உரோகண நாட்டுக்குச் சென்ற அண்டசேனாபதி மகா நாகன் அங்கேயே தங்கியிருந்து வரிப்பணத்தைத் தானே வைத்துக் கொண்டு சுதந்தரனாக இருந்தான் (சூலவம்சம் 41ஆம் பரிச்சேதம் *69 — 89, 26 — 41*).

தாட்டாபபூதி (கி. பி. 539 - 540)

சிலாகாலன் காலமான பிறகு அவனுடைய இரண்டாவது மகனான தாட்டாபபூதி தக்கண நாட்டிலிருந்து வந்து ஆட்சியைக் கைப்பற்றிக் கொண்டான். மூத்த மகனான மொக்கல்லானன் முறைப்படி அரசுக்கு உரியவன். அவனுக்குரிய ஆட்சியை அவனுடைய தம்பியான தாட்டாபபூதி கைப்பற்றிக் கொண்டதைக் கடைசித் தம்பியான உபதிஸ்ஸன் கண்டித்தான். கண்டித்தவனைத் தாட்டாபபூதி கொன்று விட்டான். கிழக்கு நாட்டிலிருந்து மொக்கல்லானன், தனக்குரியதான ஆட்சியைத் தன்னுடைய தம்பியான தாட்டாபபூதி கைப்பற்றிக் கொண்டதையறிந்து படையெடுத்து வந்து போர்செய்யத் தொடங்கினான். இருவர் சேனையும் போர்க்களத்தில் சந்தித்தன. அப்போது மொக்கல்லானன், தாட்டாபபூதிக்கு இவ்வாறு செய்தி அனுப்பினான்: "நமக்காகப் போர் வீரர்கள் வீணாக மடிய வேண்டாம். நாம் இருவர் மட்டும் போர் செய்வோம். போரில் வென்றவருக்கே அரசாட்சியுரிய தாகும்" என்று சொல்லியதற்குத் தாட்டாபபூதியும் இசைந்தான். இருவரும் தங்கள்தங்கள் யானைமேல் அமர்ந்து போர்செய்யத் தொடங்கினார்கள். மொக்கல்லானனுடைய யானை தாட்டாபபூதியின் யானையைத் தன்னுடைய தந்தங்களினால் குத்திற்று. குத்துண்ட யானை அஞ்சிப் புறங்கொடுத்து ஓடிற்று. அப்போது தனக்குத் தோல்வி நேரிடப் போவதைஅறிந்த தாட்டாபபூதி தன்னுடைய போர்வாளை எடுத்துத் தன்னையே குத்திக்கொண்டு இறந்து போனான். தாட்டாபபூதி ஆறு திங்கள் ஆறு நாட்கள் அரசாண்டான் (சூலவம்சம் *41* ஆம் பரிச்சேதம் *42 — 53*).

மொக்கல்லானன் IV (கி. பி. 540 - 560)

தாட்டாபபூதி இறந்த பிறகு அவனுடைய அண்ணனான மொக்கல்லானன் இலங்கையை அரசாண்டான். இரண்டாம் மொக்கல் லானனாகிய இவனைச் சுல்ல மொக்கலானன் (சிறிய மொக்கல்லானன்) என்று கூறுவர். இவன் இருபது ஆண்டு அரசாண்டான் (சூலவம்சம் *54 — 63*).

கீர்த்தி ஸ்ரீமேகன் (கி. பி. 560 - 561)

மொக்கல்லானன் இறந்த பிறகு அவனுடைய இராணி, உறவினர்களை நஞ்சு இட்டுக் கொன்றுவிட்டு அரசாட்சியைத் தன்னுடைய மகனான கீர்த்தி ஸ்ரீமேகனுக்குக் கொடுத்தாள். அவள் அரசாட்சியைத் தானே நடத்தினாள். கீர்த்தி ஸ்ரீமேகவண்ணனுக்கு முன்பு ஒரு கீர்த்தி ஸ்ரீமேகவண்ணன் இருந்தபடியால் இவனைக் குட்டகீர்த்தி ஸ்ரீமேக வண்ணன் என்று கூறுவர். இவனுடைய தாய் அரச காரியங்களில் அடிக்கடி தலையிட்டபடியால் அரசாட்சி முறையாகவும்ஒழுங்காகவும் நடைபெறவில்லை. ஆட்சி முறையில் குழப்பங்கள் நேர்ந்தன. அரசாங்கத்து அலுவலர்கள் கைக்கூலி வாங்கியபடியால் ஆட்சி ஒழுங் கீனமாக இருந்தது. வலியோர் எளியோரை அச்சுறுத்தி வருத்தினார்கள். ஆட்சியில் குழப்பமும் கலகமும் ஏற்பட்டன.

கீர்த்தி ஸ்ரீமேகனுடைய பாட்டனான சிலாகால அரசனால் உரோகண நாட்டில் இறை தண்டும் அலுவலில் நியமிக்கப்பட்டிருந்த மகாநாகன் என்பவன், இராஜராட்டிரத்தில் குழப்பமான ஆட்சி நடப்பதையறிந்து இதுவே தக்க சமயம் என்று கண்டு உரோகண நாட்டிலிருந்து படையெடுத்து வந்து கீர்த்தி ஸ்ரீமேகனோடு போர்செய்து வென்று அரசாட்சியைக் கைப்பற்றினான். கீர்த்தி ஸ்ரீமேகன் இலங்கையைப் பத்தொன்பது நாட்கள் அரசாண்டான் (சூலவம்சம் 91 — 92).

களப்பிரர் ஆட்சிக் காலத்தில் இலங்கையில் இருந்த அரசியல் நிலையை இதனோடு நிறுத்துகிறோம். அரசனை ஊழியர் கொன்று ஆட்சியைக் கைப்பற்றுவதும் தந்தையை மகன் கொன்றும் அரசனை இராணி கொன்றும் தமயனைத் தங்கை கொன்றும் மருகனை மாமன் கொன்றும் இவ்வா றெல்லாம் இலங்கை அரசியலில் கொலைகள் மலிந்து இருந்த காலம் அது.

05

களப்பிரர் காலத்து இருக்குவேள் அரசர்

பாண்டி நாட்டின் வடக்கு எல்லைக்கும் சோழ நாட்டுத் தெற்கு எல்லைக்கும் இடைநடுவே கொடும்பாளூர் இருந்தது. கொடும் பாளூரைக் கொடும்பை என்று சிலப்பதிகாரம் கூறுகிறது. இப்போதைய புதுக்கோட்டை மாவட்டத்தில் அடங்கியுள்ள கொடும்பாளூர் புதுக் கோட்டை நகரத்துக்கு இருபத்தைந்து கல் தொலையில் இருக்கிறது. சங்க நூல்களில் கொடும்பாளூரைப் பற்றியும் அதனை யரசாண்ட அரசர்களைப் பற்றியும் கூறப்படவில்லை. அக்காலத்தில் கொடும் பாளூர் வட்டாரம் மிழலைக் கூற்றம் என்று பெயர் பெற்றிருந்ததாகத் தோன்றுகிறது.

தமிழ்நாட்டைக் களப்பிரர்அரசாண்ட காலத்தில் கொடும்

பாளூர் வட்டாரத்தை இருக்குவேள் அரசர் அரசாண்டனர். இருக்கு வேளிர், களப்பிரருக்குக் கீழடங்கி அரசாண்டனர் என்று தெரிகின்றனர். கொடும்பாளூர் மூவர் கோவில் கல்வெட்டு இருக்குவேள் பரம்பரையில் வந்த அரசர்களின் பெயர்களைக் கூறுகிறது. மூவர்கோவில் கல்வெட்டுச் சாசனம் கி.பி. 1907 ஆம் ஆண்டில் பழம்பொருள் ஆய்வுத் துறையினரால் கண்டுபிடிக்கப்பட்டது. 1907— 08 ஆம் ஆண்டு அறிக்கையில் இந்தச் சாசனத்தைப் பற்றிய செய்தி வெளியிடப்பட்டது (annual report on epigraphy, madras, 1907-08).

இந்தச் சாசனத்தில் தொடக்கமும் இறுதியும் உடைந்துபோன படியால் இது எழுதப்பட்ட காலத்தை யறிய இயலவில்லை. இது சோழக் கிரந்த எழுத்தினால் சமஸ்கிருத மொழியில் எழுதப்பட்டுள்ளது. இந்தச் சாசனத்தை ஆராய்ந்து திரு.

நீலகண்ட சாஸ்திரி 1933 ஆம் ஆண்டில் ஒரு கட்டுரை எழுதினார் (Journal of Oriental Research, Madras, 1933, pp. 1-10). பிறகு இதை இவர் தாம் எழுதிய சோழர் என்ற வரலாற்று நூலிலும் எழுதினார் (k. a. nilakanta sastri, the colas, vol. I, 1935). மூவர் கோவில் சாசனத்தின் எழுத்து அமைப்பைக் கொண்டு, இது கி.பி. 10ஆம் நூற்றாண்டில் எழுதப்பட்டது என்று சாஸ்திரி கருதினார்.

மூவர் கோவில் கல்வெட்டுச் சாசனத்தை ஆராய்ந்த ஹீராஸ் அடிகள், இச்சாசனத்தில் காணப்படுகிற வரலாற்றுச் செய்திகளைக் கொண்டு இது கி.பி. 7ஆம் நூற்றாண்டில் எழுதப்பட்டது என்று கூறி ஒரு கட்டுரை எழுதினார் (rev. h. heras, journal of the royal asiatic society, January 1934). ஹீராஸ் அடிகள் கூறியதே சரி என்று ஏற்றுக்கொள்ளப்பட்டது. அடிகளுடைய மாணவரான டாக்டர் எம். ஆரோக்கியசாமி அவர்கள் தாம் எழுதிய வெள்ளாறு வட்டாரத்தின் பழைய வரலாறு என்னும் நூலில், மூவர் கோவில் சாசனம் கி.பி. 7ஆம் நூற்றாண்டில் எழுதப்பட்டது என்று கொண்டார். இந்தச் சாசனத்தில் கூறப்படுகிற இருக்கு வேள் அரசர்களில் பரதுர்க்க மர்தனன் என்பவன் வாதாபிஜி (வாதாபி நகரத்தை வென்றவன்) என்று கூறப்படுகிறான். சளுக்கிய அரசனான இரண்டாம் புலிகேசியோடு போர்செய்து வென்று அவனுடைய வாதாபி நகரத்தைக் கைப்பற்றின முதலாம் நரசிம்மவர்மன் காலத்தில் (மாமல்லன் காலத்தில்) இந்தப் பரதுர்க்கமர்தனன் இருந்தான் என்பதும், இவன் நரசிம்மவர்மன் சார்பாகப் புலிகேசியோடு போர் செய்து வாதாபியை வென்று 'வாதாபிஜித்' என்று பெயர் பெற்றான் என்பதும் தெரிகின்றன. வாதாபி நகரம் கி.பி. 642ஆம் ஆண்டில் வெல்லப்பட்டது என்பதை வரலாற்றாசிரியர் யாவரும் ஒப்புக்கொண்டுள்ளனர். ஆகவே, இருக்குவேளாகிய பரதுர்க்க மர்த்தனன் கி.பி. 642இல் இருந்தவன் என்பதில் சற்றும் ஐயமில்லை. இவனுடைய காலத்தை அடிப்படையாகக் கொண்டு இவனுக்கு முன்னும் பின்னும் இருந்த இருக்குவேள் அரசர் காலங்களை ஒருவாறு அறியலாம். தலைமுறை யொன்றுக்கு 30 ஆண்டு என்று கணக்கிட்டால் கீழ்வருமாறு இவர்களின் காலம் தெரிகிறது:

இருக்குவேள் அரசர்	உத்தேசமான காலம் கி. பி.
1. இருக்குவேள் (பாண்டியனுடைய யானைப்படையை முறியடித்தவன்; இவனுடைய பெயர் கல்வெட்டில் மறைந்துவிட்டது)	435—465
2. பரவீரஜித்து	465—495
3. வீரதுங்கன்	495—525
4. அதிவீரன்	525—555
5. அநுபமன் (சங்ககிருத்து)	555—585
6. நிருப கேசரி	585—615
7. பரதுர்க்கமர்த்தனன்	615—645
8. சமராபிராமன்	645—675
9. பூதிவிக்கிரம கேசரி	675—705
10. பராந்தகன்	705—735
11. ஆதித்திய வர்மன்1	735—765

இதில் கூறப்படும் ஆட்சி ஆண்டுகளில் ஏறத்தாழ ஐந்து ஆண்டுகள் கூடுதல் குறைதலாக இருக்கக்கூடும்.

இதில் கூறப்பட்ட இருக்குவேள்களில் முதல் ஐந்துபேர் களப்பிரர் ஆட்சிக் காலத்தில் அவர்களுக்குக் கீழடங்கியிருந்தவர் என்று தெரிகின்றனர். 6,7,8 எண்ணுள்ள அரசர் பல்லவ அரசர்களைச் சார்ந்து அவர்களுக்கு அடங்கியிருந்தனர். 9,10,11 எண்ணுள்ள அரசர், அக்காலத்தில் சிற்றரசர் நிலையில் இருந்த சோழர் குலத்தோடு உறவுகொண்டு பல்லவ அரசருக்கு எதிரிகளாக இருந்தனர்.

இங்கு, நம்முடைய ஆராய்ச்சிக்கு உரிய களப்பிரர் காலத்தில் கொடும்பாளூரை யாண்ட இருக்குவேள் அரசரைப் பற்றிக் கூறுவோம். முதலாமவனாகிய இருக்குவேளின் பெயர் சாசனக் கல்லில் மறைந்து போய்விட்டபடியால், அவனுடைய பெயர் தெரியவில்லை. இவன் களப்பிர அரசனுக்கு

அடங்கிக் கொடும்பாளூரை அரசாண்டான். களப் பிரருக்கு அடங்கியிருந்த பாண்டியர், அடிக்கடி மேலெழுந்து களப்பிர அரசனுடன் போர் செய்து சுதந்தரம் பெற முயன்றனர் என்று தெரிகிறது. அவ்வாறு பாண்டியர், களப்பிரரோடு செய்த போர் ஒன்றில், களப்பிரர் சார்பாக இந்த இருக்குவேள் அரசன் பாண்டியனோடு போர் செய்து பாண்டியரின் யானைப்படையை வென்றான் என்று தெரிகிறது. இவனைப் பற்றி வேறு ஒன்றும் தெரியவில்லை.

இவனுக்குப் பிறகு ஆண்ட பரவீரஜித்து என்பவன் பகைவரான வீரர்களைப் போரில் வென்றவன் என்று அவனுடைய பெயரில் தெரிகிறது. அவனுக்குப் பிறகு ஆண்ட வீரதுங்கனும் அவனுக்குப் பிறகு ஆண்ட அதிவீரனும் போரில் வல்லவர்கள் என்பதை அவர்களுடைய பெயரிலிருந்து அறிகிறோம். இவர்களுக்குப் பிறகு அரசாண்டவன் இருக்குவேள் அநுபமன் என்பவன். இவனுக்குச் சங்ககிருத்து (சங்கத்தைச் செய்தவன்) என்று சிறப்புப் பெயர் இருந்தது. இதனால், இவன் சைன சங்கத்தை ஆதரித்தவன் என்று தோன்றுகிறான். மலையத்துவஜன் என்னும் ஜைன முனிவர் தேனிமலைக் குகையில்

(தேனூர் மலைக்குகையில்) தவஞ் செய்துகொண்டிருந்தார். கொடும் பாளூர் இருக்குவேள் அரசன் இந்த முனிவரைக் கண்டு வணங்கி இவருக்கு நிலத்தைத் தானஞ்செய்தான் என்று இங்குள்ள சாசனம் கூறுகிறது (புதுக்கோட்டைச் சாசனங்கள் எண் 9.) இந்தக் கல்வெட் டெழுத்து இந்தக் குகைக்கு எதிரில் உள்ள பாறையில் எழுதப்பட்டுள்ளது. அதன் வாசகம் இது:

ஸ்வஸ்தி ஸ்ரீ மலையத் துவஜன் தேனூர் மலையில் தவஞ் செய்யக் கண்டு இருக்குவேள் வந்தித்து அவிப்புறஞ் செய்த பள்ளிச் சந்தத் நாலே கால். இவ்வறங் காத்தான் அடி நித்தஞ் சென்னி. அன.

இந்தக் கல்வெட்டில் தானஞ்செய்த அரசன் பெயர் இருக்குவேள் என்று எழுதப்பட்டிருக்கிறது. அரசனின் சொந்தப் பெயர் எழுதப்பட வில்லை. ஆனால், இந்த இருக்குவேள் அநுபமன் என்பவன் என்று கருதப்படுகிறான். இவனுடைய சங்ககிருத்து (ஜைன சங்கத்தைச் செய்தவன், ஆதரித்தவன்) என்ற சிறப்புப் பெயர் இதை உறுதி செய்கிறது.

இவனுடைய ஆட்சிக் காலத்தின் பிற்பகுதியில் (இறுதியில்) சிம்மவிஷ்ணு என்னும் பல்லவ அரசன் காஞ்சியிலிருந்து படை யெடுத்து வந்த களப்பிர அரசனோடு போர்செய்து வென்று சோழ நாட்டைக் கைப் பற்றினான். அப்போது இந்த இருக்குவேள் (முன்பு களப்பிரரைச் சார்ந்திருந்தவன், பிறகு சிம்மவிஷ்ணுக்குக் கீழடங்கிப்) பல்லவரைச் சார்ந்து இருந்தான் என்று தோன்றுகிறான். இவனுடைய பின் சந்ததியர் பல்லவ அரசர்களைச் சார்ந்து இருந்தனர்.

இருக்குவேள் அரசரும் இருங்கோவேள் அரசரும் ஒருவரே என்று ஆரோக்கியசாமி தம்முடைய நூலில் கூறுகிறார் (M. Arokiaswamy, The Early History of the Vellar Basin). சங்க காலத்தில் இருந்த இருங்கோவேள் அரசருக்கும் பிற்காலத்தில் இருந்த இருக்குவேள் அரசருக்கும் யாதொரு தொடர்பும் இல்லை. அவர்கள் வேறு; இவர்கள் வேறு. பெயர்களில் காணப்படுகின்ற ஒற்றுமை பற்றி இருவரையும் ஒருவராக ஊகிப்பது கூடாது.

களப்பிரருக்குக் கீழடங்கியிருந்த வேறு சிற்றரசர்களைப் பற்றி ஒன்றும் தெரியவில்லை.

06

களப்பிரரின் வீழ்ச்சி

களப்பிரர் தமிழகத்தை ஏறத்தாழ முன்னூறு ஆண்டுகள் அரசாண்டார்கள். அவர்களுடைய ஆட்சிக்காலத்தில் சைன மதமும் பௌத்த மதமும் நெடுகப் பரவி வளர்ந்து செல்வாக் கடைந்து பெரும்பான்மையோர் மதங்களாக இருந்தபடியாலும் களப்பிரரும் சைன சமயத்தவரானபடியாலும் அவர்களுக்கு நாட்டில் ஆதரவு இருந்தது. களப்பிரர் முக்கியமாகச் சைன சமயத்தை ஆதாரித்தார்கள். சைன சமயத்துக்கு அடுத்தபடியாகப் பௌத்த மதத்துக்குச் செல்வாக் கிருந்தது. களப்பிரரை சூலவம்சம் என்னும் சிங்கள நாட்டு நூல் நிகந்தர் (ஜைனர்) என்று கூறுகிறது. மொக்கல்லானன் என்னும் சிங்கள அரசகுமரன் தமிழ்நாட்டுக்கு வந்து களப்பிர அரசரை உதவி கேட்ட போது அவர்கள் அவனுக்குச் சேனைத் தலைவரைக் கொடுத்து உதவினார்கள். இதைக் கூறுகிற சூலவம்சம் களப்பிரர் பெயரைக் கூறாமல் நிகந்தர் (ஜைனர்) என்று கூறுவதை முன்னமே காட்டினோம். ஆகவே. களப்பிரர் நிகந்தர் என்று அழைக்கப்பட்டனர் என்பது தெரிகிறது. களப்பிரருக்குப் பெரும்பான்மை மதமான ஜைன மதத்தின் ஆதரவு இருந்த போதிலும். நாட்டில் அரசியல் ஆதரவு இல்லை யென்றே தோன்றுகிறது. சேர, சோழ, பாண்டியர் களப்பிரரை வீழ்த்துவதற்குச் சமயம் பார்த்திருந்தார்கள். தொண்டை நாட்டிலிருந்த பல்லவ அரசர் களப்பிரரை வென்று அவர்களுடைய ஆட்சியைக் கைப்பற்றுவதற்கு நேரத்தைப் பார்த்திருந்தனர். களப்பிரருக்குக் கீழடங்கியிருந்த பாண்டியர் தாங்கள் சுதந்திரம் பெறுவதற்குப் பெரு முயற்சி செய்ததாகத் தெரிகிறது. களப்பிரர் ஆட்சிக் காலத்திலேயே, பாண்டிய அரசர் குலத்தைச் சேர்ந்த ஒரு பாண்டியன்

இலங்கைக்குப் படையெடுத்துப் போய் சிங்கள அரசனை வென்று இலங்கையை அரசாண்டான். அவனுடைய பிள்ளைகளும் பேரர்களும் அவனுக்குப் பிறகு அரசாண்டதை முன்னமே அறிந்தோம்.

கி.பி. 6 ஆம் நூற்றாண்டின் பிற்பகுதியில் பாண்டியர் களப்பிரரை வென்று தங்களுடைய பாண்டிய இராச்சியத்தை மீட்டுக்கொண்டார்கள். பாண்டியன் கடுங்கோன் பாண்டிநாட்டு ஆட்சியைக் களப்பிரரிடமிருந்து மீட்டுக்கொண்டான் என்று பாண்டியர் செப்பேடுகள் கூறுகின்றன.

"அளவரிய ஆதிராஜரை அகல நீக்கி அகலிடத்தைக் களப்ர னென்னுங் கலி அரைசன் கைக்கொண்டதனை இறக்கிய பின் படுகடன் முளைத்த பரிதிபோல பாண்ட்யாதி ராஜன் வெளிற்பட்டு விடுகதி ரவிரொளி விலக வீற்றிருந்து வேலை சூழ்ந்தவியலிடத்துக் கோவும் குறும்பும் பாவுடன் முருக்கிச் செங்கோலோச்சி வெண்குடை நீழற் றங்கொளி நிறைந்த தரணி மங்கையைப் பிறர்பாலுரிமை திறவிதி நீக்கித் தன்பா லுரிமை நன்கனமமைத்த மானம் பேர்த்த தானைவேந்தன் னொடுங்கா மன்னரொளி நகரழித்த கடுங்கோ னென்னுங் கதிர்வேற்றென்னான்" என்று வேள்விக்குடிச் செப்பேடு கூறுகிறது (வேள்விக்குடிச் செப்பேடு, வரி 39—46).

"கற்றறிந்தோர் திறல் பரவக் களப்பாழரைக் களைகட்ட மற்றிரண் டோள் மாக்கடுங்கோன் மானம் பேர்த்தருளிய கோன்" என்று தளவாய்ப் புரச் செப்பேடு கூறுகிறது (தளவாய்புரச் செப்பேடு, வரி 131—132).

பாண்டியன் கடுங்கோன், 'மானம் பேர்த்த தானை வேந்தன்' என்றும் ' மானம் பேர்த்தருளிய கோன்' என்றும் செப்பேடுகளின் தமிழ் வாசகம் கூறுவதைப்போலவே, சமஸ்கிருதச் சுலோகமும் அவனை மானம் பேர்த்த கடுங்கோன் என்று கூறுகிறது (தளவாய்புரச் செப்பேடு, சுலோகம் 23, வரி 39—40) எனவே 'மானம் பேர்த்த கடுங்கோன்' என்பது அவனுடைய சிறப்புப் பெயர் என்று தோன்றுகிறது.

பாண்டியன் கடுங்கோன் பாண்டிய நாட்டைக் களப்பிரரிடமிருந்து மீட்டுக்கொண்டபோது, ஏறக்குறைய அதே காலத்தில் தொண்டை நாட்டு அரசனான பல்லவ

சிம்மவிஷ்ணு சோழ நாட்டைக் களப்பிரரிடமிருந்து கைப்பற்றிக்கொண்டான். இந்த வரலாற்றைப் பள்ளன்கோவில் செப்பேடும் வேலூர்ப் பாளையம் செப்பேடும் கூறுகின்றன.

“சிம்மவர்மனுடைய மகன் சிம்மவிஷ்ணு. அந்தச் சிம்மவிஷ்ணு, மற்றொரு சிம்மவிஷ்ணு என்னும் அரசனை வென்றான். அவன், பலத்தில் வெற்றி வீரனாகிய அர்ச்சுனனைப் போன்றவன். வில் வித்தை யிலும் வீரன். போரிலே வெற்றி கொள்வதில் சமர்த்தன்” என்றும்,

“உண்மை ‘ தியாகம்’ வணக்கம் போன்ற பரிசுத்தமான நற்குணங் கள் யாரிடத்தில் உள்ளனவோ, வீர குணங்கள் யாரை அடைக்கலமாகக் கொண்டுள்ளனவோ, (அந்தச் சிம்மவிஷ்ணு) கவேரன் மகளான காவிரி ஆற்றை மாலையாகவும் செழுமையான நெல் வயல், கரும்பு வயல்களை ஆடையாகவும் கமுகத் தோட்டம், வாழைத் தோட்டங்களை ஒட்டி யாணமாகவும் அணிந்த சோழ நாட்டைக் கைப் பற்றினான்” என்றும் பள்ளன்கோயில் செப்பேடு கூறுகிறது (பள்ளன்கோயில் செப்பேடு, சுலோகம் *4, 5.).*

“புகழ்வாய்ந்த திறலையுடையவனும் பகைவர்களின் ஆற்றலை யடக்கும் பலமுள்ளவனுமான சிம்மவர்மனுக்கும் வெற்றி வீரனான சிம்மவிஷ்ணு மகனாகப் பிறந்தான். அவன், கமுகத் தோட்டங்களும் நெல் வயல்களும் நிறைந்துள்ள கவேரன் மகளான காவிரி ஆற்றினால் அலங்கரிக்கப்பட்ட சோழ நாட்டைக் கைப்பற்றினான்” என்று வேலூர்ப்பாளையச் செப்பேடு கூறுகிறது (வேலூர்பாளையச் செப்பேடு, சுலோகம் *10).*

இவ்வாறு பல்லவ அரசருடைய செப்பேடுகள் கூறுகின்றன. இவற்றிலிருந்து சிம்மவிஷ்ணு என்னும் பல்லவ அரசனுடைய மகனான சிம்மவிஷ்ணு, சோழ நாட்டையாண்ட சிம்மவிஷ்ணு என்னும் அரசனை வென்று சோழ நாட்டைக் கைப்பற்றினான் என்றும் அறிகிறோம். சிம்மவிஷ்ணு பல்லவன் சோழ நாட்டைச் சோழரிடமிருந்து வென்றுகொண்டானா, களப்பிரரிடமிருந்து வென்று கொண்டானா என்று செப்பேடுகள் கூறவில்லை. களப்பிரரிடமிருந்து சோழ நாட்டைக் கைப்பற்றினான் என்று வரலாற்று அறிஞர்கள் கருதுவது முற்றிலும் உண்மை. அக்காலத்தில் சோழநாட்டைச் சோழ மன்னன் ஆளவில்லை.

சங்க காலத்தின் இறுதியில் களப்பிரர் தமிழகத்தைக் கைப்பற்றி ஆண்டபோது சோழர் அவருக்குக் கீழடங்கி யிருந்தார்கள். ஆகவே, சிம்மவிஷ்ணு களப்பிரரிடமிருந்துதான் சோழ நாட்டை வென்றான் என்பது வெளிப்படை. களப்பிரருக்குக் கீழடங்கி யிருந்த சோழர், பல்லவர் சோழ நாட்டை வென்ற பிறகு பல்லவருக்குக் கீழடங்கினார்கள்.

பாண்டியன் கடுங்கோனும் பல்லவச் சிம்மவிஷ்ணுவும் களப் பிரரை வென்று வீழ்த்தியது ஏறத்தாழ கி.பி. 575 என்று கருதப்படுகிறது. கி. பி 575இல் அல்லது அதற்குச் சற்று முன் பாண்டியன் கடுங்கோன் களப்பிரரை வென்றிருக்கவேண்டும் என்று திரு. சதாசிவ பண்டாரத்தார் கூறுகிறார் (சதாசிவ பண்டாரத்தார், பாண்டியர் வரலாறு. பக்கம் 34). கி.பி. 590 இல் களப்பிரர் வெல்லப்பட்டனர் என்று திரு. நீலகண்ட சாஸ்திரி கருதுகிறார் (K. A. N. Sastry, The Pandyan Kingdom). கி.பி. 575 இல் களப்பிரர் வீழ்ச்சியடைந்தனர் என்று கொள்வதே சரி என்று தோன்றுகிறது.

கி.பி. 450க்கும் 550க்கும் இடையில் களப்பிரர் ஆட்சி தமிழகத் தில் இருந்தது என்று திரு. பி.தி. சீனிவாச அய்யங்கார் கூறுகிறார். பிறகு கி.பி. 6ஆம் நூற்றாண்டின் இறுதியில் பாண்டியர் களப்பிரரிடமிருந்து ஆட்சியைக் கைப்பற்றினார்கள் என்று கூறுகிறார் (P.T. Srinivasa Iyengar, History of the Tamils, 1929,p.534). அதாவது, கி.பி. 450 முதல் 600 வரையில் 150 ஆண்டு களப்பிரர் ஆட்சி இருந்ததென்று கூறுகிறார். இவர் கூற்று தவறு என்று தோன்றுகிறது. ஏறத்தாழ கி.பி. 250 முதல் 575 வரையில் தமிழ் நாட்டைக் களப்பிரர் ஆண்டனர் என்று கருதுவது தவறாகாது. பாண்டி நாட்டைக் கடுங்கோனும் சோழநாட்டைச் சிம்ம விஷ்ணுவும் வென்றுகொண்டபோது சேரநாட்டைச் சேர அரசன் களப்பிரரிடமிருந்து வென்றுகொண்டிருக்க வேண்டும் என்று தோன்றுகிறது. ஆனால், அந்தச் சேரனது பெயர் தெரியவில்லை. களப்பிரர் தங்கள் இராச்சியத்தைச் சேர, பல்லவ, பாண்டியர்களுக்கு இழந்துவிட்ட பிறகு அவர்கள் பேரரசர் நிலையிலிருந்து வீழ்ச்சியடைந்து சிற்றரசர் நிலையை அடைந்தனர். அவர்கள் சோழ நாட்டிலே தஞ்சாவூர், செந்தலை முதலான ஊர்களில் தங்கிச் சிற்றரசர்களாகப் பல்லவ அரசருக்கு அடங்கிவிட்டனர்.

மாமல்லன் (முதலாம் நரசிம்மவர்மன்), இரண்டாம் நந்தி வர்மன் ஆகிய பல்லவ அரசர் களப்பிரரை வென்றதாகக் கூறிக்கொள்கின்றனர் (கூரம் செப்பேடு, வரி 15; புல்லூர்ச் செப்பேடு; பட்டத்தால் மங்கலம் செப்பேடு, சுலோகம் 9). சளுக்கிய அரசர்களான முதலாம் விக்கிர மாதித்தன், வியாதித்தன் முதலான அரசர்கள் களப்பிரரை வென்றதாகக் கூறிக்கொள்கின்றனர். இவர்கள் வென்ற களப்பிரர் பேரரசராகத் தமிழ்நாட்டை ஆண்ட களப்பிரர் அல்லர், அரசை இழந்து சிற்றரசர் நிலையையடைந்த பிற்காலத்துக் களப்பிரர் ஆவார்.

பிற்காலத்தில் களப்பிரர் முத்தரையர் என்று பெயர் பெற்றிருந்தனர் என்று அறிகிறோம். முத்தரையர் என்னும் பெயர் சேர, சோழ, பாண்டியர் என்னும் மூன்று தரைகளை அரசாண்டவர் என்னும் பொருளுள்ள சொல்லாக இருக்கலாம். முத்தரையர், செந்தலை, தஞ்சாவூர் நாடுகளை யரசாண்டார்கள். முத்தரையர் களப்பிரர் அல்லர் என்று திரு. சதாசிவ பண்டாரத்தார் கருதுகிறார். "அன்றியும் தமிழ்நாட்டுக் குறுநில மன்னர் குடியினராகிய முத்தரையர் என்போர் களப்பிரரே யாவர் என்று சிலர் கூறுவது சிறிதும் ஏற்புடைத்தன்று" (பண்டாரத்தார், பாண்டியர் வரலாறு. பக்கம் 32)

செந்தலைத் தூண் சாசனங்களிலிருந்து முத்தரையரும் களப்பிரரும் ஒருவரே என்று அறிகிறோம். திருக்காட்டுப் பள்ளிக்கு (தஞ்சை மாவட்டம்) இரண்டு கல் தொலைவில் செந்தலைக் கிராமத்தில் மீனாட்சி சுந்தரேசுவரர் கோயில் மண்டபத் தூண்களில் வட்டெழுத்துக் கல்வெட்டுகள் காணப் படுகின்றன. இவை செந்தலைத் தூண் கல்வெட்டுகள் என்று கூறப்படுகின்றன. இந்தச் சாசனங்களைத் திரு. டி. ஏ. கோபிநாதராவ் செந்தமிழ் ஆறாம் தொகுதியில் வெளியிட்டுள்ளனர். திரு. கே.வி. சுப்பிரமணிய அய்யர் இந்தத் தமிழ்ச் சாசனங்களை ஆங்கில எழுத்தில் எபிகிறாபியா இந்திகா என்னும் இதழில் வெளியிட்டுள்ளார். (Epigraphia Indica, Vol. XIII, 'Sendalai Pillar Inscriptions', pp.134-149). இந்தச் சாசனத்தில், பெரும்பிடுகு முத்தரைய னாயின குவாவன் மாறன் அவன் மானிளங் கோவதியரையனாயின மாறன் பரமேஸ்வரன் அவன் மகன் பெரும்பிடுகு முத்தரைய னாயின சுவரன் மாறன் அவன் எடுப்பித்த படாரிகோயில் அவன் எறிந்த ஊர்களும்

அவன் போர்களும் அவனைப் பாடினார் பேர்களுமித் தூண்கண்மே லெழுதின இவை என்று காணப்படுகிறது.

நான்கு தூண்களிலும் பெரும்பிடுகு முத்தரையனுடைய சிறப்புப் பெயர்கள் எழுதப்பட்டுள்ளன. அப்பெயர்களில் 'ஸ்ரீகள்வர கள்வன்' என்று நான்கு தூண்களிலும் எழுதப்பட்டுள்ளது. கள்வர கள்வன் என்பதைக் களவர கள்வன் என்றும் படிக்கலாம். இதிலிருந்து முத்தரையரும் களவர கள்வரும் (களப்பிரரும்) ஒருவரே என்பது தெரிகிறது. முத்தரையரை நாலடியார் கூறுகிறது (நாலடியார், தாளாண்மை 10, மானம் 6).

விடேல் விடுகு முத்தரையன். சத்துருபயங்கர முத்தரையன் என்னும் முத்தரையர் பெயர்கள் சாசனங்களில் காணப் படுகின்றன.

களப்பிரரின் பின் சந்ததியார் களப்பாளர் என்னும் பெயர் பெற்றிருந்தனர். சிவஞானபோதத்தை எழுதிய மெய்கண்ட தேவருடைய தந்தையாரின் பெயர் அச்சுத களப்பாளர் என்பதாகும். நெற்குன்றம் கிழான் என்னும் ஒரு களப்பாளச் சிற்றரசன் ஒரு சாசனத்தில் கூறப்படுகிறான் (செந்தமிழ், தொகுதி 12, பக்கம், 268).

07

களப்பிரர் ஆட்சியில் சமயங்கள்

தமிழ் நாட்டிலே இருந்த பழமையான மதங்கள் சைவமும் வைணவமும் ஆகும். கி. பி. மூன்றாம் நூற்றாண்டிலே சந்திர குப்த மௌரியன் காலத்திலும் அவனுடைய பேரனான அசோகச் சக்கர வர்த்தி காலத்திலும் ஜைன மதமும் பௌத்த மதமும் தமிழ் நாட்டுக்கு வந்தன. வந்த மதங்கள் பையப்பையத் தமிழகத்தில் பரவிக்கொண் டிருந்தன. களப்பிரர் ஆட்சிக் காலத்தில் ஜைனமும் பௌத்தமும் மேன்மேலும் சிறப்புப் பெற்றுப் பெருகி வளர்ந்தன. பொதுவாகக் களப்பிர அரசர்கள் ஜைன, பௌத்த மதங்களுக்குச் சார்பாக இருந்தார்கள். களப்பிர அரசர் அச்சுதப் பரம்பரையினர் என்று கூறப் படுகிறபடியால் அவர்கள் வைணவ சமயத்தார் என்று கருத வேண்டி யிருக்கிறது. கூற்றுவ நாயனார் போன்ற ஒன்றிரண்டு களப்பிர அரசர் சைவ சமயத்தவராக இருந்தனர் என்பதும் உண்மையே. ஆனால், பொதுவாகக் களப்பிரர் ஆட்சிக்காலத்தில் ஜைன, பௌத்த மதங்கள் சிறப்படைந்திருந்தன. இந்த மதங்கள் சிறப்படைந்ததற்குக் காரணம் இந்த மதங்களின் பிரச்சாரம் என்று தோன்றுகிறது. சைவ சமயம் சிறப்படையாமல் மங்கிக் கிடந்தது. வைதிக மதமும் மங்கியிருந்தது.

களப்பிரரும் பிராமணரும்

களப்பிரர் பிராமணருக்குப் பகைவர் என்று சிலர் எழுதி யுள்ளனர், பாண்டியன் முதுகுடுமிப் பெருவழுதி, கொற்கைகிழான் நற்கொற்றன் என்னும் பிராமணனுக்கு முற்காலத்தில் வேள்விக்குடி என்னும் ஊரைத் தானங்

கொடுத்ததை அவனுடைய குடும்பத்தார் பரம்பரையாக அனுபவித்து வந்ததைக் களப்பிரர் தங்கள் ஆட்சிக் காலத்தில் அந்த ஊரைப் பிடுங்கிகொண்டனர் என்னும் சாசனச் சான்றை ஆதாரமாகக் காட்டுகின்றனர். வேள்விக்குடிச் செப்பேடு இந்தச் செய்தியைக் கூறுகிறது. " கொல்யானை பலவோட்டிக் கூடா மன்னர் குழாந் தவிர்த்த பல்யானை முதுகுடுமிப் பெருவழுதி என்னும் பாண்ட்யாதிராசன் நாகமா மலர்ச் சோலை நளிர்சினை மிசை வண்டலம்பும் பாகனூர்க் கூற்றமென்னும் பழனக்கிடக்கை நீர்நாட்டுச் சொற்கண்ணாளர் சொலப்பட்ட ச்ருதி மார்க்கம் பிழையாத கொற்கை கிழானற் கொற்றன் கொண்ட வேள்வி முற்றுவிக்க கேள்வி அந்தணாளர் முன்பு கேட்க என்றெடுத்துரைத்து வேள்விசாலை முன்பு நின்று வேள்விக்குடி என்றப் பதியைச் சீரோடு திருவளரச் செய்தார். வேந்தனப் பொழுதேய் நீரோடட்டிக் கொடுத்தமையால் நீடுபுக்தி துய்த்த பின் னளவரிய ஆதிராஜரை அகல நீக்கி அகலிடத்தைக் களப்ரனென்னும் கலியரைசன் கைக் கொண்டதனை இறக்கிய பின்......" *(பாண்டியர் செப்பேடுகள் பத்து, வேள்விக்குடிச் செப்பேடு 31—40).*

"அங்கொருநாண் மாடமாமதிற் கூடற்பாடு நின்றவர் ஆக்ரோதிக்கக் கொற்றனேய் மற்றவரைத் தெற்றென நன்கு கூவி 'என்னேய் நுங்குறை' என்று முன்னாகப் பணித்தருள 'மேனாணின் குரவராற் பான்முறையின் வழுவாமை மாகந்தோய் மலர்ச் சோலைப் பாகனூர்க் கூற்றத்துப் படுவது, ஆள்வ தானை அடல் வேந்தாய்! வேள்விக்குடி என்னும் பியர் உடையது ஒல்காத வேற்றானை ஓடோதவேலி உடன் காத்த பல்யாக முதுகுடுமிப் பெருவழுதி என்னும் பரமேச்வரனால் வேள்விக்குடி என்னப்பட்டது.கேள்வியாற்றரப் பட்டதனை துளக்கமில்லாக் கடற்றானை யாய் களப்ர ராலிறக்கப்பட்டது என்று நின்றவன் விஞ்ஞாப்யஞ் செய்ய......" *(வேள்விக்குடிச் செப்பேடு, வரி 104—112)*

களப்பிரர், வேள்விக்குடி தானத்தை இறக்கினார்கள் என்று செப்பேடு கூறுவது உண்மைதான். ஆனால், அதன் காரணம் பார்ப்பனர் மாட்டுப் பகையன்று. அதற்கு வேறு ஏதோ காரணம் இருக்கவேண்டும் என்று தோன்றுகிறது. களப்பிரர் பிராமணருக்குப் பகைவர் அல்லர். களப்பிரர் பிராமணருக்குத் தானங்கொடுத்து ஆதரித்ததை 'அகலிடமும்

அமருலகும்' எனத் தொடங்குகிற செய்யுள் (இணைப்பு 1 காண்க) கூறுகிறது.

பொருகடல் வளாகம் ஒரு குடை நிழற்றி
இருபிறப் பாளர்க் கிருநிதி ஈந்து
மனமகிழ்ந்து
அருள்புரி பெரும் அச்சுதர் கோவே

என்று அந்தச் செய்யுள் கூறுவது காண்க. இதனால் களப்பிரர் பார்ப்பனரை வெறுத்தவர் அல்லர் என்பது தெரிகிறது.

ஜைன சமய வளர்ச்சி

ஜைன, பௌத்த மதங்கள் செழித்து வளர்ந்ததையும் சைவ வைதிக மதங்கள் ஒடுங்கிப் போவதையும் சேக்கிழார் பெரிய புராணத்தில் தெளிவாகக் கூறுகிறார்.

மேதினிமேல் சமண்சையர் சாக்கியர்தம் பொய்ம்மிகுத்தே
ஆதி அரு மறைவழக்கம் அருகி அரன் அடியார் பால்
பூதிசாதன விளக்கம் போற்றல் பெறாதொழியக் கண்டு
ஏதமில் சீர் சிவபாத விருதயர்தாம் இடருழந்தார்

(திருஞான சம்பந்த நாயனார் புராணம் 18)

(சமண்—சமணர், சாக்கியர்— பௌத்தர், அருவறை வழக்கம்—வேத வேள்வி செய்யும் வைதிக மதம், அரன்— சிவன், பூதிசாதனம்—திருநீற்றுச் சாதனம்)

களப்பிரர் காலத்தில் வளர்ந்து சிறப்படைந்திருந்த ஜைன, பௌத்த மதங்கள் அவர்களின் ஆட்சிக்குக் காலத்துக்குப் பிறகும் சிறப்படைந்திருந்ததைச் சேக்கிழார் கூறுகிறார்.

மெய்வகை நெறியில் நில்லா வினை அமண் சமயம் மிக்குக்
கைவகை முறைமைத் தன்மை கழியமுன் கலங்குங்காலை

(திருஞானசம்பந்த நாயனார் புராணம் 599)

என்றும்,

பூழியர் தமிழ்நாட்டுள்ள பொருவில் சீர்ப்பதிகள் எல்லாம்
பாழியும் அருகர்மேவும் பள்ளிகள் பலவும் ஆகிச்

சூழிருட் குழுக்கள் போலத் தொடை மயிற்பீலி யோடு
மூழிநீர் கையிற்பற்றி அமணரே யாகி மொய்ப்ப
(திருஞான சம்பந்த நாயனார் புராணம் 601)
(பூழியார் தமிழ்நாடு-பாண்டிநாடு; பாழி-குகை;
அருகா- ஜைனர்)

என்றும்,

பறிமயிர்த் தலையும் பாயும் பீலியும் தடுக்கும் மேனிச்
செறியு முக்குடையுமாகித் திரிபவர் எங்கும் ஆகி
அறியுமச் சமயநூலின் அளவினில் அடங்கிச் சைவ
நெறியினில் சித்தஞ் செல்லா நிலைமையில் நிகழுங்காலை

(திருஞானசம்பந்த நாயனார் புராணம் 602)

என்றும் சேக்கிழார் கூறுகிறார். இது களப்பிரர் வீழ்ச்சிக் காலத்துக்குப் பின் கி.பி. 7ஆம் நூற்றாண்டில் சமயங்கள் இருந்த நிலை. இந்த நிலை களப்பிரர் காலத்திலிருந்து தொடர்ந்து இருந்தது.

மதுரையை யாண்ட களப்பிரர் அரசன் ஒருவன் சிவன் கோவில் களில் வழிபாடு செம்மையாக நடக்காதபடி தடைசெய்தான். சிவன் கோவி லில் சந்தனக் காப்பு வழிபாடு நடக்காதபடி தடைசெய்தான் (மூர்த்தி நாயனார் புராணம் 17). அவன் சடையன் (சிவன்) அடியாரை வன்மை செய்தான்.

மலைக்குகைகளிலே சமண (ஜைன) சமயத்து முனிவர்கள் தங்கித் தவஞ்செய்தார்கள். அவர்கள் பாண்டி நாட்டிலே எட்டுக் குன்றுகளில் இருந்தனர். அந்த மலைகளை 'எண்பெருங் குன்றம்' என்றும், அங்கிருந்து தவஞ்செய்தவர்களை 'எண்பெருங் குன்றத்து எண்ணாயிரவர்' என்றும் சேக்கிழார் பெரிய புராணத்தில் கூறுகிறார் (திருஞானசம்பந்த நாயனார் புராணம் 631,855). ஆனைமாமலை ஆதியாய இடங்களில்' ஜைன முனிவர் இருந்ததைத் திருஞானசம்பந்தர் கூறுகிறார் (திருவால வாயப் பதிகம்). 'எண்பெருங் குன்றத்து எண்ணாயிரம் சமணர்' என்று கூறுவதன் பொருள் மலை யொன்றுக்கு ஆயிரம் பேராக எட்டு மலைகளில் எட்டாயிரம் சமணர் என்று கருதக்கூடாது. ஆயிரம் என்பது இங்குப் பெருந்தொகையைக் குறிக்கிறது.

ஆனைமலை, அழகர்மலை, திருப்பரங்குன்றம், சமணர் மலை, கழுகுமலை, சித்தன்னவாசல், கொங்கர் புளியங்குளம், கீழைவளவு, முத்துப்பட்டி, நாகமலை (விக்கிரம மங்கலம்), சித்தர்மலை, விருச்சியூர், மருகால்தலை முதலான மலைக்குன்று களில் ஜைனத் துறவிகள் தங்கித் தவஞ்செய்ததற்கு அடையாள மாக இன்றும் அங்கெல்லாம் ஜைனத் தீர்த்தங்கரர்களின் திருமேனிகளும் வட்டெழுத்துச் சாசனங்களும் காணப் படுகின்றன. களப்பிரர் வருவதற்கு முன்னேயே இந்தக் குகைகளில் ஜைன முனிவர் இருந்து தவஞ்செய்தனர். சில குகைகளில் பௌத்தப் பிக்குகளும் தங்கித் தவஞ்செய்தார்கள்.

களப்பிரர் ஆட்சிக் காலத்திலே,பல்லவ அரசர் ஆட்சிசெய்த தொண்டை நாட்டிலும் ஜைன மதம் சிறப்பாக இருந்தது. குணபரன் என்றும் குணதரன் என்றும் சிறப்புப் பெயர் படைத்த மகேந்திரவர்மனும் ஜைன சமயத்தவனாக இருந்தான் என்று அறிகிறோம். தொண்டை நாட்டிலே பாடலிநகரத்தில் (திருப்பாதிரிப்புலியூரில்) அந்தக் காலத்தில் பேர் போன திகம்பர ஜைன மடம் இருந்தது. அந்த ஜைன மடத்தில் சிம்ம சூரி என்னும் ஜைனப் பெரியார் இருந்து லோகவிபாகம் என்னும் பெயருள்ள ஜைன மதநூலைச் சமஸ்கிருத பாஷையில் மொழி

பெயர்த்தார் என்று அறிகிறோம். பாணராஷ்டிரத்தில் (தொண்டை நாட்டில்) பாடலி நகரத்தில் இருந்தபோது அவர் சகர ஆண்டு 380இல் (கி.பி.458 இல்) சிம்ம வர்மன் என்னும் அரசனுடைய 22ஆம் ஆட்சியாண்டில் இந்த நூலை அவர் பெயர்த்தெழுதினார் (Mysore Archaeological Report for the year 1909-10). இந்த ஜைன மடத்திலே கி.பி. 7ஆம் நூற்றாண்டின் தொடக்கத்தில் மருள்நீக்கியார் என்பவர் (பிற்காலத்தில் திருநாவுக்கரசர்) தருமசேனர் என்னும் பெயர்பெற்று மடத்தலைவராக இருந்தார் (திருநாவுக்கரசு நாயனார் புராணம் 38,39,40).

தேவசேனர் என்னும் ஜைன சமய ஆசாரியர், விக்கிரம சம்வத் சரம் 909இல் (கி.பி. 853இல்) திகம்பரதர்சனம் என்னும் நூலை எழுதினார். அந்த நூலில் அவர், பாண்டி நாட்டில் வச்சிரநந்தி ஆசாரியர் திரமிள (திராவிட— தமிழ்) சங்கத்தை நிறுவினதாக எழுதியுள்ளார். பூஜ்ஜிய பாதர் என்னும் தேவநந்தி

ஆசாரியரின் மாணாக்கர்களில் வச்சிரநந்தி ஆசாரியாரும் ஒருவர். வச்சிரநந்தி விக்கிரம ஆண்டு 525இல் (கி.பி. 470இல்) தக்கிண மதுரையில் (பாண்டி நாட்டு மதுரையில்) திரமிள சங்கத்தை நிறுவினார். இந்தக் காலம் மதுரையில் களப்பிர அரசர் ஆட்சிசெய்த காலம். களப்பிரர் ஜைன மதத்தை ஆதரித்தவராகையால் அவர்கள் காலத்தில் வச்சிரநந்தி திராவிட சங்கத்தை (ஜைன முனிவர் களின் திராவிட சங்கத்தை) நிறுவினார். ஏற்கனவே பாண்டி நாட்டில் வேர் ஊன்றி நிலைத்திருந்த சமண சமயம், ஜைனத் துறவிகளைக் கொண்ட திராவிட சங்கத்தை வச்சிரநந்தி மதுரையில் நிறுவினபோது, மேன்மேலும் தழைத்து வளர்வதற்குக் காரணமாக இருந்தது. சமண சமயத்தை வளர்ப்பதற்காக வச்சிரநந்தி அமைத்த திரமிள சங்கத்தையும் சங்க காலத்தில் பாண்டியர் தமிழ் மொழியை வளர்க்க அமைத்த தமிழ்ச் சங்கத்தையும் ஒன்று என்று கருதுவது தவறு. இந்த இரண்டு சங்கங்களும் வெவ்வேறு காலத்தில் வெவ்வேறு காரணத்துக்காக அமைக்கப்பட்ட சங்கங்கள். இரண்டையும் ஒன்றாக இணைத்துக் கூறுவது வரலாறு அறியாதவரின் தவறான கூற்றாகும் (இணைப்பு 2 காண்க).

பௌத்த சமய வளர்ச்சி

பௌத்த மதம் கி.மு. மூன்றாம் நூற்றாண்டில் அசோகச் சக்கர வர்த்தியின் ஆட்சிக்காலத்தில் தமிழகத்துக்கு வந்தது என்று கூறினோம் (மயிலை சீனிவேங்கடசாமி, பௌத்தமும் தமிழும்) பௌத்தப் பிக்குகள் நாடெங்கும் பிரசாரஞ் செய்து பௌத்த மதத்தை வளர்த்தார்கள். ஆகவே, பௌத்த மதம் பையப்பைய வளர்ந்து தமிழ் நாட்டில் சிறப்படைந்து, களப்பிரர் ஆட்சிக்காலத்தில் பௌத்தம் தமிழ் நாட்டில் மேலும் பரவி வளர்ந்தது. தமிழகத்துக்குப் பக்கத்தில் உள்ள இலங்கையிலும் பௌத்த மதம் பரவியிருந்தபடியால் அதன் காரணமாகவும் பௌத்தம் வலிவு பெற்றிருந்தது.

திருநாவுக்கரசரும் திருஞானசம்பந்தரும் தங்களுடைய தேவாரப் பாடல்களில் பிண்டியர் போதியரையும் சாக்கியர் சமணரையும் கூறுகிறார்கள் (பிண்டியர்—சமணர், போதியர்—பௌத்தர், சாக்கியர்—பௌத்தர், சமணர்—ஜைனர்). தேவார காலத்துக்கு முன் (கி.பி. 7ஆம் நூற்றாண்டுக்கு முன்பு) களப்பிரர்

காலத்தில் சமண சமயத்தைப் போலவே பௌத்த மதமும் செழித்திருந்தது. களப்பிரர் காலத்தில் இருந்த பௌத்தர்களின் ஊர்கள் சில தெரிகின்றன. காவிரிப்பூம் பட்டினம், உறையூர் (உரகபுரம்), பூதமங்கலம், சங்கமங்கை, நாகைப்பட்டினம், மயூர பட்டணம், மதுரை, பாண்டி நாட்டுத் தஞ்சை, காஞ்சி புரம் முதலான ஊர்கள் பௌத்த மதம் வேரூன்றியிருந்த ஊர்களாகும்.

சாக்கிய நாயனார்

திருத்தொண்டர் புராணத்தில் (பெரியபுராணத்தில்) சாக்கிய நாயனார் புராணமும் ஒன்று. சாக்கிய நாயனார் பௌத்த மதத்தவர் (சாக்கியம்—பௌத்தம்). இவர் பழைய சிவனடியார்களில் ஒருவர். பௌத்தராக இருந்துகொண்டே சிவனை வழிபட்டவர். கி.பி. 7ஆம் நூற்றாண்டில் வாழ்ந்திருந்த திருநாவுக்கரசருக்குச் சில நூற்றாண்டுகளுக்கு முன் இருந்தவர். சாக்கிய நாயனார், தொண்டை நாட்டில் சங்கமங்கை என்னும் ஊரில் பிறந்தார். பிறகு காஞ்சிபுரத்துக்குப் போய் அங்கு அக்காலத்தில் பேர்போன பௌத்த ஆசிரியர்களிடம் சென்று சமயக்கல்வி பயின்றார். வயது வந்த பிறகு துறவு பூண்ட இவர் ஆடை யணிந்து பௌத்தப் பிக்கு ஆனார் (சாக்கியநாயனார் புராணம் 2,3,4). சில காலஞ்சென்ற பிறகு சைவ சமயத்தை மேற்கொண்டார். சிவலிங்க வழிபாடலைச் செய்ய எண்ணினார். ஆனால், அக்காலத்தில் பௌத்த மதம் பலமாக இருந்தபடியால், வெளிப்படையாகப் பௌத்த மதத்தை விட்டுச் சைவ சமயத்திற்கு வர இயலாமற்போயிற்று. சிவலிங்கப் பூசை செய்த பிறகு உணவுகொள்ள வேண்டும் என்று அவர் உறுதிகொண்டார். இவர் அணிந்த பௌத்தத் தோற்றத்தை மாற்றாமலே ஒரு பொட்டலில் இருந்த சிவலிங்கத்தைச் சிறு கல்லால் எறிந்து, அக்கல்லை மலர் போலப் பாவித்துப் பூசை செய்தார். இவ்வாறு நாள்தோறும் தவறாமல் செய்து வந்தார். இச்செயலைக் கண்ட பௌத்தர் சிவலிங்கத்தைக் கல்லால் எறிகிறார் என்று எண்ணி மகிழ்ந்தனர். இதனால், அக்காலத்தில் பௌத்த மதம் ஆதிக்கம் பெற்றிருந்தது என்பதும், சைவ சமயம் எளிய நிலையில் இருந்ததென்பதும் தெரிகின்றன.

களப்பிரர் ஆட்சிக் காலத்தில் தமிழ் நாட்டில் பேர்போன பௌத்தர்கள் இருந்தார்கள். அவர்களுடைய முழுவரலாறு தெரியவில்லை. அங்குமிங்குமாகச் சில பௌத்தப் பெரியார் களுடைய வரலாறுகள் தெரிகின்றன.

சங்கமித்திரர்

இவர் சோழ நாட்டில் இருந்த தமிழ்ப் பௌத்தர்.கி.பி 4ஆம் நூற்றாண்டின் முற்பாதியில் இருந்தவர். மகாயான பௌத்த மதத்தைச் சேர்ந்த இவர் இலங்கைக்குச் சென்று தம்முடைய மகாயான பௌத்தக் கொள்கையை அங்குப் பிரசாரஞ் செய்தார். இவர் காலத்தில் இலங்கை யில் கோதாபயன் (மேகவண்ணாபயன்) என்னும் அரசன் (கி.பி.302—315) அரசாண்டிருந்தான். அக்காலத்தில் இலங்கையில் தேரவாதப் பௌத்தம் (ஈனயானம்) நெடுங்காலமாக இருந்து வந்தது. அப்போது அநுராதபுரத்தில் அபயகிரி விகாரையில் இருந்த அறுபது பௌத்தப் பிக்குகள் வைதுல்ய மதத்தை (மகாயான பௌத்தத்தை) மேற் கொண்டனர். அது கண்ட மகாவிகாரையில் இருந்த தேரவாத பௌத்தப் பிக்குகள் அரசனிடஞ்சென்று அபயகிரி விகாரைப் பிக்குகள் மகாயான பௌத்தத்தை மேற்கொண்டதையும் பழைய தேராவாதப் பௌத்தத்தைக் கைவிட்டுவிட்டதையும் கூறினார்கள். கோதாபய அரசன், மகாயான பௌத்தத்தைக் கைக்கொண்ட அறுபது பிக்குகளையும் நாடுகடத்தி விட்டான்.

நாடு கடத்தப்பட்ட பிக்குகள் சோழ நாட்டுக்கு வந்து சங்கமித் திரரைக் கண்டனர். சங்கமித்திரர், இலங்கைக்குப் போய்த் தம்முடைய மகாயான பௌத்தத்தைப் போதித்தார். அப்போது தேரவாதப் பௌத்தப் பிக்குகள் இவரைப் பற்றி அரசனிடம் கூறினார்கள். அரசன் சங்கமித்திரரை அழைத்துத் தேரவாத பௌத்தரின் தலைவரான சங்க பாலருடன் சமய வாதம் செய்யும்படிக் கூறினான். சங்கபாலரும் சங்க மித்திரரும் அரசசபையில் வாதம் செய்தார்கள். வாதத்தில் மகாயான பௌத்தரான சங்கமித்திரர் வெற்றியடைந்தார். அரசன் இவருடைய ஆழ்ந்த புலமையையும் கல்வியையும் பாராட்டினான். தன்னுடைய பிள்ளைகளான ஜேட்டதிஸ்ஸன், மகாசேனன் என்பவர்களை இவரிடம் கல்விகற்க மாணாக்கராகவிட்டான்.

இதனால், சங்கமித்திரரின் மகாயான பௌத்தம் இலங்கையில் பரவத் தொடங்கிற்று.

கோதபயன் இறந்த பிறகு அவனுடைய மகனான ஜேட்ட திஸ்ஸன் முடி சூடி அரசாண்டான் (கி.பி. 323—333). அவன் காலத்தில் சங்கமித்திரர் சோழ நாட்டுக்கு வந்துவிட்டார். ஜேட்டதிஸனுக்குப் பிறகு அவனுடைய தம்பியான மகாசேனன் அரசனானான் (கி.பி 334—361). இந்த அரசன் காலத்தில் சங்கமித்திரர் சோழ நாட்டிலிருந்து இலங்கைக்குப் போய் மீண்டும் தம்முடைய மகாயான பௌத்த மதத்தைப் பிரசாரஞ் செய்து பரப்பினார். அரசனுடைய அமைச்சனான சோணன் என்பவன் இவருக்கு உதவியாக இருந்தான். தேரவாத (ஈனயான) பௌத்தருக்கும் மகாயான பௌத்தருக்கும் சமயச் சார்பாகப் பகைமை முற்றிற்று. அதன் காரணமாக சங்கமித்திரர் கொல்லப்பட்டு இறந்தார் (மகாவம்சம் 37ஆம் பரிச்சேதம் 36).

புத்ததத்த மகாதேரர்

புத்ததத்த மகாதேரர் சோழ நாட்டுத் தமிழர். பௌத்த மதத் துறவியாக வாழ்ந்தவர். பாலி மொழியில் எழுதப்பட்ட பௌத்த மத நூல்களையும் திரிபிடகங்களையும் நன்றாகக் கற்றவர். பாலி மொழியில் இனிமையாகக் கவி இயற்றும் ஆற்றல் பெற்றவர். கி. பி. 5ஆம் நூற்றாண்டின் முற்பாதியில் வாழ்ந்திருந்தார். தேரர் என்பது பௌத்தப் பிக்குகளில் சிறந்தவருக்கு வழங்கும் பெயர். ஆசாரியர் என்றும் தேரர் என்றும் இவர் சிறப்புப் பெயர் பெற்று ஆசாரிய புத்ததத்த தேரர் என்று பெயர் கொண்டிருந்ததிலேயே இவருடைய சிறப்பும் உயர்வும் நன்கு தெரிகிறது. இலங்கையை யாண்ட சிறிகுட்டன் (கி.பி. 409—430) காலத்தில் இவர் இலங்கைக்குச் சென்று அநுராதபுரத்திலிருந்த மகாவிகாரை என்னும் பௌத்த விகாரையில் தங்கியிருந்தார். சிறிகுட்ட அரசனுக்கு மகாநாமன், ஸ்ரீநிவாகன் என்னும் பெயர்களும் இருந்தன.

புத்ததத்த மகாதேரர் கவீரபட்டினம் (காவிரிப் பூம்பட்டினம்), உரகபுரம் (உறையூர்), பூதமங்கலம், காஞ்சிபுரம் முதலான ஊர்களில் இருந்த பௌத்த விகாரைகளில் தங்கியிருந்தார். அநுராதபுரத்து மகா விகாரையில் இருந்தபோது அந்த

விகாரையின் தலைவரான சங்கபால மகாதேரரின் வேண்டுகோளின்படி இவர் உத்தரவினிச்சயம் என்னும் நூலை எழுதினார். காவிரிப்பூம்பட்டினத்தில் களப்பிர அரசனுடைய அமைச்சனாக இருந்த கண்ணதாசன் கட்டின பௌத்த விகாரையில் இவர் தங்கியிருந்தபோது தம்முடைய மாணவரான புத்தசிகா என்பவரின் வேண்டுகோளின்படி இவர் மதுராந்த விலாசினீ என்னும் நூலை எழுதினார். இது திரிபிடகத்தில் ஒன்றான சூத்திரபிடகத்தில் குட்டக நிகாயம் என்னும் பிரிவில் புத்தவம்சம் என்னும் உட்பிரிவுக்கு உரையாகும். ஆகையால் இந்த நூலுக்கு புத்தவம்சாட்டகதா (புத்த வம்சத்தின் அர்த்த கதை) என்றும் பெயர் உண்டு. இவர் தம்முடைய சீடரான புத்திசிகா என்பவரின் வேண்டுகோளின்படி வினயவினிச்சயம் என்னும் நூலை எழுதினார். சோழ நாட்டில் பூதமங்கலம் என்னும் ஊரில் வேணுதாசர் என்பவர் கட்டிய பௌத்த விகாரையில் தங்கி யிருந்தபோது இவர் இந்த நூலை எழுதினார். இந்த நூல், களப்பிர அரசன் அச்சுத விக்கந்தன் ஆட்சிக் காலத்தில் எழுதப்பட்டது (பௌத்தமும் தமிழும் என்னும் நூலைக் காண்க).

புத்ததத்த மகாதேரர் தம்முடைய இன்னொரு மாணவரான சுமதி என்பவரின் வேண்டுகோளுக்கு இணங்கி அபிதம்மாவதாரம் என்னும் நூலையும் எழுதினார். இது திரிபிடகங்களில் ஒன்றான அபிதம்ம பிடகத்துக்குப் பாயிரம் போன்றது. ரூபா ரூப விபாகம் என்னும் நூலை யும் இவர் எழுதியுள்ளார். புத்த பெருமானைப் பற்றி ஜினாலங்காரம் என்னும் நூலையும் இவர் எழுதியதாகக் கூறுவர். இவர் எழுதிய இந்த நூல்கள் எல்லாம் பாலி மொழியில் எழுதப்பட்டவை. புத்ததத்த மகா தேரரும் புகழ்பெற்ற புத்தகோஷ மகாசாரியரும் சமகாலத்தவர். இவர்கள் இருவரும் ஒருவரையொருவர் சந்தித்துள்ளனர் (பௌத்தமும் தமிழும்).

சுமதி, ஜோதிபாலர்

இவர்கள் இருவரும் தமிழப் பௌத்தப் பெரியார்கள். புத்ததத்த மகாதேரர் வாழ்ந்த கி.பி. 5ஆம் நூற்றாண்டில் இருந்தவர்கள். காஞ்சி புரத்தில் ஒரு பௌத்த விகாரையில் இவர்கள் இருந்தனர். புத்தகோஷ ஆசாரியர் காஞ்சிபுரத்துக்கு வந்து இவர்கள் இருந்த விகாரையில் தங்கி யிருந்தார்.

இவர்களின் விருப்பப்படி புத்த கோஷாசாரியர் ஸாரத்த பகாசினீ, மனோரதி பூரணீ என்னும் இரண்டு பௌத்த மத நூல்களைப் பாலி மொழியில் எழுதினார். சுமதியும் ஜோதிபாலரும் புத்தகோஷரை இலங்கைக்குப் போய் அநுராதபுரத்து மகாவிகாரையில் இருந்த பௌத்த மத நூல்களை ஆராயும்படி தூண்டினார்கள். அப்படியே அவர் அங்குப் போய்ப் பௌத்த மத நூல்களை எழுதினார். இந்தச் செய்தியை அவர் எழுதிய மனோரதி பூரணீ என்னும் நூலில்,

ஆயாசிதோ ஸூ மதினாதேரேன பத்தந்த ஜோதிபாலேன

காஞ்சீபுரா திஸூமயா புப்பே ஸத்திம் வஸம்தேன

என்றும் கூறியுள்ளார். (பௌத்தமும் தமிழும்).

புத்தமித்திரர்

புத்தமித்திரர் என்று பெயர் பெற்ற பௌத்த தேரர்கள் சிலர் இருந்தனர். அவர்களில் வீரசோழியம் என்னும் இலக்கண நூலை எழுதிய புத்தமித்திரர் களப்பிரர் காலத்தவர் அல்லர்; பிற்காலத்தில் இருந்தவர். இங்குக் கூறப்படுகிற புத்தமித்திரர் மயூரப்பட்டணத்தில் ஒரு பௌத்த விகாரையில் இருந்தவர். மயூரப்பட்டணம் என்பது இப்போது 'மாயவரம்' என்று கூறப்படுகிற மாயூரமாக இருக்கலாம். புத்தகோஷா சாரியர் மயூரபட்டணத்துப் பௌத்த விகாரைக்கு வந்து தங்கியிருந்த போது இந்தப் புத்தமித்தரரின் விருப்பப்படி பஞ்ச சூடானீ என்னும் நூலைப் பாலி மொழியில் எழுதினார். இந்த நூல் திரிபிடகத்தின் ஒரு பகுதியாக மஜ்ஜிம நிகாயத்துக்கு உரைநூல் ஆகும்.

ஆசாரிய திக்நாகர்

இவரைத் தின்னாகர் என்றுங் கூறுவர். காஞ்சிபுரத்துக்குத் தெற்கே இருந்த சிம்மவக்தரம் என்னும் ஊரில் இவர் பிறந்தார். சிம்மவக்தரம் என்பது சீயமங்கலம் என்னும் ஊராக இருக்கலாம் என்று தோன்றுகிறது (சிம்மம்— சிங்கம்— சீயம்). சீயமங்கலம் செங்கற்பட்டு மாவட்டம் காஞ் சிபுரம் தாலுகாவில் உள்ளது. இவ்வூரில் பிராமண குலத்தில்

பிறந்தவராகிய இவர் வைதிக நூல்களைக் கற்றுப் பிறகு காஞ்சிபுரத்தில் பௌத்த நூல்களைக் கற்றுப் பௌத்தப் பிக்கு ஆனார். பிறகு, வடஇந்தியாவுக்குப் போய் அங்குப் பேர்போன வசுபந்து என்னும் பௌத்த ஆசிரியரிடத்தில் மகாயான பௌத்த நூல்களைக் கற்றுத் தேர்ந்தார். பின்னர், நளாந்தா பல்கலைக் கழகத்துக்குச் சென்று பல நாள் தங்கி அங்குப் பல நூல்களைக் கற்றார். இவருடைய மாணவர்களில் காஞ்சிபுரத்திலிருந்த தருமபால ஆசாரியரும் ஒருவர்.

ஆசாரிய திக்நாகர் தர்க்க நூல்களை நன்கு கற்றவர். நியாயப் பிரவேசம், நியாயத்துவாரம் என்னும் இரண்டு தர்க்க நூல்களை இவர் வடமொழியில் எழுதினார். இவர், பௌத்த மதத்தில் விஞ்ஞானவாதப் பிரிவை உண்டாக்கினார் என்பர். வசுபந்து கி.பி. 420 முதல் 500 வரையில் வாழ்ந்திருந்தார் என்று கூறப்படுகிற படியால் அவரிடம் பயின்ற இவரும் கி.பி. 5ஆம் நூற்றாண்டில் வாழ்ந்தவராதல் வேண்டும். இவர், பற்பல நாடுகளுக்குச் சென்று பலரோடு தர்க்கவாதம் செய்து மீண்டும் காஞ்சிபுரத்துக்கு வந்தார் என்பர். காஞ்சிபுரத்துக்கு வருவதற்கு முன்பே ஒருயா நாட்டில் காலமானார் என்று சிலர் கூறுவர். (பௌத்தமும் தமிழும் என்னும் நூலில் ‘தமிழ் நாட்டுப் பௌத்தப் பெரியார்’ என்னும் தலைப்புக் காண்க.)

போதி தருமர்

இவர் காஞ்சிபுரத்தை யரசாண்ட ஓர் அரசனுடைய மகன். இவர் பௌத்த மதத்தைச் சேர்ந்து பௌத்தப் பிக்கு ஆனார்; பௌத்த மதத்தில் தியானமார்க்கம் என்னும் பிரிவைச் சேர்ந்தவர். கி.பி. 520 இல் இவர் சீன நாட்டுக் கான்டன் பட்டினம் போய்ச் சேர்ந்தார். கி.பி. 525இல் சீன தேசத்துக்குப் போனார் என்று சிலர் கூறுவர். சீன நாட்டிலும் ஜப்பான் தேசத்திலும் இவர் தம்முடைய பௌத்தக் கொள்கையைப் பரப்பினார். இவர் போதித்த பௌத்தக் கொள்கையைச் சீனர் சா’ன் மதம் என்பர். ஜப்பானியர். ஜென்மதம் என்பர். போதிதருமரைச் சீனர் தமக்குரிய இருபத்தெட்டுச் சமயக் குரவர்களில் ஒருவராகப் போற்றுகிறார்கள். ஜப்பான் தேசத்திலும் சீன தேசத்திலும் இவருடைய நினைவாகக் கோவில்கள் உண்டு (பௌத்தமும் தமிழும்).

காஞ்சி தருமபால ஆசாரியர்

இவர் காஞ்சிபுரத்தில் பிறந்து வாழ்ந்தவர். காஞ்சிபுரத்து அரசனுடைய அமைச்சராக இருந்த ஒருவரின் மகன். பெற்றோர் இவருக்குத் திருமணஞ்செய்யத் தொடங்கினபோது இவர் திருமணத்துக்கு உடன்படாமல் பௌத்த மதத்தைச் சேர்ந்து பௌத்தத் துறவியானார். பல நாடுகளுக்குச் சென்று தம்முடைய கல்வியை வளர்த்துக் கொண்டார். திக்நாகரிடத்திலும் இவர் சமயக் கல்வி பயின்றார் வடநாட்டில் சுற்றுப் பிரயாணம் செய்தபோது கௌசாம்பி நகரத்தில் பௌத்தருக்கும் வேறு மதத்தாருக்கும் சமயவாதம் நடந்த போது பௌத்தர் எதிர்வாதம் செய்யமுடியாத நிலையில் இருந்ததைக் கண்டு இவர் தனித்து நின்று எதிர்வாதம் செய்து வெற்றி பெற்றார். எதிர் வாதம் செய்தவர்களையும் தலைமை தாங்கிய அரசனையும் பௌத்த மதத்தை மேற்கொள்ளச் செய்தார். இவர் மகாயான பௌத்த மதத்தைச் சேர்ந்தவர். ஈனயான பௌத்தரோடு ஏழு நாட்கள் சமயவாதஞ் செய்து அவர்களை வென்று தம்முடைய மகாயான பௌத்தக் கொள்கையை நிலைநாட்டினார்.

தருமபால ஆசாரியர் பல நூல்களைக் கற்றுத் தேர்ந்து பேராசிரியராக விளங்கினபடியால், அக்காலத்தில் புகழ் பெற்றிருந்த நாளந்தாப் பல்கலைக்கழகத்தின் தலைமைப் பேராசிரியராக இவர் நியமிக்கப்பட்டார். இந்தப் பதவி எளிதில் வாய்ப்பது அன்று. துறைபோகக் கற்ற பேரறிஞர்கட்கே இந்தப் பதவி கிடைக்கும். இவர் இளமையிலேயே காலமானார் என்பர். கி.பி.528 முதல் 560 வரையில் இவர் உயிர்வாழ்ந்திருந்தார் என்று தெரிகிறது. இவருக்குப் பிறகு இவருடைய மாணாக்கரான சீலபத்திரர் நளந்தாப் பல்கலைக்கழகத்தின் தலைவரானார் (பௌத்தமும் தமிழும்).

தஞ்சை தருமபால ஆசாரியர்

இவர் பாண்டி நாட்டுத் தஞ்சாவூரில் இருந்தவர். 'தம்பரட்டே வசந்தேன நகரே தஞ்சா நாமகே' என்று கூறப்படுகிறபடியால், தம்பராட்டிரமான தாம்பிரபரணி பாய்கிற திருநெல்வேலியில் இருந்த தஞ்சை நகரத்தைச் சேர்ந்தவர் என்று தெரிகிறார். சோழ நாட்டுத் தஞ்சாவூரில் இவர் இருந்தார் என்று திரு.

பி.ஸி. லா அவர்கள் கருதுவது தவறு (B.C. Law, Geography of Early Buddhism). தருமபால ஆசாரியர் பாலி மொழியிலுள்ள பௌத்த மத நூல்களை நன்குக் கற்றவர். தமிழ், சிங்களம், பாலி மொழிகளை நன்றாகக் கற்றவர். பௌத்த உரை யாசிரியர்களில் சிறந்தவர். இலங்கையின் அநுராதபுரத்தில் இருந்த மகா விகாரை என்னும் பௌத்தப் பள்ளிக்குப் போய் அங்குத் திரிபிடகங்களுக்குச் சிங்கள மொழியில் எழுதப்பட்டிருந்த உரைநூல்களைப் பயின்றார். பிறகு. தமிழ்நாட்டுக்குப் பௌத்தப் பள்ளிகளில் இருந்த பிடக நூல்களின் திராவிட (தமிழ்) உரைநூல்களைப் பயின்றார்.

சூத்திரபிடகத்தின் ஐந்தாவது பிரிவாகிய குட்டக நிகாயத்தைச் சேர்ந்த உதான, இதிவுக்தக, விமானவத்து, பேதவத்து, தேரகாதா, தேரிகாதா, சரியாபிடகம் என்னும் பகுதிகளுக்கு தருமபால ஆசாரியர் பாலி மொழியில் சிறந்த உரை எழுதினார். இவர் எழுதின உரைக்குப் பரமார்த்த தீபனி என்று பெயர். மற்றும் பரமார்த்த மஞ்சுஸா, நெட்டிப கரணாட்டகதா என்னும் நூல்களையும் இவர் எழுதினார். 'இதிவுத்தோதான சரியாபிடக தேர தேரீ விமானவத்து பேதவத்து நெட்டியட்டகதாயோ ஆசாரிய தம்மபால தேரோ அகாஸீ ஸோ ச ஆசாரிய தம்ம பால தேரோ ஸீஹள தீபஸ்ஸ ஸமீபே தமிள நாட்டே படராதித்தமிஹி நிவாஸித்தா ஸீஹளதீபே ஏவ ஸங்கஹேத்வா வத்தபோ' என்று சாசன வம்சம் என்னும் நூல் இவரைப் பற்றிக் கூறுகிறது. இதன் கருத்து: 'ஆசாரிய தம்ம பாலதேரர் சிங்களத் (இலங்கை) தீவுக்கு அருகில் உள்ள தமிழ் நாட்டில் படராதித்த விகாரையில் இருந்தபோது இதிவுத்தகம், உதானம், சரியாபிடகம், தேரகதா, தேரிகதா, விமானவத்து, பேதவத்து, நெட்டியட்டகதா என்னும் உரை நூல்களை எழுதினார். இந்த ஆசாரியதம்ம பாலிதேரர் சிங்களத் தீவுக்கு அருகில் உள்ள தமிழ் தேசத்தில் படராதித்த விகாரையில் இருந்தபோது இவற்றை எழுதினார்' என்பது. இவர் கி.பி. 6ஆம் நூற்றாண்டின் முற் பாதியில் களப்பிரர் ஆட்சிக் காலத்தில் இருந்தவர் எனத் தெரிகிறது.

களப்பிரர் ஆட்சிக் காலத்தில், பௌத்த மதம் சமண சமயத்தைப் போலவே நாட்டில் பரவி வளர்ந்திருந்தது. பௌத்த மத நூல்கள் பிற்காலத்தில் அழிந்துபோனபடியால் பௌத்த மதத்தின் முழு வரலாற்றையறிய முடியவில்லை.

முரண்பட்ட மூன்று மதங்கள்

கி.மு. மூன்றாம் நூற்றாண்டிலேயே சமண சமயமும் பௌத்த மதமும் வடநாட்டிலிருந்து தென்னாட்டுக்கு வந்தன என்பதையறிவோம். அந்தக் காலத்திலேயே இன்னொரு மதமும் தமிழ் நாட்டுக்கு வந்தது. அது வடமொழி வேதத்தை முதன்மையாகக் கொண்ட மதம். இருக்கு, யஜுர், சாமம், அதர்வனம் என்னும் நான்கு வேதங்களை அடிப்படையாகக் கொண்ட வைதிக மதம் அக்காலத்தில் தமிழ் நாட்டுக்கு வந்தது. வைதிக மதத்தைப் பிரமாணர் போற்றினார்கள். வேள்வி (யாகம்) செய்வதையே முதன்மையாகக் கொண்டது வைதிக மதம். பிராமணர் மிகச் சிறு தொகையினர். அன்றியும் சாதி வேறுபாட்டை அடிப்படையாகக் கொண்ட குறுகிய நோக்கமுடையது. பிராமணரைத் தவிர வேறு சாதியார் வேதம் ஓதுவது கூடாது, பிராமணர்தான் உயர்ந்த சாதி, இவ்வாறு குறுகிய சிறிய கொள்கையுடைய வைதிக பிராமணர் மதம் நாட்டில் செல்வாக்கடையாமல்— மக்களிடையே பரவாமல் மூலையில் முடங்கிக் கிடந்தது.

ஜைன மதமும் பௌத்த மதமும் தத்தம் மதக் கொள்கையை நாடெங்கும் பிரசாரஞ் செய்து மக்களைத் தங்கள் மதத்தில் சேரும்படி அழைத்தன. தங்கள் மதக் கொள்கைகளை நாடெங்கும் பரப்பின. எந்தச் சாதியரானாலும் இந்த மதங்களைச் சேர்ந்து ஒழுகினால் அவர்களைச் சிறப்புப் செய்து போற்றின. சமய நூல்களை நன்கு கற்று அதன்படி ஒழுகிறவர்களைச் சமய காரியரர்களாக உயர்த்தி வைத்தன. ஆகவே, பௌத்த மதமும் சமண சமயமும் நாட்டில் செல்வாக்குப் பெற்றுப் பரவி வளர்ந்தன. வைதிக மதமாகிய பிராமண மதமோ வேதத்தைப் பிறருக்குப் போதிக்கவில்லை. பிறர் வேதத்தைப் படிக்கவும் விட வில்லை. பிராமணப் பதவி என்னும் பதவியை அமைக்காமல் பிராமணப் பிறப்பு என்று ஜாதிக்கு ஏற்றம் தந்தது. ஆகவே, வைதிகப் பிராமண மதம் தாழ்ந்து மங்கி மூலையில் கிடந்தது.

பௌத்தம், சமணம், வைதிகம் என்னும் இந்த மூன்று மதங்கள் ஆதிகாலம் முதல் பிறவிப் பகைமையுடைய மதங்கள். பிராமணர், பௌத்த சமண சமயங்களைப் பகைத்து வெறுத்து விஷம் போலக் கருதினார்கள். பிராமணர், பௌத்த

சமண சமயங்களைத் தாக்கிப் பிரசாரஞ் செய்தார்கள். அது போலவே, பௌத்த மதம் வைதிக மதத்தை யும் சமண மதத்தையும் கண்டித்து ஒதுக்கியது. வைதிகம், சமண சமயக் கொள்கைகளைத் தாக்கிக் கண்டித்தது. சமண சமயமும் வைதிக மதத்தையும் பௌத்த மதத்தையும் பகைத்து அந்த மதக் கொள்கைகளை வெறுத்துப் பிரசாரஞ்செய்தது. இவ்வாறு வைதிக மதம், சமண சமயம், பௌத்த மதம் ஆகிய மூன்று மதங்களும் ஒன்றையொன்று பகைத்துக் கண்டித்து முரண்பட்டு இருந்தன. வடநாட்டிலும் சரி தென் னாட்டிலும் சரி இந்த மூன்று மதங்களும் ஒன்றையொன்று வெறுத்துப் பகைத்து வந்தன. களப்பிரர் ஆட்சிக்காலத்திலும் இந்த நிலைமைதான் இருந்தது. பௌத்தமும் சமணமும் விரிந்து பரந்த கருத்துள்ள மதங் களாகையால் நாட்டில் செழித்து வளர்ந்தன. வைதிக மதமான பிராமண மதம் குறுகிய கொள்கையும் சுருங்கிய கருத்தும் கொண்டிருந்தபடியால் நாட்டில் செல்வாக்குப் பெறாமலும் வளர்ச்சியடையாமலும் முடங்கிக் கிடந்தது.

வைணவ சமயம்

சைவ சமயத்தைப் போலவே வைணவ சமயமும் மிகப் பழமை யானது. களப்பிர அரசர் வைணவ சமயத்தவர் என்பதை முன்னமே கூறினோம். திருமாலுக்கு அச்சுதன் என்னும் பெயரும் உண்டு. களப்பிர அரசர் தங்களை அச்சுத குலத்தவர் என்று கூறிக்கொண்டனர். அதாவது. திருமாலின் வழிவந்தவர் என்பது பொருள். அவர்கள் திருமாலை (விஷ்ணுவை) வழிபட்டு திருமாலின் அருளினால் பெரிய இராச்சியத்தைப் பெற்றார்கள் என்பதை முன்னமே கூறினோம்.

இருளறு திகிரியொடு வலம்புரித் தடக்கை
ஒருவனை வேண்ட இருநிலம் கொடுத்த
நந்திமால்வரை சிலம்பு நத்தி

என்று களப்பிர அரசர் கூறப்பட்டதைக் கூறினோம். திகிரியையும் (சக்கரம்) வலம்புரியையும் (வலம்புரிச்சங்கு) கையில் ஏந்தியுள்ள திருமாலை வேண்ட அவர் இவனுக்குப் பெரிய நிலத்தைக் (இராச்சியத்தை) கொடுத்தார் என்பதை அறிந்தோம். இதனால் களப்பிரர், அச்சுதனை (திருமாலை) வழிபட்டவர் என்பது தெரிகிறது.

களப்பிரர் சமண சமயச் சார்புடையவர் என்று வரலாற்றாசிரியர் பலரும் எழுதியுள்ளனர். அது தவறான கருத்து என்று தோன்றுகிறது. கன்னட நாட்டில் களபப்பு (சிரவண பெளகொள) என்னும் நாட்டைக் களப்பிரர் ஆதிகாலம் முதல் அரசாண்டவர் ஆனபடியாலும், களபப்பு நாட்டைச் சேர்ந்த சிரவணபெளகொளத்தில் பத்திரபாகு முனிவரும் சந்திர குப்த மௌரிய அரசரும் ஜைன முனிவர்களோடு வந்து தங்கின இடமாகையால் ஜைன மதச் சூழலில் நெடுங்காலம் இருந்த படியாலும் களப்பிரர் சமண சமயச் சார்பு கொண்டிருந்தனர் என்று கருதுவது தவறாகாது. ஆனால் அவர்களின் சொந்தச் சமயம் வைணவம் என்பது ஐயமில்லாமல் தீரிகிறது.

ஆனால், வைணவ மதம், பௌத்த சமண சமயங்களின் வளர்ச்சியினால் சிறப்புப் பெறாமல் தாழ்ந்த நிலையை யடைந்திருந்தது என்பதை அறிகிறோம்.

சைவ சமயம்

களப்பிரர் ஆட்சிக்காலத்தில் தமிழ்நாட்டில் சைவசமயம் குன்றிக் குறைந்திருந்தது என்பதை அறிகிறோம். களப்பிர அரசர்கள் சைவ சமயத்துக்கு மாறுபட்டவர் என்றும் சமண சமயத்துச் சார்புடையவர் என்றும் பொதுவாகக் கருதப்படுகின்றனர். ஒரு களப்பிர அரசன், பாண்டி நாட்டில் சிவன் கோவிலில் வழிபாடு நடைபெறாதபடிச் செய்தான் என்பதைப் பெரியபுராணம், மூர்த்தி நாயனார் புராணத்தில் அறிகிறோம். என்றாலும், சைவ சமயத்தைச் சார்ந்த கூற்றுவன் என்னும் களப்பிர அரசன் சிவன்கோவில்களுக்குச் சிறப்புச் செய்து வழிபட்டதைக் கூற்றுவ நாயனார் புராணத்தில் அறிகிறோம். ஏதோ ஒரு களப்பிர அரசன் சைவசமயத்துக்கு மாறுபாடாக இருந்தான் என்பது பற்றி எல்லாக் களப்பிர அரசர்களும் சைவ சமயத்துக்கு மாறுபட்டவர் என்று கருதுவது கூடாது. களப்பிரர் ஆட்சிக் காலத்தில் சைவ சமயம் பொதுவாக மங்கி மறையும் நிலையில் இருந்ததற்குக் காரணம் பௌத்த, சமண சமயங்களின் பிரசாரமே என்று கருதலாம். தத்தம் மதங்களைப் பிரசாரஞ் செய்து வளர்த்த சமண, பௌத்தப் பிரசாரகர் தங்கள் மதங்களை உயர்த்திப் பேசி, அதே சமயத்தில் சைவத்தைத் தாழ்த்திக் குறைத்துப் பேசிப்

பிரசாரம் செய்தார்கள். இதனால் சைவசமயம் செல் வாக்குப் பெறாமலும் உயர்வு அடையாமலும் குன்றிக் குறைவதாயிற்று. பௌத்த, சமண சமயத்தாரைப் போலச் சைவ சமயத்தார் சைவ சமயத்தைப் பற்றிப் பிரசாரஞ் செய்யாததும் சைவ சமய வீழ்ச்சிக்கு இன்னொரு காரணமாகும்.

கி.மு. நான்காம் நூற்றாண்டின் தொடக்கத்திலிருந்து சைவ சமயத்தைப் பௌத்தரும் சமணரும் தாக்கினார்கள் என்பது தெரிகிறது. அக்காலத்தில் இலங்கையை யரசாண்ட மகாசேனன் என்னும் சிங்கள அரசன், இலங்கையில் அக்காலத்தில் பேர்போன சிவன் கோயில்களை இடித்து அழித்து அந்த இடங்களில் பௌத்த விகாரைகளைக் கட்டினான். கோகன்ன (கோகர்ண) விகாரை, எரகாவில்ல விகாரை, கலந்த விகாரை, மிக்காம விகாரைகளைக் கட்டினான் என்று மகாவம்சம் கூறுகிறது (மகாவம்சம் 37ஆம் பரிச்சேதம் 40—41). கோகர்ண விகாரை இலங்கையின் கிழக்குக் கரையோரமாக இருந்தது என்றும் மற்ற இரண்டு விகாரைகள் இலங்கையின் தென்கிழக்கே உரோகண நாட்டில் இருந்தன என்றும் இதனுடைய டீகை (உரை) கூறுகிறது. மற்றும் இந்த உரை இதனைக் கீழ்வருமாறு விளக்குகிறது: 'ஏவம் ஸப்பத்த லங்க தீபமிஹி குதிட்டகானம் ஆலயம் வித்தம்ஸேத்வர ஸிவலிங்காயதோ நாஸேத்வர புத்த ஸாஸனம் ஏவ பதிட்டபேஸி'. இதன் பொருள், இலங்கைத் தீவெங்கும் ஆலயங்களை அழித்துச் சிவலிங்கம் முதலானவைகளை நாசஞ் செய்து புத்த சாசனத்தை நிறுவினான்' என்பது. இதனால், அக்காலத்தில் மதப் பூசல்கள் இருந்தது தெரிகிறது.

பக்தி இயக்கம்

சைவ சமயம் நாளுக்கு நாள் நலிவடைந்து குன்றிக் குறைந்து மங்கி வருவதைக் கண்ட சைவ சமயத்தார் விழிப்படைந்தனர். சைவ சமயத்தை வளர்த்து ஓங்கச் செய்வதற்கு முயன்றார்கள். நாட்டில் பொது மக்களின் ஆதரவுபெற வழிவகைகளைத் தேடினார்கள். தேடி நல்லதோர் கொள்கையைக் கண்டார்கள். அதுதான் பக்தி இயக்கம். செல்வாக்குப் பெற்று வளர்ந்துகொண்டிருந்த பௌத்த, சமண சமயங்களை வீழ்த்தவும் சைவசமயத்தை ஓங்கச் செய்யவும் பக்தி இயக்கம் அரியதோர் சாதனமாக அமைந்தது.

பக்தி இயக்கம் களப்பிரர் ஆட்சிக் காலத்தில் கி.பி 6ஆம் நூற்றாண்டின் தொடக்கத்தில் (வச்சிர நந்தியின் திராவிட ஜைன சங்கம் ஏற்பட்ட பிறகு) தோன்றியது. பக்தி இயக்கத்தில் வைணவரும் சேர்ந்து தங்கள் வைணவ மதத்தை வளர்க்க முயன்றார்கள். பக்தியால் முக்தி எளிதாகும், பக்தியினால் இம்மை மறுமைப் பயன்களை எளிதில் பெறலாம் என்பதே பக்தி இயக்கத்தின் அறைகூவலாக இருந்தது. பக்தி இயக்கம் நாட்டு மக்களின் மனத்தைக் கவர்ந்தது. இந்த இயக்கம் நாளடைவில் பௌத்த சமண சமயங்களை வீழ்த்துவதற்கும் சைவ வைணவ மதங்களை வளர்ப்பதற்கும் ஏற்றதோர் கருவியாக அமைந்தது. அடுத்த நூற்றாண்டில் சைவ நாயன்மார்களும் வைணவ ஆழ்வார்களும் தோன்றிப் பௌத்த, சமண சமயங்களை அழிக்கவும் சைவ, வைணவ மதங்களை வளர்க்கவும் பக்தி இயக்கம் காரணமாக இருந்தது. பக்தி இயக்கம் நாட்டில் மக்களிடையில் செல்வாக்குப் பெற்று சைவ, வைணவ மதங்களின் வளர்ச்சிக்கும் பௌத்த, சமண சமயங்களின் வீழ்ச்சிக்கும் காரணமாக இருந்தது. தெய்வ வழிபாட்டில் நாயக — நாயகி பாவக் கொள்கை ஏற்படுவதற்கும் பக்தி இயக்கம் காரணமாக இருந்தது. அதாவது, சிவனை நாயகனாகவும் (தலைவனாகவும்) அவனை வழிபடும் அடியார்களை நாயகிகளாகவும் (தலைவிகளாகவும்) பாவிக்கும் வழிபாட்டு முறை ஏற்பட்டது. வைணவர்களும் நாயக—நாயகி பாவத்தை ஏற்றுக்கொண்டனர்.

ஆனால், சைன சமயத்தவரும் பௌத்த மதத்தவரும் நாயக—நாயகி பாவத்தை (பேரின்பக் காதலை) ஏற்றுக்கொள்ளவில்லை அவர்கள் இந்தக் கொள்கைக்கு மாறுபட்டிருந்தனர். சைவ, வைணவ பக்தர்கள் தங்கள் கடவுளை நாயகனாகவும் தங்களை நாயகியாகவும் பாவித்து அகத்துறையமைந்த பாடல்களைப் பாடியது போல சைன, பௌத்த சமய இலக்கியங்களில் காணப்படவில்லை.

பக்தி இயக்கம் தோன்றுவதற்கு முன்புள்ள அகப்பொருள் இலக்கண இலக்கிய நூல்கள் மனிதக் காதலைக் கூறுகின்றனவே யல்லாமல் தெய்வ—மனிதக் காதலைக் கூறவில்லை. சைன பௌத்த மதத்தவர் நாயக—நாயகி பக்திக் கொள்கையை ஏற்றுக் கொள்ளாதது போலவே, சைன,பௌத்தரல்லாத ஏனைய தமிழர்களும் இந்தப் புதிய நாயக— நாயகிக்

கொள்கையை ஏற்றுக்கொள்ளத் தயங்கினார்கள். ஆகையால், இந்தக் கொள்கைக்கு ஆதாரமான நூல் வேண்டியிருந்தது. அந்த ஆதார நூல்தான் இறையனார் அகப்பொருள் என்னும் களவியல் நூல் (இந்த இறையனார் அகப்பொருள் என்னும் களவியல் நூலைப் பற்றி இந்நூலில் இணைப்பு 3இல் காண்க.)

பக்தி இயக்கமும் பேரின்பக் காதல் (நாயக — நாயகி பாவம்) கொள்கையும் சைவ, வைணவ மதத்துக்குப் பேருதவியாக இருந்தன. இந்தக் கொள்கைகள் சைன. பௌத்த மதங்களை வீழ்த்திச் சைவ வைணவ மதங்களை வளர்ப்பதற்குப் பேருதவியாக இருந்தன. சைவ நாயன்மார்களும் வைணவ ஆழ்வார்களும் சைவ, வைணவ மதங்களை ஓங்கி வளரச் செய்யவும் சைன, பௌத்த மதங்களைத் தாழ்த்தவும் செய்ததற்கு முதற்காரணமாக இருந்தது பக்தி இயக்கந்தான் என்பதில் சற்றும் ஐயமில்லை.

08

களப்பிரர் காலத்தில் தமிழ்மொழி

கன்னட மொழியைத் தாய்மொழியாகக் கொண்ட களப்பிரர் ஆட்சிக்காலத்தில் தமிழ் மொழிக்கு அவர்கள் ஆக்கம் அளித்ததாகத் தெரியவில்லை. ஆனால்,களப்பிரர் ஆட்சிக் காலத்தில் தமிழர், தமிழ் மொழியைப் புதிய முறையில் வளர்த்தார்கள்.இந்த முயற்சியில் அக் காலத்துத் தமிழர் மதபேதம் பாராட்டாமல் ஒன்றாக இணைந்து தாய்மொழியை வளர்த்தனர். பௌத்த, சமண, சைவ, வைணவ சமயத்துத் தமிழ்ப் புலவர் அனைவரும் தமிழை வளர்த்தார்கள்.புது வகையான பாக்களும் புது வகையான இலக்கியங்களும் களப்பிரர் ஆட்சிக் காலத்தில் உண்டாக்கப்பட்டன. அந்த வளர்ச்சி புதுமையான வளர்ச்சியாகவே இருந்தது.

வட்டெழுத்து

சங்க காலத்தில் வழங்கி வந்த பிராமி எழுத்து சங்க காலத்தின் இறுதியில் மாற்றம் அடையத் தொடங்கியது. இந்த மாற்றம் எழுது கருவிகளின் மூலமாக ஏற்பட்ட மாற்றம். பனையோலையும் எழுத் தாணியுமே அக்காலத்து எழுது கருவிகளாக இருந்தபடியால் இந்த மாற்றம் ஏற்பட்டது. களப்பிரர் ஆட்சிக்காலத்தில் பிராமி எழுத்தின் மாற்றம் முழுமாற்றமாகிப் பையப்பையப் புதுவகையான எழுத்தாயிற்று. இப்புது வகையான எழுத்து வட்டெழுத்து என்று பெயர் பெற்றது. வட்டெழுத்து தமிழ் நாடெங்கும் பரவி வழங்கிற்று. சேர, சோழ, பாண்டிய நாடுகளிலும் தொண்டை நாட்டிலும் வட்டெழுத்து நெடுங் காலம் வழங்கிவந்தது. வட்டெழுத்து கி.பி 10ஆம் நூற்றாண்டு வரை யில் வழக்கத்தில் இருந்தது. களப்பிரர்

ஆட்சிக் காலத்தில் தமிழ்நாடு முழுவதும் வட்டெழுத்து வழங்கியது என்பதில் ஐயம் இல்லை.

பிராகிருத மொழியையும் சமஸ்கிருத மொழியையும் எழுதுவதற் காகப் புது வகையான கிரந்த எழுத்துகளைப் பௌத்தரும் சைனரும் உண்டாக்கினார்கள். அந்தக் கிரந்த எழுத்து தென்னிந்தியாவில் குமரி முதல் விந்தியம் வரையில் வழங்கிவந்தது. களப்பிரர் ஆட்சிக் காலத்தில் பிராகிருத, சமஸ்கிருத மொழிச் சொற்கள் பௌத்த, சமண சமயங்களின் வழியாகத் தமிழில் கலந்துவிட்டன.

புது வகைப் பாக்கள்

களப்பிரர் காலத்துக்கு முன்பு கடைச்சங்க காலத்தின் இறுதி வரையில் தமிழில் நான்கு வகைப் பாக்களே இருந்தன. அவை வெண்பா, ஆசிரியப்பா, கலிப்பா, வஞ்சிப்பா என்பவை.

ஆசிரியம் வஞ்சி வெண்பாக் கலியென
நாலியற் றென்ப பாவகை விரியே

என்று தொல்காப்பியம் கூறுகிறது. (தொல்காப்பியம், செய்யுளியல் 101).

கடைச்சங்க இறுதிக்காலம் ஏறத்தாழ கி.பி.250 என்று கொள்ளலாம். அதற்குப் பிறகு களப்பிரர் ஆட்சி தமிழகத்தில் ஏற்பட்டது. அவர்களுடைய ஆட்சிக் காலத்தில் சைன சமயமும் பௌத்த மதமும் தமிழகத்தில் பரவலாகவும் விரைவாகவும் வளர்ந்தன. அவர்களுடைய 'தெய்வ பாஷை' பிராகிருத மொழி. சைன சமயத்தாரின் 'தெய்வ பாஷை' சூரசேனி என்னும் பிராகிருதம். பௌத்த மதத்தாரின் 'தெய்வ பாஷை' பாலி என்னும் பிராகிருதம். பிராகிருத மொழிகள், சமஸ்கிருதம் தோன்றுவதற்கு நெடுங்காலத்துக்கு முன்னமே இந்தியாவில் வழங்கி வந்தன. சமண சமய நூல்களும் பௌத்த மத நூல்களும் முறையே சூரசேனி, பாலி என்னும் பிராகிருத மொழிகளில் எழுதப்பட்டிருந்தன. ஆகவே, அந்த மதத்தவர் தங்கள் மத நூல்களைச் சூரசேனியிலும் பாலியிலும் ஓதினார்கள். அந்த மதங்கள் தமிழ்நாட்டில் பெருவாரியாகப் பரவின. களப்பிரர் ஆட்சிக் காலத்தில், பிராகிருத மொழிகளின் தொடர்பு காரணமாகத் தமிழ்ப் பா

வகையில் புதிய செய்யுட்கள் தோன்றத் தொடங்கின. பிராகிருத மொழிகளோடு சமஸ்கிருத மொழியும் அக்காலத்தில் அந்த மதத்தவரால் பயிலப்பட்டது. இந்த மொழிகளின் தொடர்பு காரணமாகத் தமிழ்ச் செய்யுள் வகையில் புதிய பாவினங்களை உண்டாக்கினார்கள். புதியனவாகத் தோன்றிய பாவினங்கள் தாழிசை, துறை, விருத்தம் எனப் பெயர் பெற்றன.

பழமையான நான்கு வகைப் பாக்களோடு புது வகையான மூன்று பாவினங்களை அமைத்துப் பன்னிருவகையான செய்யுட்களை உண்டாக்கினார்கள். பழைய ஆசிரியப்பாவோடு ஆசிரியத் தாழிசை, ஆசிரியத்துறை, ஆசிரிய விருத்தம் என்றும் வெண்பாவோடு வெண்டாழிசை, வெண்டுறை, வெளிவிருத்தம் என்றும், கலிப்பாவோடு கலித்தாழிசை, கலித்துறை, கலி விருத்தம் என்றும் வஞ்சிப்பாவோடு வஞ் சித்தாழிசை, வஞ்சித் துறை, வஞ்சி விருத்தம் என்றும் பாவகை களை வளர்த்தார்கள். பாவினங்களின் அமைப்பு திடீரென்று அமைந்து விடவில்லை. அவை சரியானபடி முழு உருவை அடைவதற்குப் பல ஆண்டுகள், சில தலைமுறைகள் சென்றிருக்க வேண்டும். புத்தம் புதிய முயற்சியில் தொடக்கக் காலத்தில் சில பல குறைகள் இருக்கும். அக்குறைபாடுகள் நீங்கி நிறைவான வடிவம் அமைவதற்குப் பல ஆண்டுகள் சென்றிருக்க வேண்டும். புதிய பாவினங்களைப் புலவர் உலகம் சம்மதித்து ஏற்றுக்கொள்வதற்குப் பல ஆண்டுகள் சென்றிருக்க வேண்டும். இந்தப் புதிய ஆக்கம், தமிழர் சமஸ்கிருத, பிராகிருத மொழிகளைப் பயில வாய்ப்பு ஏற்பட்ட காலத்தில் உண்டான வளர்ச்சி யாகும். இந்தப் புதிய முயற்சியில் அக்காலத் தமிழர் தமிழ் மொழியின் தனித்தன்மையும் இயல்பும் கெடாதபடி பார்த்துக் கொண்டார்கள். கன்னடர், தெலுங்கர், மலையாளிகள் பிராகிருத — சமஸ்கிருத எழுத்துகளையும் சொற்களையும் அப்படிஅப்படியே சேர்த்துக்கொண்டு கன்னடம், தெலுங்கு, மலையாள மொழிகளின் தூய்மையையும் தனித்தன்மையையும் கெடுத்துக்கொண்டதுபோல, பாவினங்களை அமைத்த காலத்தில் தமிழர் பிராகிருத— சமஸ்கிருத மொழிச் சொற்களையும் எழுத்துக்களையும் அப்படி அப்படியே எடுத்துக் கொண்டு தமிழின் தூய்மையையும் தனித் தன்மையையும் கெடுத்து விடவில்லை. பிராகிருத — சமஸ்கிருத மொழிச் சொற்கள் ஓரளவு தமிழில் கலந்தபோதிலும், அச்சொற்கள்

தமிழ் மரபுக்கேற்ப திருதம் பெற்றபடியால் தமிழ், திராவிட இயல்பை இழக்காமல் இருக்கிறது.

புறப்பொருளும் அகப்பொருளும் - புதிய கருத்துக்கள்

பழமையான நான்கு வகைப் பாக்களோடு புது வகையான பாவினங்கள் உண்டாக்கப்பட்டதைக் கூறினோம். இது தமிழ் மொழியில் ஏற்பட்ட நல்லதோர் ஆக்கமாகும். களப்பிரர் ஆட்சிக் காலத்தில் இன்னொரு மாற்றமும் தமிழ் இலக்கியத்தில் ஏற்பட்டது. அது அகப்பொருள் புறப்பொருள்களில் உண்டான புதிய கருத்துகள் ஆகும். சங்க காலத்தில் அகப்பொருளையும் புறப்பொருளையும் மக்களின் வாழ்க்கையோடு அமைத்துச் செய்யுட்களைப் பாடினார்கள். போர் வீரர் தங்களுடைய வீரத்தினால் பகைவரை வென்றதைப் பாராட்டிச் சங்கப் புலவர் செய்யுட்களைப் பாடினார்கள். அவ்வாறே, மக்களின் காதல் வாழ்க்கையைச் சிறப்பித்துச் செய்யுட்களை இயற்றினார்கள். இந்தப் பழைய புறப்பொருள் அகப்பொருள்களுக்குப் புதிய கருத்துகள் தோன்றின. புறப்பகைவரைப் போரிலே கொன்று வெற்றிபெறுகிற உலகியல் வெற்றியைவிட அகப்பகையை வென்று வெற்றி கொள்வது சிறந்த உயர்ந்த வெற்றி என்னும் புதிய கருத்தைச் சைனரும் பௌத்தரும் உண்டாக்கினர். மெய், வாய், கண், மூக்கு, செவி, ஆகிய ஐம்புலன்களையும் அடக்கிக் காமம், வெகுளி, மயக்கம் என்னும் அகப்பகைகளை வெல்கிற வெற்றி போர்க்களத்தில் பகைவரைக் கொல்கிற வெற்றியைவிட மேலான வெற்றி என்று புறப்பொருளுக்குப் புதிய கருத்துத் தோன்றிற்று. அகப் பகையை வென்ற அருகரும் (தீர்த்தங்கரரும்) புத்தர் பெருமானும் ஜினர் (வெற்றி பெற்றவர்) என்றும் அந்த வெற்றியே மனிதன் உயர்கதிக்குச் செல்லக்கூடிய சிறந்த வெற்றி என்றும் சைனரும் பௌத்தரும் தங்கள் மதச் சார்பாகப் புறப் பொருளுக்குப் புதுப் பொருள் கூறினார்கள். அதாவது. மாந்தனின் போர்க்கள வெற்றியைப் புகழ்ந்து பாடுவதைவிட ஜினர்களின் ஐம்புல வெற்றியைப் பாடுவது சிறந்தது என்னும் கருத்தைத் தோற்றுவித்தனர்.

பௌத்தரும் சைனரும் புறப்பொருளுக்குப் புதிய கருத்தை உண்டாக்கியதைப் போல, சைவ, வைணவர் அகப்பொருளுக்குப் புதியதோர் கருத்தைக் கூறினார்கள். மனித வாழ்க்கையில் ஆணும் பெண்ணும் காதலித்துப் பெறுகிற சிற்றின்பத்தை

விட உயிர்கள் கடவுளைக் காதலித்துப் பெறுகிற பேரின்பம் சிறந்தது என்னும் புதிய கருத்தை அகப்பொருளுக்குக் கற்பித்தார்கள். உயிர்கள் (அதாவது ஆணும் பெண்ணும் ஆகிய உயிர்கள்) தலைவிகள் (காதலிகள்) என்றும் கடவுள் (சிவனும் திருமாலும்) தலைவன் (காதலன்) என்றும் இந்த முறையில் காதலி — காதலன் பாவத்தில் கடவுளிடம் பக்தி செய்தால் பேரின்பமாகிய மோட்சம் (வீடுபேறு) பெறலாம் என்றும் சைவ, வைணவர் அகப்பொருளுக்குப் புதிய கருத்துக் கூறினார்கள். அதாவது, நாயகி— நாயகன் பாவத்தில் அகப்பொருள் கருத்து அமையக் கடவுளின்மேல் பக்திப்பாடல் பாடுவது சிறந்தது என்று கூறினார்கள். ஆனால், பௌத்தரும் ஏற்றுக்கொள்ளவில்லை. அவர்கள் நாயகி— நாயகன் பாவத்தில் தங்களுடைய கடவுளின்மேல் அகப்பொருட்டுறை யமைந்த செய்யுட்களை இயற்றவில்லை. சைவ, வைணவ சமயத்தார் மட்டும் அகப்பொருட்டுறை யமைந்த பாடல்களைத் தங்கள் கடவுளின் மேல் பாடினார்கள். இந்த மாற்றங்கள் கி.பி. 5ஆம் நூற்றாண்டில் களப்பிரர் ஆட்சிக் காலத்தில் உண்டாயின என்று தோன்றுகின்றது.

பக்தி இயக்கம் தோன்றின காலத்திலிருந்து அகப்பொருள் துறைகள் அமைத்த தோத்திரப் பாடல்களைச் சைவ, வைணவர்கள் இயற்றத் தொடங்கினார்கள். இவ்விதப் பாடல்களைச் சங்க காலத்தில் சங்கப் புலவர்கள் பாடவில்லை. பிற்காலத்து நாயன்மார்களும் ஆழ்வார்களும் அகப்பொருட்டுறை யமைந்த பாடல்களைத் தங்கள் கடவுள்மேல் பாடினார்கள். இந்த மரபு தொடர்ந்து வந்துகொண்டிருக் கிறது. சைன, பௌத்தர்களுக்கு இந்தக் கருத்து உடன்பாடில்லை யாகையால் அவர்கள் தங்கள் கடவுளின்மேல் அகப்பொருட்டுறைப் பாடல்களைப் பாடவில்லை.

யாப்பிலக்கண நூல்கள்

பழமையான நால்வகைப் பாக்களுக்குப் புதிதாகப் பாவினங்கள் உண்டாக்கப்பட்டன என்று கூறினோம். புதிய பாவினங்களுக்கு இலக்கணம் தேவைப்பட்டது. ஆகவே, யாப்பிலக்கணம் (செய்யுள் இலக்கணம்) எழுதப்பட்டது. அந்தக் காலத்தில் புலவர்கள் புதிதான செய்யுள் இலக்கண

நூல்களை எழுதினார்கள். பல செய்யுள் இலக்கண நூல்கள் எழுதப்பட்டன. அந்தச் செய்யுள் இலக்கண நூல்கள் பிற்காலத் தில் வழக்கிழந்து மறைந்துபோயின. மறைந்துபோன அந் நூல்களைப் பற்றிச் சிறிதளவு, பிற் காலத்து நூலாகிய யாப்பருங்கல விருத்தியுரையில் மேற்கோள் காட்டப்பட்டிருப்பதிலிருந்து அறிகிறோம். மறைந்து போன அந்த நூல்களைப்பற்றி நாம் அறிந்த வரையில் கூறுகிறோம்.

அவிநயம்

அவிநயம் என்னும் இந்த நூலை எழுதியவர் அவிநயனார். இவர் சைன சமயத்தவர் என்று தெரிகிறார். அவிநயனார்யாப்பு என்னும் பெயரும் இதற்கு உண்டு. இராசப்பவுத்திரப் பல்லவ தரையன் என்னும் புலவர் இந்நூலுக்கு உரை எழுதினார். கி.பி. 10 ஆம் நூற்றாண்டு வரையில் இந்த நூல் வழங்கிவந்து பிறகு மறைந்து போயிற்று. இந்த நூலிலிருந்து உரையாசிரியர் சிலர் சில சூத்திரங்களை மேற்கோள் காட்டியுள்ளனர்.

அவிநயப் புறனடை என்றும் நாலடி நாற்பது என்றும் பெயருள்ள இன்னொரு நூலை அவிநயனாரே எழுதியுள்ளார். இந்நூலும் பிற் காலத்தில் மறைந்து போயிற்று. இந்நூற் செய்யுட்கள் சில உரை யாசிரியர்களால் மேற்கோள் காட்டப்பட்டுள்ளன (இந்த நூல்களைப் பற்றின விவரங்களை மறைந்து போன தமிழ் நூல்கள் என்னும் புத்தகத்தில் காண்க).

காக்கைபாடினியம்

இந்த யாப்பிலக்கண நூலை எழுதியவர் காக்கைபாடினியார். காக்கைபாடினியார் என்னும் பெயருள்ளவர் இருவர் இருந்தனர். குறுந் தொகை 210ஆம் செய்யுளையும், புறநானூறு 278ஆம் செய்யுளையும். பதிற்றுப்பத்து ஆறாம் பத்தையும் பாடினவர் சங்க காலத்துக் காக்கைபாடினியார். காக்கைபாடினியம் என்னும் செய்யுளிலக்கண நூலை எழுதிய இவர் பிற்காலத்திலிருந்த காக்கைபாடினியார், சிறுகாக்கை பாடினியம் என்று இன்னொரு யாப்பிலக்கண நூலும் உண்டு. இந்த நூலை எழுதியவர் சிறுகாக்கைபாடினியார். இந்த இரண்டு செய்யுளிலக்கண நூல்களிலிருந்து சூத்திரங்களைப் பிற்காலத்து உரையாசிரியர் தங்களுடைய உரையில் மேற்கோள் காட்டியுள்ளனர் (மறைந்து போன தமிழ் நூல்கள்).

நக்கீரர் அடிநூல், நக்கீரர் நாலடி நானூறு என்னும் செய்யுள் இலக்கண நூலை யாப்பருங்கல விருத்தியுரைகாரர் தம்முடைய உரையில் குறிப்பிடுகிறார். இவ்விரண்டும் ஒரே நூலாக இருக்க வேண்டும் என்று தோன்றுகிறது. இந்த நக்கீரர் சங்க காலத்து நக்கீரர் அல்லர். பிற்காலத்தில் (பக்தி இயக்கம் தோன்றின காலத்தில்) இருந்த நக்கீரர் என்று தோன்றுகிறது.

நத்தத்தம்

இப்பெயருள்ள செய்யுள் இலக்கண நூலை இயற்றியவர் நத்தத் தனார். (இவர் பெயர் நற்றத்தனார் என்றும் இவருடைய நூல் நற்றத்தம் என்றும் கூறப்படுகிறது). தத்தனார் என்பது இவருடைய பெயர் என்பதும் ந என்னும் சொல் சிறப்புப் பெயரை உணர்த்து கிறது என்றும் தோன்றுகிறது. இந்த நூலும் மறைந்து போயிற்று. இந்நூலிலிருந்து சில சூத்திரங்கள் யாப்பருங்கலம், யாப்பருங்கலக்காரிகை உரைகளில் மேற்கோள் காட்டப்பட்டுள்ளன (மறைந்து போன தமிழ் நூல்கள்).

பல்காப்பியம், பல்காப்பியப் புறனடை

இந்த இரண்டு யாப்பிலக்கண நூல்களை எழுதியவர் பல்காப் பியனார். இந்த நூல்கள் பிற்காலத்தில் மறைந்து போயின. இந்நூல்களிலிருந்து சில சூத்திரங்கள் உரையாசிரியர்களால் மேற்கோள் காட்டப்பட்டுள்ளன (மறைந்து போன தமிழ் நூல்கள்).

பல்காயம்

பல்காயனார் என்னும் புலவர் இந்நூலை இயற்றினார். இந்நூல் பிற்காலத்தில் மறைந்து போயிற்று. இந்நூலிலிருந்து சில நூற்பாக்கள் உரையாசிரியர்களால் மேற்கோள் காட்டப்பட்டுள்ளன (மறைந்து போன தமிழ் நூல்கள்).

இலக்கிய நூல்கள் (சமணர் இயற்றியவை)

களப்பிரர் ஆட்சிக் காலத்தில், கி.பி. 250 முதல் 575 வரையில் என்னென்ன தமிழ் இலக்கிய நூல்கள் உண்டாயின என்பதற்கு முழு விவரங்கள் கிடைக்கவில்லை. அந்தக் காலத்தில் புது வகையான பாவினங்கள் தோன்றின என்பதை அறிந்தோம்.

புதிய பாக்களினாலே புதிய தமிழ் நூல்கள் பல தோன்றியிருக்க வேண்டும் என்பது உறுதி. நமக்குத் தெரிகிற வரையில் அக்காலத்தில் தோன்றின தமிழ் இலக்கிய நூல்களைக் கூறுவோம்.

நரிவிருத்தம்

கி.பி. 7ஆம் நூற்றாண்டில் திருநாவுக்கரசு சுவாமிகள் தம்முடைய தேவாரப் பதிகத்தில் நரிவிருத்தம் என்னும் நூலைக் கூறுகிறார்.

எரிபெருக்குவர் அவ்வெரி ஈசனது
உருவருக்க மாவது உணர்கிலர்
அரி அயற்கு அரியானை அயர்த்துபோய்
நரிவிருத்தம் தாகுவர் நாடரே

(நாவுக்கரசர் தேவாரம்,
ஆதிபுராணத் திருக்குறுந்தொகை 7)

நரி விருத்தம் என்பதன் பொருள் நரியின் வரலாறு என்பது (விருத்தம்— விருத்தாந்தம், வரலாறு). விருத்தம் என்பதற்கு விருத்தப் பாவாலான நூல் என்றும் கூறலாம். இந்நூலாசிரியர் திருத்தக்கதேவர் என்று பெயர்பெற்ற புலவர். சோழ அரசர் குலத்தில் பிறந்தவரான திருத் தக்கதேவர் சமண சமயத்துத் துறவியாகிச் சமண சமயத்துத் தேவ கணத்தைச் சேர்ந்திருந்தார். இவர் சீவகன் என்னும் அரசனுடைய வரலாற்றைச் சீவகசிந்தாமணி என்னும் பெயரினால் பாட எண்ணித் தம்முடைய சமய குருவின் அனுமதியைக் கோரினார். சீவகன் சரிதையில் சிற்றின்பச் செய்திகளும் உலகியல் செய்திகளும் அதிகமாக இருப்பதால் அதை எழுத முன்வந்த திருத்தக்கதேவர் தம்முடைய துறவுநிலையில் உறுதியுள்ளவராக இருக்கிறாரா என்பதை அறிய விரும்பின குரு. இவரை முதலில் நிலையாமையைப் பற்றிஒரு நூல் எழுதிக்காட்டும்படி கட்டளையிட்டார். அவர் கட்டளையை மேற் கொண்டு எழுதப்பட்டதுதான் நரி விருத்தம். நரிவிருத்தத்தைப் படித்த ஆசிரியர் திருத்தக்க தேவரின் உறுதியான துறவுநிலையை அறிந்து சீவகசிந்தாமணிக் காவியத்தை இயற்றுவதற்கு அனுமதி கொடுத்தார். ஆகவே

நரிவிருத்தம், சீவக சிந்தாமணிக்கு முன்னோடியாகச் செய்யப்பட்ட நூல் என்பது தெரிகிறது, நூறு செய்யுட்களைக் கொண்ட நரிவிருத்தம் இப்போதும் இருக்கிறது.

சீவகசிந்தாமணி

நரிவிருத்தத்தைப் பாடிய திருத்தக்கதேவர் தம்முடைய ஆசிரியரின் அனுமதிப்படி சிந்தாமணிக் காவியத்தை இயற்றினார். இது சீவகசிந்தாமணி என்றும் மணநூல் என்றும் பெயர் பெற்று விளங்கு கிறது. சீவகசிந்தாமணி, சிலப்பதிகாரக் காவியத்துக்கு அடுத்த படி, சிறந்த காவியமாகப் போற்றப்படுகிறது. புதிய விருத்த யாப்பினால் இயற்றப்பட்ட முதல் காவியம் இது. சீவகசிந்தாமணியின் தலைவனான சீவக குமாரன் வர்த்தமான மகாவீரரின் காலத்தில் இருந்தவன். மகாவீரர் நிர்வாண மோட்சம் அடைந்து இப்போது 2500 ஆண்டுகள் ஆகின்றன. எனவே, சீவகனும் அந்தக் காலத்தில் இருந்தவன் ஆவன்.

இவ்விடத்தில் ஒரு செய்தியை விளக்கிக் கூறவேண்டும். சீவக குமாரன். பல்லவ தேசத்தின் அரசன் மகளை மணஞ் செய்தான் என்று கூறப்படுகிறான். பல்லவ தேசம் என்பது எது என்பதை அறியவேண்டும். பல்லவ அரசர் தமிழ்நாட்டுத் தொண்டை மண்டலத்தை கி.பி.6ஆம் நூற்றாண்டு முதல் சிறப்பாக அரசாண்டதை வரலாற்றினால் அறிகிறோம். கி.மு. 6ஆம் நூற்றாண்டிலிருந்த சீவகன் கி.பி. 6ஆம் நூற்றாண்டில் இருந்த பல்லவ அரசன் மகளை மணஞ்செய்ய இயலுமா? "படுமழை பருவம் பொய்யா பல்லவ தேயம் என்னும், தடமலர்க் குவளை பட்டந் தழுவிய யாணர் நன்னாடு" (1185) என்றும், "கோங்குபூத்துதிர்ந்த குன்றிற் பொன்னணி புளகம் வேய்ந்த, பாங்கமை பரும யானைப் பல்லவ தேச மன்னன்"(2253) என்றும், "பாகத்தைப் படாத நெஞ்சிற் பல்லவ தேயமன்னன், சேவகன் சிங்கநாதன் செருக்களம் குறுகினானோ" (2278) என்றும் பல்லவ தேசமும் பல்லவ தேய மன்னனும் சீவகசிந்தாமணியில் கூறப் படுகிறனர். இங்குக் கூறப்பட்ட பல்லவ தேசம் தமிழ்நாட்டில் இருந்த பல்லவ தேயம் அன்று. சீவகன் வாழ்ந்த காலத்தில் தமிழ்நாட்டில் பல்லவ தேசமும் பல்லவ அரசரும் இருந்திலர். இதில் கூறப்படுகிற பழைய பாரசீக தேசமாகும். பழைய பாரசீக

தேசத்தை யாண்டவர் பஃலவர் என்றும் அந்த நாடு பஃலவ நாடு என்றும் கூறப்பட்டது. பஃலவ தேசம் என்றது தமிழில் பல்லவதேசம் என்றாயிற்று. சீவகசிந்தாமணி கூறுகிற பல்லவ தேசம் பழையபாரசீக நாடாகிய பஃலவ தேசம் ஆகும்.

சீவகசிந்தாமணி களப்பிரர் ஆட்சிக் காலத்தில், சமண சமயம் ஓங்கி வளர்ந்திருந்த காலத்தில், கி.பி. 5அல்லது 6ஆம் நூற்றாண்டில் இயற்றப்பட்ட நூலாகும்.1

எலிவிருத்தம், கிளிவிருத்தம்

கி.பி. 7ஆம் நூற்றாண்டில் இருந்த திருஞானசம்பந்த மூர்த்தி நாயனார் தம்முடைய தேவாரப் பதிகத்தில் எலிவிருத்தம், கிளி விருத்தம் என்னும் இரண்டு நூல்களைக் கூறுகிறார். "கூட்டினார் கிளி யின் விருத்தம் உரைத்ததோர் எலியின் தொழில், பாட்டு மெய்கொலிப் பக்கமே செலுத்தும்" (திருவாசகம் 5). நரிவிருத்தம் போன்று இந்த நூல்களுள் சமண சமய நூல்களே. இந்த நூல்கள் பிற்காலத்தில் மறைந்து போயின. இந்நூல் செய்யுட்களில் கலித்துறைச் செய்யுட்களும் பயின்றுள்ளன என்பது தெரிகின்றது. "குண்டலகேசி விருத்தம் கிளி விருத்தம் எலிவிருத்தம் நரிவிருத்தம் முதலாயுள்ளவற்றுள் கலித்துறை களும் உளவாம்" என்று வீரசோழிய உரையாசிரியர் எழுதி உள்ளார்.

விளக்கத்தார் கூத்து

இது கூத்து நூல். இதைச் செய்தவர் விளக்கத்தார் (விளக்கத் தனார்) என்னும் புலவர், இந்த நூல் பிற்காலத்தில் மறைந்துவிட்டது. இந்த நூலின் கடவுள் வாழ்த்துச் செய்யுளை யாப்பருங்கல விருத்தி யுரையாசிரியர் தம்முடைய உரையில் மேற்கோள் காட்டியுள்ளார் (இணைப்பு 1இல் முதல் செய்யுள் காண்க). இந்தக் கடவுள் வாழ்த்துச் செய்யுளில் இவர் அச்சுதன் என்னும் களப்பிர அரசனை வாழ்த்துகிறார்.

அடுதிறல் ஒருவ நிற் பரவுதும், எங்கோன்
தொடுகழற் கொடும்பூண் பகட்டெழு மார்பிற்
கயலொடு கிடந்த சிலையுடைக் கொடுவரிப்
புயலுறழ் தடக்கைப் பேர்வேல் அச்சுதன்

ஒன்றுகடல் உலகம் முழுவதும்
ஒன்றுபு திகிரி யுருட்டுவே னெனவே

இதனால், இந்த நூல் களப்பிர அரசன் ஆட்சிக் காலத்தில் இயற்றப்பட்டது என்பது தெரிகிறது. இந்த நூலின் வரலாற்றை மறைந்து போன தமிழ் நூல்கள் என்னும் புத்தகத்தில் காண்க.

பெருங்கதை

பெருங்கதை என்னும் இந்த நூலுக்கு மாக்கதை என்றும் உதயணன் கதை என்றும் சுருக்கமாகக் கதை என்றும் பெயர் உண்டு. இதனை இயற்றியவர் கொங்குநாட்டில் வாழ்ந்திருந்த கொங்குவேள். இதனால் இதனைக் கொங்குவேள் மாக்கதை என்றும் கூறுவர். கொங்கு வேள் கொங்குநாட்டு விசயமங்கலம் என்னும் ஊரில் இருந்தவர். பெருங்கதையின் தொடக்கமும் அதன் முதற்காண்டமும் இறுதிக் காண்டமும் இப்போது கிடைக்கவில்லை. இவற்றைத் தவிர மற்ற பகுதிகள் எல்லாம் கிடைத்துள்ளன. இந்த நூலில் திரி சொற்கள்அதிகம். சற்றுக் கடினமான நடைதான். மணிமேகலை காவியம் போலவே பெருங்கதையின் செய்யுட்கள்ஆசிரியப் பாவாலானவை. இப் பாக்களின் இறுதியில் மணிமேகலை காவியம் போன்றே 'என்' என்று முடிகின்றன. இந்த நூலைக் கொங்குவேள் களப்பிரர் ஆட்சிக் காலத்தில் இயற்றியிருக்கவேண்டும் என்று தோன்றுகிறது.

கி.பி. எட்டாம் நூற்றாண்டில்இருந்த திருமங்கையாழ்வார் பெருங்கதையைப் படித்திருக்கிறார் என்பது அவருடைய சிறிய திருமடல் என்னும் செய்யுளில் பெருங் கதையின் தலைவியாகிய வாசவதத்தையைப் பற்றிக் கூறுவதிலிருந்து அறிகிறோம்.

ஆரானும் ஆதானும் அல்லன் அவள்காணீர்
வாரார் வனமுலை வாசவ தத்தை என்று
ஆராலும் சொல்லப் படுவாள் - அவளுந்தன்
பேராயம் எல்லாம் ஒழியப் பெருந்தெருவே
தாரார் தடந்தோள் தனைக்காலன் பின்போனாள்
ஊரார் இகழ்ந்திடப் பட்டாளே

(திருமங்கையாழ்வார், சிறுத்திருமடல்)

கி.பி. 2ஆம் நூற்றாண்டின் இறுதியில் எழுதப்பட்ட மணிமேகலை காவியத்தில் பெருங்கதையின் குறிப்புக் காணப்படுகிறது (மணி மேகலை 15:58—66). அக்காலத்தி லேயே பெருங்கதையைத் தமிழர் அறிந்திருந்தனர் என்பது தெரிகிறது. ஆனால், அவர்கள் காலத்தில் கொங்குவேளின் பெருங்கதை எழுதப்படவில்லை. வேறு யாரோ எழுதிய பெருங்கதையை அவர்கள் அறிந்திருந்தனர்.

பெருங்கதையின் மூல நூல் பிருஹத்கதை என்பது (பிருஹத் கதை — பெருங்கதை). பிருஹத்கதையை குணாட்டியர் என்னும் புலவர் பைசாச பாஷையில் எழுதினார். குணாட்டியர் தக்கண தேசத்தை அரசாண்ட சாதவாகன அரசனுடைய அமைச்சராக இருந்தவர். சாதவாகன அரசர்களாகிய சதகர்ணியாரைத் தமிழர் நூற்றுவர்கன்னர் என்று கூறினார்கள். ஏறத்தாழக் கி.பி. முதல் நூற்றாண்டில் குணாட்டியர் என்னும் அமைச்சர் பிருஹத்கதையைப் பைசாச பாஷையில் எழுதினார். இது விந்தியமலைத் திராவிட இனத்தைச் சேர்ந்த மொழி என்பர். பைசாச பாஷை என்பது பிராகிருத பாஷையைச் சேர்ந்தது. பிருஹத்கதையின் பெரும் பாகம் அழிந்து போயிற்று. எஞ்சி இருக்கும் பகுதியே இப்போதுள்ள பெருங்கதை.

பிருகத்கதையைத் தமிழில் எழுதியவர் கொங்குவேள் என்னும் சைனர். சைனர்கள் பிராகிருத பாஷைகளைக் கற்றவர்கள். எப்படி என்றால் சைன சமய நூல்கள் பிராகிருத பாஷையில் எழுதப்பட்டுள்ள படியால் அக்காலத்து சைனர் பிராகிருத பாஷையையும் நன்கு கற்றிருந்தார்கள். அந்த முறையில் சைனராகிய கொங்குவேள் நேரே, பைசாச பாஷையில் எழுதப்பட்ட குணாட்டியரின் பெருங்கதையைப் படித்து அதைத் தமிழில் பெயர்த்தெழுதினார் என்பதில் தவறு இல்லை. துர்வினிதன் என்னும் கன்னட நாட்டு அரசன் குணாட்டியருடைய பிருகத்கதையை வடமொழியில் பெயர்த்து எழுதினான் என்றும் அந்த வடமொழியிலிருந்து கொங்குவேள் பெருங்கதையைத் தமிழில் எழுதினார் என்றும் சிலர் கூறுவர். இவர்கள் கூற்று ஏற்கத்தக்கதன்று. பிராகிருத பாஷையை அறிந்த வரான சைனராகிய கொங்குவேள்,நேரே பைசாச பாஷையிலிருந்து பெருங்கதையைப் பெயர்த்தெழுதினார்.

நூல்களும் கருத்துகளும் (சொற்களும்கூட) சமஸ்கிருதத்தில் வந்த பிறகுதான் தமிழில் மொழிபெயர்க்கப்பட்டது என்னும் முட்டாள் தனமான மூடக்கொள்கை, ஆராய்ச்சி இல்லாத சமஸ்கிருதப் பண்டிதர் களிடம் இருந்து வருகிறது. இந்த மூடத்தனத்தைத் தமிழப் பண்டிதர் சிலர் உண்மை எனக் கருதிக்கொண்டுள்ளனர். பௌத்த, சைனர் காலத்தில் பிராகிருத மொழியிலிருந்து தமிழில் நூல்களும் கருத்து களும் வெளி வந்தன. சமஸ்கிருதம் போலக் காணப்படுகின்ற பல சொற்கள் உண்மையில் பிராகிருத மொழியிலிருந்து தமிழில் வந்தவை. சைனப் புலவர்களில் தமிழ், பிராகிருதம், சமஸ்கிருதம் ஆகிய மொழிகளை நன்கு கற்றவர்கள் பலர் அக்காலத்தில் இருந்தார்கள். சைன சமயத்துத் தமிழராகிய கொங்குவேள் பிராகிருதப் பாஷையைக் கற்றவராகையினால் அவர் பைசாச மொழியிலிருந்த பிருகத்கதையை நேராகத் தமிழில் எழுதினார்.

களப்பிரர் காலத்தில் பௌத்த மதமும் சிறப்புற்றிருந்தது. அக் காலத்தில் பௌத்தர்களும் நூல் எழுதினார்கள். அவர்களுடைய நூல்கள் முழுவதும் மறைந்து போயின.

இலக்கிய நூல்கள் (சைவ சமய நூல்கள்)

சமண சமய நூல்களைப் பற்றி மேலே கூறினோம். இனி, களப் பிரர் காலத்தில் தோன்றிய சைவ இலக்கியங்களைப் பற்றிக் கூறுவோம். தமிழ்நாட்டில், முக்கியமாகப் பாண்டிநாட்டில் சமண சமயமும் பௌத்த மதமும் பரவி ஆதிக்கம் செலுத்தியதைக் கண்ட சைவ சமயத்தார் தங்கள் சமயம் ஓங்கி வளர வழிவகைகளைத் தேடிக் கடைசியில் பக்தி என்னும் புதிய இயக்கத்தை உண்டாக்கினார்கள் என்று கூறினோம். அகப்பொருளுக்குப் பேரின்பத் தொடர்பான கருத்தைக் கற்பித்து மாந்தருக்கும் (உயிர்களுக்கு) கடவுளுக்கும் தெய்வீகக் காதலைப் பொருத்தி அதைப் பக்தியுடன் இணைத்தார்கள். இந்தப் புதிய கொள்கைக்கு ஆதாரமாக ஒரு நூல் வேண்டுமல்லவா? அதற்காக இறையனார் அகப்பொருள் என்றும் களவியல் என்றும் பெயருள்ள ஒரு நூலை எழுதினார்கள். அது தெய்வீகக் களவியலுக்கு ஆதார நூல் என்று கூறினார்கள். அந்த நூலைச் சிவபெருமானே (இறையனார்) இயற்றினார் என்று கூறினார்கள் (இது பற்றி

இணைப்பு 3 காண்க). இனி அக்காலத்தில் உண்டான சைவ சமய நூல்களைப் பார்ப்போம்.

மூத்த திருப்பதிகங்கள்

திருவாலங்காட்டுச் சிவபெருமான் மேல் பாடப்பட்ட படியால் திருவாலங்காட்டு மூத்த திருப்பதிகங்கள் என்று கூறப்படும் இந்தப் பதிகங்களைப் பாடியவர் காரைக்கால் அம்மையார் என்னும் அடியார். இவர் அறுபத்து மூன்று சைவ அடியார்களில் ஒருவர். இவருடைய வரலாற்றைத் திருத்தொண்டர் புராணத்தில், காரைக்கால் அம்மையார் புராணத்தில் காண்க. திருப்பதிகங்களைப் பாடியவர் திருநாவுக்கரசு நாயனார். அவர் காலத்திலே திருப்பதிகங்களைப் பாடியவர் அவருக்கு வயதில் இளையவராகிய திருஞான சம்பந்த மூர்த்திநாயனார். இவர்கள் பாடிய பதிகங்களுக்குத் தேவாரத் திருப்பதிகங்கள் என்பது பெயர். இவர்களுக்கு முன்பு முதன்முதலாகத் திருப்பதிகம் பாடியவர் காரைக்கால் அம்மையாரே. ஆகையினால், அம்மையார் பாடிய திருப் பதிகங்களுக்கு மூத்த திருப்பதிகங்கள் என்று பெரியோர் பெயரிட் டுள்ளனர். அம்மையார் பாடிய மூத்த திருப்பதிகங்கள் இரண்டே. இவற்றில் முதலாம் மூத்ததிருப்பதிகம் ‘கொங்கை திரங்கி நரம்பெழுந்து’ என்று தொடங்கும் பதிகம். இதன் பண் நட்டபாடை. இந்தப் பதிகம் பதினொரு செய்யுட்களைக் கொண்டது. இரண்டாவது மூத்த திருப் பதிகம் ‘எட்டி இலவம் ஈகை சூரை’ என்று தொடங்குவது. இதன் பண் இந்தளம். இதுவும் பதினொரு பதிகங்களைக் கொண்டது. காரைக்கால் அம்மையார் 7ஆம் நூற்றாண்டிலிருந்த திருநாவுக்கரசருக்கு முந்தியவர் ஆகையால் இவர் கி.பி 5 அல்லது 6ஆவது நூற்றாண்டில் இருந்தவராதல் வேண்டும். பழைய தேவாரப் பதிப்பு களில் காரைக்கால் அம்மையாரின் மூத்த திருப்பதிகங்களை முதலில் அச்சிட்டுப் பிறகு மற்ற தேவாரப் பதிகங்களை அச்சிடுவது வழக்கமாக இருந்தது.

திருவிரட்டை மணிமாலை

இதனையியற்றியவரும் காரைக்கால் அம்மையாரே. இது கட்டளைக் கலித்துறையும் வெண்பாவும் ஆக இரண்டு

செய்யுட்களால் ஆனது, அந்தாதியாகப் பாடப்பட்டது. இருபது செய்யுட்களைக் கொண்டது.

அற்புதத் திருவந்தாதி

இதை இயற்றியவரும் காரைக்கால் அம்மையாரே. நேரிசை வெண்பாவினால் அந்தாதியாக நூற்று ஒன்று செய்யுட்களைக் கொண்ட நூல். சிவபெருமான் மேல் பாடப்பட்டது.

காரைக்கால் அம்மையார் இயற்றிய இந்தத் தோத்திரப் பாடல்கள் பதினோராந் திருமுறையில் தொகுக்கப்பட்டுள்ளன.

கயிலைபாதி காளத்திபாதித் திருவந்தாதி

இது நேரிசை வெண்பாவினால் அந்தாதித் தொடையாகச் செய்யப்பட்ட நூறு செய்யுட்களையுடையது. கயிலை மலையிலும் காளத்திமலையிலும் எழுந்தருளியுள்ள சிவபெருமான் மேல் பாடப்பட்டது. இதனைப் பாடியவர் நக்கீரதேவநாயனார். இவர் கடைச்சங்க காலத்திலிருந்த நக்கீரர் அல்லர்; களப்பிரர் ஆட்சிக் காலத்தில் இருந்த மற்றொரு நக்கீரர்.

திரு ஈங்கோய்மலை எழுபது

ஈங்கோய்மலையில் எழுந்தருளியுள்ள சிவபெருமான் மேல் பாடப்பட்ட எழுபது வெண்பாக்களால் ஆன நூல். இதில் 49 முதல் 61 வரையில் உள்ள பதின்மூன்று பாடல்கள் மறைந்து போயின. இந்த நூலைப் பாடியவரும் நக்கீரதேவ நாயனாரே.

திருவலஞ்சுழி மும்மணிக்கோவை

இது திருவலஞ்சுழியில் கோயில் கொண்டுள்ள சிவபெருமான்மேல் பாடப்பட்ட தோத்திர நூல். அகவல், வெண்பா, கலித்துறை என்னும் மூன்றுவகைச் செய்யுட்களினால் அந்தாதித் தொடையமையப் பாடப்பட்ட பதினைந்து செய்யுட்களையுடையது. இதுவும் நக்கீரதேவ நாயனாரால் இயற்றப்பட்டது.

திருவெழுகூற்றிருக்கை

இது அகவற்பாவினால் இயற்றப்பட்ட 56 அடிகளைக் கொண்டது. கடைசியில் ஒரு வெண்பாவையும் உடையது. இச்செய்யுளை யாப்பருங்கல விருத்தியுரையாசிரியர் ஒழிபு இயல் உரையில் மேற் கோள் காட்டியுள்ளார். அதில் இதனை, இணைக்குறள் ஆசிரியப்பா என்று கூறுகிறார். பதினோராந் திருமுறையில் அச்சிடப்பட்டுள்ள இந்தச் செய்யுளுக்கும் யாப்பருங்கல விருத்தியுரையில் மேற்கோள் காட்டப்பட்டுள்ள இச்செய்யுளுக்கும் பாடபேதங்கள் உள்ளன. இதனை இயற்றியவர் நக்கீரதேவநாயனார்.

பெருந்தேவபாணி

இது அறுபத்தேழு அடிகளைக் கொண்ட ஆசிரியப் பாவாலானது. இதன் இறுதியில் ஒரு வெண்பாவும் உண்டு. இதனை இயற்றியவரும் நக்கீரதேவநாயனாரே.

கோபப்பிரசாதம்

இது தொண்ணூற்றொன்பது அடிகளைக் கொண்ட அகவற் பாவாலான நூல். சிவபெருமான் மேல் பாடப்பட்டது. நக்கீர தேவநாயனாரால் இயற்றப்பட்டது.

காரெட்டு

இது எட்டு வெண்பாக்களால் ஆன சிறு நூல். காருக்கும் (மழைக்கும்) சிவபெரு மானுக்கும் உவமை கூறுமுகத்தான் சிவனை வாழ்த்துகிறது இந்நூல். இதுவும் நக்கீரதேவ நாயனாரால் இயற்றப்பட்டது.

போற்றிக் கலிவெண்பா

கலிவெண்பாவினால் சிவபெருமானைப் போற்றிக் கூறுகிறது இந்நூல். இதுவும் நக்கீரதேவநாயனாரால் இயற்றப்பட்டது.

திருக்கண்ணப்பதேவர் திருமறம்

நூற்று ஐம்பத்தெட்டு அடிகளைக் கொண்ட அகவற்பாவினா லானது. இந்நூல் கண்ணப்ப நாயனார் சிவபெருமானிடம் பக்தி

(அன்பு) செய்து முக்திபெற்ற வரலாற்றைக் கூறுகிறது. இறுதியில் ஒரு வெண்பாவையும் உடையது. நக்கீர தேவநாயனாரால் பாடப்பட்டது.

இந்தச் செய்யுட்களைப் பாடிய நக்கீரதேவநாயனார், சங்க காலத்தில் இருந்த நக்கீரர் அல்லர். ஆனால், அவரும் இவரும் ஒருவரே என்று கூறுகின்றனர். இது தவறான கருத்து. நக்கீர தேவநாயனார் பாடிய மேற்காட்டிய செய்யுட்கள் எல்லாம் பதினோராந் திருமுறையில் தொகுக்கப்பட்டுள்ளன. பதினோராந் திருமுறையை முதன்முதலாக அச்சிற்பதிப்பித்த திரிசிரபுரம் சோடசாவதானம் சுப்புராய செட்டியார் அவர்கள், "மதுரைக் கடைச்சங்கத்துத் தெய்வப் புலவர்களுளொருவ ராகிய நக்கீரதேவ நாயனார் அருளிச் செய்த கயிலை பாதி காளத்தி பாதித் திருவந்தாதி" என்று ஏட்டுச் சுவடியில் இருந்தபடியே எழுதி யுள்ளார். கடைச்சங்க காலத்தில் இருந்த சங்கப் புலவரான நக்கீரரைப் பிற்காலத்தில் (களப்பிரர் காலத்தில்) இருந்த நக்கீரதேவநாயனார் என்பவருடன் இணைத்து இருவரும் ஒருவரே என்று கூறுவது பொருந்தாது. சங்க காலத்து நக்கீரருக்குத் தேவர் என்றும் நாயனார் என்றும் சிறப்புப் பெயர்கள் இருந்ததில்லை.

கடைச்சங்க காலத்துப் புலவரான நக்கீரர் இயற்றிய திருமுரு காற்றுப்படை, பதினோராந்திருமுறையில் தொகுக்கப்பட்டுள்ளது. அதில் "நக்கீரதேவ நாயனார் அருளிச்செய்த திருமுருகாற்றுப்படை" என்று குறிக்கப்பட்டுள்ளது. இவ்வாறு சங்க காலத்து நக்கீரரையும் பிற்காலத்திலிருந்த நக்கீரதேவ நாயனாரையும் சைவ சமயத்தவர் பிற் காலத்தில் ஒருவரே என்று தவறாகக் கருதினார்கள். (திருமுருகாற்றுப் படை கடைச் சங்க காலத்திலிருந்த நக்கீரரால் இயற்றப்பட்டது. திரு முருகாற்றுப்படை பிற்காலத்து நூல் என்று சிலர் கருதுவர். இவர்கள் கருத்துத் தவறானது (இணைப்பு 4 'நக்கீரர் காலம்' காண்க). (திரு முரு காற்றுப்படை கடைச்சங்க காலத்தில் இருந்த நக்கீரரால் இயற்றப்பட்டது. அது பற்றிய ஆராய்ச்சி இங்கு வேண்டா.)

நக்கீரர் அடிநூல், நக்கீரர் நாலடி நானூறு என்னும் இரண்டு செய்யுள் இலக்கண நூல்களைப் பற்றி முன்பு கூறினோம். அந்நூற் களின் ஆசிரியராகிய நக்கீரரே, இங்கு

கூறப்பட்ட நக்கீர தேவநாயனார் என்று தோன்றுகிறது. நக்கீரதேவநாயனார் வேறு, நக்கீரர் வேறு என்பதையறிய வேண்டும்.

திருக்கண்ணப்பதேவர் திருமறம்

நக்கீரதேவநாயனார் இயற்றிய திருக்கண்ணப்பதேவர் திருமறம் என்னும் நூலை மேலே கூறினோம். இந்தத் திருக்கண்ணப்ப தேவர் திருமறத்தைப் பாடியவர் கல்லாட தேவ நாயனார். இது முப்பத்தெட்டு அடிகளைக்கொண்ட அகவற் பாவாலானது. கண்ணப்ப நாயனா ருடைய பக்தியைப் புகழ்ந்து பேசுகிறது இந்நூல். இந்தச் செய்யுள், சைவத் திருமுறைகளில் ஒன்றான பதினோரந் திருமுறையில் தொகுக்கப்பட்டிருக்கிறது. கடைச்சங்க காலத்தில் இருந்த கல்லாடதேவ நாயனார் வேறு. அகநானூற்றில் ஏழு செய்யுட்களையும் குறுந்தொகை யில் ஒரு செய்யுளையும் புற நானூற்றில் ஐந்து செய்யுட்களையும் பாடிய கல்லாடனார் என்னும் சங்கப் புலவர், தலையாலங்கானத்துச் செரு வென்ற பாண்டியன் நெடுஞ்செழியன் காலத்தில் இருந்தவர். அந்தப் பாண்டியனை நேரில் பாடியவர். கண்ணப்ப தேவர் திருமறம் பாடிய கல்லாடதேவநாயனார் பிற்காலத்தில் (களப்பிரர் அரசர் காலத்தில்) இருந்தவர். இருவரும் வெவ்வேறு காலத்திலிருந்த வெவ்வேறு புலவர்கள். இருவரையும் ஒருவராகக் கருதுவது தவறு.

மூத்த நாயனார் இரட்டை மணிமாலை

இது, மூத்தநாயனார் (ஆனைமுகன்) மேல் பாடப்பட்ட வெண்பாவும் கலித்துறையும் ஆகிய செய்யுட்களினால் செய்யப்பட்ட இருபது செய்யுட்களையுடைய அந்தாதி நூல். இதனைச் செய்தவர் கபிலதேவ நாயனார். இது பதினோராந் திருமுறையில் தொகுக்கப்பட்டுள்ளது.

சிவபெருமான் திருவிரட்டை மணிமாலை

வெண்பாவும் கலித்துறையும் ஆகிய இரண்டு வகைச் செய்யுட்களினால் சிவபெருமான் மேல் பாடப்பட்ட தோத்திர நூல். முப்பத்தேழு செய்யுட்களைக் கொண்டது. கபிலதேவ

நாயனாரால் பாடப்பட்டது. பதினோராந் திருமுறையில் தொகுக்கப்பட்டுள்ளது.

சிவபெருமான் திருவந்தாதி

வெண்பாக்களினால் அந்தாதித் தொடையாகச் செய்யப்பட்ட நூறு செய்யுட்களைக் கொண்ட தோத்திரநூல். கபில தேவநாயனார் செய்தது. இதுவும் பதினோராந் திருமுறையில் தொகுக்கப்பட்டிருக்கிறது.

இந்த மூன்று செய்யுட்களையும் (மூத்த நாயனார் இரட்டை மணிமாலை, சிவபெருமான் இரட்டைமணிமாலை, சிவபெருமான் திருவந்தாதி) பாடியவர் கபிலதேவநாயனார். இவர் கடைச்சங்க காலத்தில் இருந்த கபிலர் அல்லர். பிற்காலத்தில் இருந்த கபிலதேவ நாயனார். சங்க காலத்தில் இருந்த கபிலர் ஐங்குறுநூற்றில் குறிஞ்சித் திணையையும் கலித்தொகையில் குறிஞ்சிக்கலியையும் பாடியவர். அகநானூற்றில் பதினெட்டுச் செய்யுட்களையும், குறுந்தொகையில் இருபத்தேழு செய்யுட்களையும், புறநானூற்றில் இருபத்தெட்டுப் பாடல்களையும், பத்துப்பாட்டில் குறிஞ்சிப் பாட்டை யும் பாடினார். மற்றும் பதிற்றுப்பத்து ஏழாம்பத்தைச் செல்வக்கடுங்கோ வாழியாதன் மேல் பாடியுள்ளார். அவர் வேறு, களப்பிரர் காலத்தில் பக்தி இயக்கம் தோன்றிய காலத்தில் இருந்த கபிலதேவநாயனார் வேறு. பதினெண் கீழ்க்கணக்கு நூல்களில் ஒன்றான இன்னா நாற்பது என்னும் நூலைச் செய்தவர் கபிலதேவநாயனாரே. சங்க காலத்தில் மூத்த நாயனார் (கணபதி, பிள்ளையார்) வணக்கம் ஏற்படவில்லை மூத்த நாயனார் இரட்டை மணிமாலையை ஆனைமுகன் மேல் பாடிய கபிலதேவ நாயனார் பிற்காலத்தவர் என்பது வெளிப்படை, இவர் இயற்றிய இன்னா நாற்பது என்னும் நூலைப் பற்றிப் பதினெண் கீழ்க்கணக்கு என்னும் தலைப்பில் இந்நூலில் வேறு இடத்தில் காண்க.

வித்துவான் திரு. வேங்கடராஜுலு ரெட்டியாரும் இக் கருத்தையே கூறுகிறார். " பிற்காலத்து நூல்களிலேயே முதலில் விநாயக வணக்கம் காணப்படுகின்றது. இவற்றால், கி.பி.6ஆம் நூற்றாண்டு வரையில் தமிழ்நாட்டில் விநாயக வழிபாடு நடைபெற்றிலது என்பது அறியலாகும். 'மாணிக்கவாசகர் வரலாறும் காலமும்' என்னும் நூலிலும் இவ்வாறே

கூறப்பட்டுள்ளது. இவற்றால், பண்டைத் தமிழ்ப் புலவராய் விளங்கிய கபிலர், தமது காலத்தில் வழக்காற்றிலில்லாத கடவுளை வழிபட்டுப் பாடியுள்ளார் என்று கூறுதல் பொருத்த முடையதாகாது. அன்றியும் இரட்டை மணிமாலை போன்ற பிரபந்தங்களும் அவர் காலத்தில் தோன்றியிருக்கவில்லை. கட்டளைக் கலித்துறைப் பாட்டுக் களும் கபிலர் காலத்தில் வழங்கவில்லை. அவ்வாறே பிரபந்தங்கள் பலவும், கபிலர் வாழ்ந்த காலத்தில் வழங்கின என்றல் பொருந்தாதே. அவை, அவர் காலத்துக்குப் பல நூற்றாண்டுகளின் பின்னர்த் தோன்றி யனவே. ஆசிரியர் நச்சினார்க்கினியர் கருத்தும் இதுவேயாதலறிக. இவையெல்லாவற்றையும் ஆராயாது பெயரொற்றுமை யொன்று மட்டும் கருதி, கபிலதேவநாயனாரைக் கபிலர் என்றும் பழம் புலவர் என்றும் கோடல் மயக்க உணர்வேயாகும்" (வித்துவான் வே. வேங்கட ராஜுலு ரெட்டியார், கபிலர், 1936, பக்கம் 45).

"பதினெண் கீழ்க்கணக்கு நூல்களில் ஒன்றான இன்னா நாற்பது என்னும் நூலைச் செய்தவரும் கபிலதேவநாயனாரே. இவர் இந்நூலில் கபிலர் என்று கூறப்படுகின்றார். இவர் சங்க காலத்துக் கபிலர் அல்லர். மூத்த நாயனார் இரட்டைமணிமாலை, இவற்றைச் செய்தவரே இந்தக் கபிலர் என்று தோன்றுகிறது" (மேற்படி நூல், கபிலரகவல் தலைப்பில்).

சிவபெருமான் திருவந்தாதி

பரணதேவநாயனார் இயற்றியது சிவபெருமான் திருவந்தாதி. இது நூறு வெண்பாக்களினால் அந்தாதித் தொடையாகப் பாடப்பட்டுள்ளது. பதினோராந்திருமுறையில் தொகுக்கப்பட்டுள்ளது. இவ் வந்தாதியின் கடைசியில் இதன் சிறப்பைக் கூறுகிற வெண்பா ஒன்று காணப்படுகிறது. இவர் சங்க காலத்தில் இருந்த பரணர் அல்லர். பக்தி இயக்கக் காலத்தில் களப்பிரர் ஆட்சிக் காலத்தில் இருந்த நக்கீரதேவ நாயனார், கல்லாட தேவநாயனார், கபிலதேவநாயனாரைப் போலவே இந்தப் பரண தேவநாயனாரும் பிற்காலத்தில் இருந்தவர்.

சங்க காலத்துப் பரணர் அகநானூற்றில் 34 செய்யுட்களையும் குறுந்தொகையில் 16 பாடல்களையும் நற்றிணையில் 12

செய்யுட்களை யும் புறநானூற்றில் 13 செய்யுட்களையும் பாடி யுள்ளார். மற்றும் சேரன் செங்குட்டுவன் மேல் பதிற்றுப்பத்து ஐந்தாம்பத்தைப் பாடினார். சோழன் உருவப்பஃறேரிளஞ்சேட் சென்னியையும் வையாவிக் கோப்பெரும் பேகனையும் பாடியுள்ளார். அவர் கி.பி. 2ஆம் நூற்றாண்டின் முற் பகுதியில் கடைச்சங்க காலத்தில் இருந்தவர். சிவபெருமான் திருவந்தாதி பாடிய இந்தப் பரணதேவநாயனார் பிற்காலத்தில் களப்பிரர் ஆட்சிக் காலத்தில் இருந்தவர்.இவர் வேறு, அவர் வேறு.

கீழ்க்கணக்கு நூல்கள்

இதுவரையில் களப்பிரர் காலத்தில் சைவ, சமண சமயத்தவர் எழுதிய தமிழ் நூல்களைக் கூறினோம். களப்பிரர் காலத்தில் எழுதப்பட்ட வேறு நூல்களும் உள்ளன. அவை கீழ்க்கணக்கு நூல்கள். கீழ்க் கணக்கு நூல்களைப் பதினெட்டாகப் பிற்காலத்தில் தொகுத்துள்ளனர். பதினெட்டு கீழ்க்கணக்கு நூல்களில் காலத்தால் முற்பட்டவையும் பிற்பட்டவையும் உள்ளன. ஆனால், அவைகளில் பெரும்பான்மை யானவை களப்பிரர் ஆட்சிக்காலத்துக்குள்ளாக எழுதப்பட்டவை. பதினெண் கீழ்கணக்கு நூல்களாவன: 1. நாலடியார், 2. நான்மணிக் கடிகை, 3. இன்னாநாற்பது, 4. இனியவை நாற்பது, 5. கார்நாற்பது, 6. களவழிநாற்பது, 7. ஐந்திணை ஐம்பது, 8. திணைமாலை நூற்றைம்பது, 9. திணைமாலை ஐம்பது, 10. திணை மொழி ஐம்பது, 11. ஐந்திணை எழுபது, 12. முப்பால் (திருக்குறள்), 13. திரிகடுகம், 14. ஆசாரக்கோவை, 15. சிறுபஞ்ச மூலம், 16. முதுமொழிக் காஞ்சி, 17. ஏலாதி, 18. கைந்நிலை.

இந்தக் கீழ்க்கணக்குப் பதினெட்டு நூல்களில் திருக்குறள், களவழி நாற்பது, முதுமொழிக்காஞ்சி ஆகிய மூன்றும் கடைச்சங்க காலத்தில் கி.பி 250க்கு முன்பு எழுதப்பட்ட நூல்கள். நாலடியார். என்னும் நூல் கி.பி. 7ஆம் நூற்றாண்டில், களப்பிரர் ஆட்சிக்குச் சற்றுப் பின்பு எழுதப்பட்டது. பிற பதினான்கு நூல்களும் களப்பிரர் ஆட்சிக் காலத்தில் கி.பி. 3ஆம் நூற்றாண்டுக்கும் 6ஆம் நூற்றாண்டுக்கும் இடைப்பட்ட காலத்தில் எழுதப்பட்டவை. திரு. பி.தி. சீனிவாச அய்யங்கார் போன்ற சிலர் பதினெண்கீழ்க்கணக்கு நூல்கள் எல்லாம் கி.பி. 6ஆம் நூற்றாண்டு முதல் கி. பி. 8 ஆம் நூற்றாண்டுக்கு இடைப்பட்ட காலத்தில் எழுதப்பட்டன என்று கூறுவர்

(P. T. Srinivasa Aiyangar, History of the Tamils). இவர் கூறுவது தவறு. இதுபற்றிய ஆய்வுரையை இணைப்பு 5இல் காண்க.

கீழ்கணக்கு என்பதன் பொருள் என்ன என்பதைப் பார்ப்போம். மாந்தர் தம்முடைய உலக வாழ்க்கையில் அடையவேண்டியவை அறம், பொருள், இன்பம், வீடு என்னும் நான்கு பயன்களாகும். இந்த நான்கு பயன்களில் வீடு (மோட்சம்) என்பது மறுமையில் பெறப்படுவது. மற்ற அறம், பொருள், இன்பம் ஆகிய மூன்றும் இம்மையில் (இவ்வுலக வாழ்க்கையில்) அடையப் படுவன. அறம், பொருள், இன்பம் ஆகிய மூன்றையும் கூறுகிற நூல்களுக்குக் கீழ்கணக்கு என்று பெயர் கூறினார்கள். இதைப் பழைய உரையாசிரியர்களும் திருநாவுக்கரசரும் கூறியுள்ளனர். அவற்றைக் காட்டுவோம். பேராசிரியர் என்னும் உரையாசிரியர், தொல்காப்பியம், பொருளதிகாரம், செய்யுளில் 547 ஆம் சூத்திரத்துக்கு உரையில் இவ்வாறு கூறுகிறார்;

வனப்பியல் தானே வகுக்குங் காலை
சின்மென் மொழியாற் றாய பனுவலொடு
அம்மை தானே அடிநிமிர் பின்றே

"தாய பனுவலொ" டென்பது அறம் பொருள் இன்பமென்னும் மூன்றிற்கும் இலக்கணஞ் சொல்லும்; வேறிடையிடை அவை

யன்றியும் தாய்ச் செல்வ தென்றவாறு. அஃதாவது பதினெண் கீழ்க் கணக்கென உணர்க. அதனுள் இரண்டடியானும் ஐந்தடியானும் ஒரே செய்யுள் வந்தவானும், அவை சிலவாய மெல்லிய சொற்களான் வந்தவானும், அறம் பொருள் இன்பமென அவற்றுக்கு இலக்கணங் கூறிய பாட்டுப் பயின்று வருமாறும் கார்நாற்பது களவழிநாற்பது முதலாயின வந்தவாறுங் கண்டு கொள்க."

திருநாவுக்கரசு சுவாமிகள் கீழ்க்கணக்கைப் பற்றிக் கூறுவதைப் பார்ப்போம். திருக்குறுந்தொகை இன்னம்பர் பதிகத்தில் அடிகள் இவ்வாறு கூறுகிறார்;

தொழுது தூமலர் தூவித் துதித்து நின்று
அழுது காமுற்று அலற்று கின்றாரையும்
பொழுது போக்கிப் புறக்கணிப் பாரையும்
எழுதும் கீழ்க்கணக்கு இன்னம்பர் ஈசனே

இம்மை வாழ்க்கையில் அறம், பொருள், இன்பங்களைப் பெற்று மறுமைக்கு அடையவேண்டிய கடவுள் வழிபாட்டைச் செய்யாதவர்களைக் கடவுள் கணக்கு எழுதிவைக்கிறார் என்று கூறுகிறார். அறம், பொருள், இன்பம் என்னும் இம்மைப் பயன்களைக் கீழ்க்கணக்கு என்று கூறுவது காண்க.

அடிநிமிர் வில்லாச் செய்யுட் டொகுதி
அறம் பொருள் இன்பம் அடுக்கி அவ்வகைத்
திறம்பட வருவது கீழ்க்கணக் காகும்

என்பது பன்னிருபாட்டியல்.

உலக வாழ்க்கையில் பெறவேண்டிய அறம், பொருள், இன்பம் ஆகிய மூன்றும் கீழ்க்கணக்கு என்று கூறப்பட்டதைக் கண்டோம். இனி, களப்பிரர் காலத்தில் எழுதப்பட்ட கீழ்க்கணக்கு நூல்களைக் கூறுவோம்.

நான்மணிக்கடிகை

இது 104 செய்யுட்களையுடையது. விளம்பிநாகனார் என்பவரால் செய்யப்பட்டது. இப்பெயரைக் கொண்டு இவர் விளம்பி என்னும் ஊரில் இருந்தவர் என்பது தெரிகிறது. ஒவ்வொரு வெண்பாவிலும் நான்கு நான்கு நீதிகளைக் கூறுகிறபடியால் நான்மணிக்கடிகை என்று பெயர் பெற்றது. இவர் வைணவ சமயத்தவர் என்பது இந்நூல் கடவுள் வாழ்த்தினால் அறிகிறோம்.

மதிமன்னு மாயவன் வாண்முகம் ஒக்கும்
கதிர் சேர்ந்த ஞாயிறு சக்கரம் ஒக்கும்
முதுநீர்ப் பழனத்துத் தாமரைத் தாளின்
எதிர்மலர் மற்றவன் கண்ணொக்கும் பூவைப்
புதுமலர் ஒக்கும் நிறம்

என்பது இந்நூலின் கடவுள் வாழ்த்து.

இன்னா நாற்பது

இன்னாதவைகளைத் (துன்பந்தருகிற செயல்களை) தொகுத்துக் கூறுகிறபடியால் இந்நூல் இன்னாநாற்பது என்று

பெயர்பெற்றது. நாற்பது வெண்பாக்களையுடையது. தனியாகக் கடவுள் வாழ்த்து ஒன்றைப் பெற்றுள்ளது. சிவபெருமான், பலராமன், மாயவன் (திருமால்), சத்தியான் (வேலாயுதனாகிய முருகன்) ஆகியோரைக் கடவுள் வாழ்த்தில் இதன் ஆசிரியர் கூறுகிறார்.

முக்கட் பகவன் அடிதொழாதார்க் கின்னா
பொற்பனை வெள்ளையை யுள்ளாது ஒழுகின்னா
சக்கரத் தானை மறப்பின்னா ஆங்கின்னா
சத்தியான் தாள்தொழா தார்க்கு

என்பது இந்நூல் கடவுள் வாழ்த்து.

இதன் ஆசிரியர் பெயர் கபிலர். இந்த ஆசிரியரும் முன்பு கூறப்பட்ட கபிலதேவநாயனார் என்பவரும் ஒருவரே. இந்தக் கபிலர் (கபில தேவநாயனார்) சங்க காலத்தில் பாரிவள்ளலின் நண்பரும் அவ்வள்ளல் இறந்த பிறகு செல்வக்கடுங்கோ வாழியாதனைப் பதிற்றுப்பத்து 7ஆம் பத்தில் பாடியவருமான சங்க காலத்துக் கபிலர் அல்லர். இந்தக் கபிலர் களப்பிரர் காலத்தில் இருந்த கபிலர். இந்தக் கபிலரும் மூத்தநாயனார் இரட்டை மணிமாலை, சிவபெருமான் திருவந்தாதி முதலான செய்யுட்களை இயற்றிய கபிலதேவநாயனாரும் ஒருவரே.

இன்னாநாற்பது பாடிய கபிலரும் மூத்தநாயனார் திருவிரட்டை மணிமாலை,சிவபெருமான் திருவிரட்டை மணிமாலை, சிவபெருமான் திருவந்தாதி என்ற நூல்களைப் பாடிய (பதினோராந் திருமுறையில் தொகுக்கப்பட்டவை) கபிலதேவநாயனாரும் வெவ்வேறு கபிலர்கள் என்று திரு. சதாசிவபண்டாரத்தார் கருதுகிறார். இவர் மூன்று கபிலர்களைக் கூறுகிறார். சங்க காலத்தில் இருந்த கபிலர், அவருக்குப் பிறகு இன்னாநாற்பது பாடிய கபிலர், மூத்தநாயனார் இரட்டை மணிமாலை முதலான நூல்களை இயற்றிய கபிலதேவநாயனார் ஆகிய மூன்று கபிலர்கள் என்று கூறுகிறார். இதற்கு இவர் கூறும் காரணம், கபில தேவநாயனார் மூத்த பிள்ளையார் மீது இரட்டை மணிமாலை பாடி யிருப்பதும் சிவபெருமான் திருவந்தாதியில் திருச்சிராப்பள்ளி மலையில் சிவபெருமான் எழுந்தருளியிருப்பதாகக் கூறியிருப்பதும் ஆகும். அதாவது, மூத்தபிள்ளையார் (கணபதி) கி.பி. 7ஆம் நூற்றாண்டில்

நரசிம்மவர்மன் மாமல்லன் காலத்தில், சிறுத்தொண்ட நாயனார் (பரஞ்சோதியார்) வாதாபியிலிருந்து கணபதி உருவங்களைக் கொண்டுவந்து தமிழ்நாட்டில் முதல் முதலாகக் கணபதி வணக்கத்தை உண்டாக்கினார் என்று பொதுவாகக் கூறப்படும் கருத்தை உடன்பட்டு, மூத்த பிள்ளையார் இரட்டைமணிமாலை பாடியிருப்பதனாலும் அந்தாதியில் திருச்சிராப்பள்ளிமலையில் சிவனுக்குக் கோயில் இருந்ததைக் கூறியிருப்பதனாலும், (திருச்சி மலையில் முதலாம் மகேந்திரவர்மன் ஒரு குகைக்கோவிலை அமைத்தான் என்பது கொண்டும்) சதாசிவ பண்டாரத்தார் கபிலதேவநாயனார் கி.பி. 7ஆம் நூற்றாண்டில் இருந்தவர் என்று கருதுகிறார் (பண்டாரத்தார், தமிழ் இலக்கிய வரலாறு கி.பி. 250—600,1965).

மாமல்லன் முதலாம் நரசிம்மவர்மன் காலத்தில் சேனாதிபதியான பரஞ்சோதியார் (சிறுத்தொண்டநாயனார்) இரண்டாம் புலிகேசியின் நகரமான வாதாபியை வென்று அங்கிருந்து கணபதி உருவங்களைக் (வாதாபி கணபதி) கொண்டுவந்து கணபதீச்சரம் என்னும் ஊரில் கணபதிக்குக் கோவில் கட்டினார் என்பது வரலாற்றறிஞரின் பொது வான கருத்து. ஆனால், சிறுத்தொண்ட நாயனாருக்கு முன்பே களப்பிரர் ஆட்சிக் காலத்தில் கணபதி வழிபாடு தமிழகத்தில் இருந்தது என்று இப்போது ஆராய்ச்சியினால் அறியப்படுகிறது. மற்றும், கபிலதேவநாய னாரின் சிவபெருமான் திருவந்தாதியில் சிவபெருமான் திருச்சிராப் பள்ளி மலையில் எழுந்தருளியிருப் பதாகக் கூறியிருப்பது கொண்டு, அந்த மலையைக் கூறுகிற கபிலதேவநாயனார் கி.பி. 7ஆம் நூற்றாண்டில் இருந்தவர் என்று திரு. சதாசிவபண்டாரத்தார் கருதுகிறார். சிவபெருமான் திருவந்தாதியில் காவிரி வந்தேறு மறுகிற்சிராமலையெங் கோமான் என்று சிராமலையில் இருந்த சிவபெருமானைக் கபிலதேவ நாயனார் கூறினார் (சிவபெருமான் திருவந்தாதி, செய்யுள் 42). இதில், மகேந்திரவர்மன் அமைத்த குகைக் கோவிலைத்தான் இவர் கூறுகிறார் என்றுகருத வேண்டியதில்லை. அதற்கு முன்பு அம்மலைமேல் இருந்த சிவன் கோவிலைக் குறிப்பதாகக் கொள்ளலாம். ஆகவே, கபிலதேவ நாயனாரும், இன்னா நாற்பது கபிலரும் வெவ்வேறு கபிலர்கள் என்று கருதுவது வேண்டா. இருவரும் ஒருவரே என்பது எம்முடைய கருத்து.

இனியவை நாற்பது

இந்த நூலை இயற்றியவர் பெயர் மதுரைத் தமிழாசிரியர் மகனார் பூதஞ்சேந்தனர். இது நாற்பது வெண்பாக்களையும் ஒரு கடவுள் வாழ்த்தையும் உடையது. மாந்தர் செய்யவேண்டிய இனிய (நல்ல) செயல்களைக் கூறுகிறது இந்நூல். இதன் கடவுள் வாழ்த்து இது:

கண்மூன் றுடையான் தாள்சேர்தல் கடிதினிதே
தொன்மாண் துழாய்மாலை யானைத் தொழலினிதே
முந்துறப் பேணி முகநான் குடையானைச்
சென்றமர்ந் தேத்தல் இனிது.

திரிகடுகம்

இது நூறு வெண்பாக்களையும் ஒரு கடவுள் வாழ்த்தையும் உடைய நூல். சுக்கு, மிளகு, திப்பிலி என்னும் மூன்று மருந்துச் சரக்குகளைத் தனித்தனியே பொடி செய்து, இப்பொடிகளைச் சம அளவாகச் சேர்த்து, அமைக்கப்பட்ட மருந்து திரிகடுகம் என்பது. இதைத் திரிகடுகு சூரணம் என்றும் கூறுவர். இது காரமாக இருக்கும். இதனால் இது திரிகடுகம் (மூன்று காரமான பொருள்) என்று பெயர் பெற்றது. இதை நாள்தோறும் காலையில் சிறு அளவாக உட்கொண்டால் உடல் நோயை நீக்கி நலம் உண்டாக்கும். திரிகடுகமாகிய சுக்கு, மிளகு, திப்பிலியைச் சமனளவாகச் சிதைந்து நீர்விட்டுக் காய்ச்சிய கியாழத் தையும் உட்கொள்ளலாம். திருகடுகக் கியாழமும் சூரணமும் உடல் நோயைப் போக்குவதுபோல, திரிகடுகம் என்னும் இந்நூலைப் படிப்ப வரின் உள்ள நோய் (மனநோய்) நீங்கும் என்னும் கருத்தினால் இந்நூல் திரிகடுகம் என்று பெயர் பெற்றது. ஒவ்வொரு செய்யுளிலும் மும்மூன்று கருத்துகள் கூறப்படு கின்றன. இதன் கடவுள் வாழ்த்துச் செய்யுள் இது:

கண்ணகன் ஞாலம் அளந்ததூஉம் காமருசீர்த்
தண்ணறும் பூங்குருத்தம் சாய்த்ததூஉம் நண்ணிய
மாயச் சகடம் உதைத்ததூஉம் இம்மூன்றும்
பூவைப் பூவண்ணன் அடி

ஆசாரக் கோவை

இந்நூல் நூறு செய்யுட்களையும் ஒரு சிறப்புப் பாயிரத்தையும் உடையது. இந்நூல் வெண்பாவின் வகைகளான குறள்வெண்பா, சிந்தியல் வெண்பா, நேரிசை வெண்பா, இன்னிசைவெண்பா, பஃறொடை வெண்பா ஆகிய வெண்பாக்களால் அமைந்த நூல். மனிதர் ஒழுக வேண்டிய ஒழுக்கங்களைத் தொகுத்து இதில் இதன் ஆசிரியர் கூறுகிறார். இதன் ஆசிரியர் பெருவாயில் முள்ளி என்பவர். கயத்தூர்ப் பெருவாயில் முள்ளி என்று கூறப்படுவதால், இவர் கயத்தூரைச் சேர்ந்த பெருவாயில் என்னும் ஊரில் இருந்தவர் என்று கருதலாம். புதுக்கோட்டையில் அன்னவாயில், சித்தன்னவாயில், பெருவாயில் என்னும் ஊர்கள் உள்ளன. ஆகவே, இவர் சிறப்புப்பாயிரம் இது:

ஆரெயில் மூன்றும் அழித்தான் அடியேத்தி
ஆரிடத்துத் தானறிந்த மாத்திரையான், ஆசாரம்
யாரும் அறிய, அறனாய மற்றவற்றை
ஆசாரக் கோவைஎனத் தொகுத்தான்; தீராத்
திருவாயிலாய திறல்வண் சயத்தூர்ப்
பெருவாயில் முள்ளி என்பான்

பழமொழி நானூறு

முன்றுறையரையர் என்பவர் இந்நூலின் ஆசிரியர். இந்நூல் கடவுள் வாழ்த்து உட்பட நானூறு வெண்பாக்களை யுடையது. ஒவ்வொரு வெண்பாவின் இறுதியிலும் ஒவ்வொரு பழமொழி கூறப் படுகிறது. எனவே, இதில் நானூறு பழமொழிகள் கூறப்படுகின்றன. இந்தப் பழமொழிகள் எல்லாம் இந்நூலாசிரியர் காலத்துக்கு முன்பு (களப்பிரர் ஆட்சிக் காலத்துக்கு முன்பு) வழங்கி வந்தவை. இந்நூலாசிரியர் ஆருகத மதத்தைச் சேர்ந்தவர்.

பிண்டியின் நீழற் பெருமான் அடிவணங்கிப்
பண்டைப் பழமொழி நானூறும் கொண்டினிதா

முன்னுறை மன்னவன் நான்கடியும் செய்தமைத்தான்
இன்றுவை வெண்பா இவை!

என்பது இந்நூல் தற்சிறப்புப் பாயிரம்.

சிறுபஞ்சமூலம்

இந்நூல் நூற்றிரண்டு செய்யுட்களையும் இரண்டு சிறப்புப் பாயிரச் செய்யுட்களையும் உடையது. பஞ்சமூலம் என்பது ஐந்து வகையான வேர்கள். அவை கண்டக்கத்திரிவேர், சிறுவழு துணைவேர், சிறுமல்லிவேர், பெருமல்லிவேர், நெருஞ் சிவேர் என்பவை. இந்த ஐந்து வேர்களைக் கொண்டு சிறுபஞ் சமூலம் என்னும் மருந்து செய்யப்பட்டு நோயாளிகளுக்குத் தரப்பட்டது. இந்தச் சிறுபஞ்சமூலம் என்னும் நூலில் ஒவ்வொரு செய்யுளிலும் ஐந்துஐந்து பொருள்கள் கூறப்படு கின்றன. இவை உடல் நோயைத் தீர்க்கிற சிறுபஞ்சமூலம் போன்று மன நோயைத் தீர்ப்பன ஆகையால் சிறுபஞ் சமூலம் என்று பெயர் பெற்றது. இந் நூலாசிரியரின் பெயர் காரியாசான். இந்நூலின் கடவுள் வாழ்த்துச் செய்யுள் இது:

முழுதுணர்ந்து மூன்றொழித்து மூவாதான் பாதம்
பழுதின்றி யாற்றப் பணிந்து - முழுதேத்தி
மண்பாய ஞாலத்து மாந்தர்க் குறுதியா
வெண்பா உரைப்பான் சில

ஏலாதி

எண்பத்தேழு பாடல்களையுடைய இந்த நூலை எழுதியவர் பெயர் கணிமேதாவியார். கணி என்னும் சிறப்புப் பெயர், இவர் வானநூலைக் கற்றவர் என்பதைத் தெரிவிக்கிறது. வான நூலைப் பயின்றவர்கட்குக் கணி, கணியன் என்று பழங்காலத்தில் பெயர் இருந்தது. கணிதமேதாவியார் தமிழ்ப் புலமை பெற்றிருந்ததோடு வானநூலையும் கற்றிருந்தார் என்பது தெரிகிறது. ஏலாதி என்பது, திரிகடுகம், சிறுபஞ் சமூலம் என்பவை போன்று ஒரு மருந்தின் பெயர். ஏலம், இலவங்கப்பட்டை, நாகேசசுரம், மிளகு., திப்பிலி, சுக்கு என்று ஆறு வகையான சரக்குகளை மருத்துவ நூல் கூறும் அளவுப்படி ஒன்றாகச் சேர்த்துச் செய்யப்பட்ட சூரணத்துக்கு

ஏலாதி என்பது பெயர். ஏலாதி என்னும் பெயருடைய இந்த நூலில் ஒவ்வொரு செய்யுளிலும் ஆறு பொருள்கள் கூறப்படுகின்றன. இவர் சமண சமயத்தவர்.

இல்லறநூல் ஏற்ற துறவறநூல் ஏயுங்கால்
சொல்லறநூல் சோர்வின்றித் தொக்குரைத்து-நல்ல
அணிமேதை யாய்நல்ல வீட்டு நெறியுங்
கணிமேதை செய்தான் கலந்து

என்பது இந்நூலின் பாயிரச் செய்யுள்.

கார் நாற்பது

இது நாற்பது வெண்பாக்களையுடைய நூல். இது, அகப் பொருளில் முல்லைத் திணையைக் கூறுகிறது. அலுவல் காரணமாக வெளியூருக்குச் சென்ற தலைவன் தான் கார் காலத்தில் திரும்பி வருவதாகத் தன் தலைவிக்குக் (காதலிக்கு) கூறிச்சென்றான். அவன் சொன்ன கார் காலம் வந்ததும் அவன் திரும்பி வராதபடியால் தலைவி கவலைப்பட்டாள். தோழி அவளுக்கு ஆறுதல் கூறினாள். கடைசியில் காதலன் திரும்பி வந்தான். இவற்றைக் கூறுகிறது இந்தச் செய்யுள். இதனை இயற்றிய ஆசிரியர் பெயர் மதுரைக் கண்ணன் கூத்தனார்.

பொருகடல் வண்ணன் புனைமார்பில் தார்போல்
திருவில் விலங்கூன்றித் தீம்பெயல் தாழ
வருதும் எனமொழிந்தார் வாரார்கொல் வானம்
கருவிருந் தாலிக்கும் போழ்து

என்பது இந்நூலின் பாயிரச் செய்யுள்.

ஐந்திணை ஐம்பது

அகப்பொருளைப் பற்றிய ஐந்திணைகளும் பத்துப்பத்துப் பாக்களினால் இயற்றப்பட்டதாதலின் இந்நூல் ஐந்திணை ஐம்பது என்று பெயர் பெற்றது. இதைப் பாடியவர் மாறன் பொறையனார் என்னும் புலவர். இதன் பாயிரச் செய்யுள்,

பண்புள்ளி நின்ற பெரியார் பயன்தெரிய
வன்புள்ளி மாறன் பொறையன் புணர்த்தியார்த்த
ஐந்திணை யைம்பதும் ஆர்வத்தின் ஓதாதார்

செந்தமிழ் சேராதவர்

என்று கூறுகிறது. இதில் செந்தமிழ் என்பது அகப்பொருளைக் குறிக்கிறது. தமிழ் என்பதற்கு அகப்பொருள் என்னும் பொருளும் உண்டு. அகப்பொருளைத்தான் இச்செய்யுள் செந்தமிழ் என்று கூறிகிறது.

திணைமொழி ஐம்பது

அகத்திணை ஐந்துக்கும் திணையொன்றுக்குப் பத்துச் செய்யுளாக அமைத்து ஐம்பது பாக்களினால் இயற்றப்பட்டது இந்நூல். இந்நூலை இயற்றியவர் கண்ணன் சேந்தனார். இவருடைய தந்தையாரின் பெயர் சாத்தந்தையார். ஆகவே, இவர் சாத்தந்தையார் மகனார் கண்ணஞ் சேர்ந்தனார் என்று கூறப்பட்டார்.

ஐந்திணை எழுபது

இந்நூலும் அகப்பொருள் ஐந்திணைகளைப் பற்றிக் கூறுகிறது. ஒவ்வொரு திணைக்கும் பதினான்கு பாக்களாக ஐந்து திணைகளுக்கு எழுபது பாடல்களைக் கொண்டது. இதன் ஆசிரியர் பெயர் மூவாதியார். இதன் கடவுள் வாழ்த்துக் கணபதியாகிய பிள்ளையாருக்குரியது.

எண்ணும் பொருளினிதே யெல்லா முடித்தெமக்கு
நண்ணுங் கலையனைத்து நல்குமால் கண்ணுதலின்
முண்டத்தான் அண்டத்தான் மூலத்தான் ஆலஞ்சேர்
கண்டத்தான் ஈன்ற களிறு

என்பது இதன் கடவுள் வாழ்த்து.

இந்தப் பிள்ளையார் கடவுள் வாழ்த்து இந்நூலாசிரியர் செய்ததன்று என்றும் பிற்காலத்தவர் யாரோ செய்தமைத்தது என்றும் திரு. சதாசிவ பண்டாரத்தார் கருதுகிறார். இதற்கு இவர் கூறும் காரணம் இது: “பிள்ளை யாரென்று வழங்கப்பெற்று வரும்

விநாயகக் கடவுளின் வழிபாடு கி.பி. ஏழாம் நூற்றாண்டில்தான் நம் தமிழ்நாட்டில் தொடங்கியது என்பது ஆராய்ச்சியால் அறிந்ததோர் உண்மையாகும். எனவே, அக் கடவுளுக்கு வாழ்த்துக் கூறப்பட்டுள்ள பாடல் இந்நூலாசிரியரால் இயற்றப்பட்டதன்று என்பது தேற்றம். அக்கடவுள் வாழ்த்துச் செய்யுள் நூலின் புறத்தேயுள்ளமையும் அதற்குப் பழைய உரை காணப்படாமையும் இவ்வுண்மையை நன்கு வலியுறுத்துதல் அறியற்பாலதாம்" (சதாசிவப் பண்டாரத்தார், தமிழ் இலக்கிய வரலாறு கி.பி. 250—600, பக்கம் 65).

விநாயகர் வழிபாடு தமிழகத்தில் கி.பி. 7ஆம் நூற்றாண்டில் மாமல்லன் நரசிம்மவர்மன் காலத்தில் அவ்வரசனுடைய சேனாதிபதி யான பரஞ்சோதியார் (சிறுத்தொண்டநாயனார்) காலத்தில் முதன் முதலாக உண்டாயிற்று என்னும் கொள்கையை ஆதாரமாகக் கொண்டு பண்டாரத்தார் அவர்கள் இவ்வாறு கூறுகிறார். விநாயகர் வணக்கம் கி.பி. 7 ஆம் நூற்றாண்டில் உண்டாயிற்று என்னும் கருத்து அண்மைக் காலத்தில் இருந்தது. ஆனால், கி.பி. 7ஆம் நூற்றாண்டுக்கு முன்பே களப்பிரர் ஆட்சிக் காலத்திலேயே ஏற்பட்டிருந்தது என்பது இப்போது ஆராய்ச்சியினால் தெரிகிறபடியால் இக்கடவுள் வாழ்த்து இந்நூலுக்கு உரியதே எனக் கொள்ளலாம் (இது பற்றி இன்னா நாற்பது என்னும் தலைப்பில் விளக்கிக் கூறியிருப்பது காண்க). பண்டாரத்தார் அவர்களே இந்நூலாசிரியராகிய மூலாதியார் "கி.பி. ஐந்தாம் நூற்றாண்டில் இருந்தவர் ஆவார்" என்று கூறுகிறபடியால், இந்நூல் களப்பிரர் ஆட்சிக் காலத்தில் இயற்றப்பட்டது என்பது தெளிவாகிறது.

திணைமாலை நூற்றைம்பது

இதுவும் அகப்பொருள் ஐந்திணைகளைக் கூறுகிற நூல். குறிஞ்சிக்கு 31 செய்யுளும் நெய்தலுக்கு 31 செய்யுளும் பாலைக்கு 30 செய்யுளும் முல்லைக்கு 31 செய்யுளும் மருதத்துக்கு 30 செய்யுளும் ஆக 153 செய்யுட்களைக் கொண்டிருக்கிறது. ஆனால், நூலின் பெயரிலிருந்து 150 செய்யுட்கள்தாம் இதற்குரியவை என்று தோன்றுகிறது. எஞ்சியுள்ள மூன்று செய்யுட்கள் பிற்காலத்து இடைச் செருகலாக இருக்குமோ, அல்லது, நூலாசிரியரே இச்செய்யுட்களையும் இயற்றியிருக்கலாமோ என்று ஐயம் ஏற்படுகிறது.

இந்நூலாசிரியரின் பெயர் கணிமேதாவியார். இவரே ஏலாதி என்னும் நூலின் ஆசிரியர் என்பதை முன்பு அறிந்தோம். இந்நூலின் பாயிரம் இது:

முனிந்தார் முனிவொழியச் செய்யுட்கண் முத்துக்
கனிந்தார் களவியற் கொள்கைக் - கணிந்தார்
இணைமாலை யீடிலா வின்றமிழால் யாத்த
திணைமாலை கைவரத் தேர்ந்து

இந்தப் பாயிரத்தைப் பற்றித் திரு. சதாசிவபண்டாரத்தார் தம்முடைய கருத்தைக் கூறியுள்ளார்கள். "அதனை (பாயிரத்தை) நோக்கு மிடத்து, இவ்வாசிரியர் காலத்தில் அகப்பொருளாகிய களவியலை வெறுத்துக் கொண்டிருந்த ஒரு குழுவினர் நம் தமிழ்நாட்டில் இருந் திருத்தல் வேண்டும் என்பதும் அவர்கட்கு அதன் சிறப்பினை விளக்கி அவர்கள் கொண்டிருந்த வெறுப்பினைப் போக்க வேண்டியே இவ் வினிய நூலை இவர் இயற்றியிருத்தல் வேண்டும் என்பதும் நன்கு வெளியாகின்றன."

சைவ வைணவருக்கும் பௌத்த சமணருக்கும் அகப் பொருள் பற்றிக் கருத்து வேற்றுமை அக்காலத்தில் இருந்தது. பக்தி இயக்கம் தோன்றிய அக்காலத்தில் அகப்பொருளுக்குப் பேரின்பக் (தெய்வ) காதல் கொள்கையைச் சைவ, வைணவ சமயத்தார் புதியதாகக் கற்பித்துத் தங்கள் சமயத்தில் செய்யுட்களை இயற்றினார்கள். ஆனால், இந்தக் கொள்கையைப் பௌத்த சமயத்தாரும் சமண சமயத்தாரும் ஏற்றுக்கொள்ளாமல் இக்கொள்கைக்கு மாறுபட்டிருந்தார்கள்.

இந்தப் பாயிரச் செய்யுளில் 'ஈடிலா இன்தமிழால் யாத்த திணை மாலை' என்று கூறப்படுகிறது. இதில்'இன்தமிழ்' என்பது அகப் பொருளைச் சுட்டுகிறது. என்பது தெரிகிறது. ஐந்திணை ஐம்பது என்னும் நூலின் பாயிரச்செய்யுளில் செந்தமிழ் என்பது அகப் பொருளைச் சுட்டுகிறது என்பதைக் காண்டோம்.2

கைந்நிலை

இதுவும் அகத்திணை பற்றிய நூல். ஒவ்வொரு திணைக்கும் பன்னிரண்டு பாடல்களையுடைய அறுபது வெண்பாக்களைக் கொண்ட சிறு நூல். இதன் ஆசிரியர் மாறோக்கத்து முள்ளி

நாட்டு நல்லூர்க் காவிதியார் மகனார் புல்லங்காடனார். இச்சிறு நூலிலுள்ள சில வெண்பாக்கள் அழிந்து மறைந்துபோயின. இந்த நூலை 1931ஆம் ஆண்டு திரு. அநந்தராமையர் அவர்கள் அச்சிட்டு வெளியிட்டார்கள். இதுவும் பதினெண் கீழ்க்கணக்கைச் சேர்ந்த நூல் (மயிலை சீனி. வேங்கடசாமி, 19—ம் நூற்றாண்டில் தமிழ் இலக்கியம், 1962; பதினெண் கீழ்க்கணக்கு வரலாற்றைக் காண்க).

* * *

அடிக்குறிப்புகள்

1. சீவகசிந்தாமணி சொற்பொழிவு நினைவு மலர், 1952, பக்கம் 217. சீவக சிந்தாமணி கி.பி. 8 ஆம் நூற்றாண்டில் எழுதப்பட்ட நூல் என்று இந்நூலாசிரியர் முன்பு எழுதியது தவறு. 'செந் தமிழ்ச் சிந்தாமணி — கால ஆராய்ச்சி' என்னும் கட்டுரையில் கி.பி. 8 ஆம் நூற்றாண்டில் சிந்தாமணி எழுதப்பட்ட தென்று இந் நூலாசிரியர் எழுதியுள்ளார். அது தவறு என்பதும் கி.பி. 5 அல்லது 6 ஆம் நூற்றாண்டில் இயற்றப்பட்டிருக்க வேண்டும் என்பதும் இப்போது தெரிகிறது.

2. அகப்பொருளுக்குத் தமிழ்என்னும் பெயர் இருந்தது என்பதை மயிலை சீனி. வேங்கடசாமி எழுதிய 'தமிழ் அகம்' என்னும் கட்டுரையில் காண்க: Journal of Tamil Studies, No.3, Sep.1973.

09

களப்பிரர் காலத்தில் நுண்கலைகள்

களப்பிரர் ஆட்சிக் காலத்தில் தமிழகத்தில் நுண்கலைகள் நன்றாக வளர்ந்திருக்க வேண்டும் என்று தோன்றுகிறது. ஆனால், அந்தக் கலைகளைப் பற்றிய விவரமான செய்திகள் கிடைக்க வில்லை. சங்க காலத்திலே வளர்ந்திருந்த நுண்கலைகளைப் பற்றிச் சிலப்பதிகாரம், மணிமேகலை என்னும் நூல்களிலிருந்து அறிகிறோம். அதன் பிறகு களப்பிரர் ஆட்சிக் காலத்தில் அந்தக் கலைகள் மேலும் வளர்ந்திருக்க வேண்டும் என்று நம்பலாம். ஆனால். அந்தக் காலத்துக் கலைகளைப் பற்றி அறிவதற்கு ஆதாரமான சான்றுகள் கிடைக்கவில்லை. கிடைத்துள்ள சான்றுகளும் குறைவாகவே கிடைத்துள்ளன. நுண்கலை என்னும் அழகுக்கலைகளை ஐந்தாகக் கூறுவர். அவை கட்டடக் கலை, சிற்பக்கலை, ஓவியக்கலை, இசைக்கலை, காவியக் கலை என்பவை. நமது நாட்டுச் சிற்பக்கலை நூல்கள் கட்டடக் கலையையும் சிற்பக்கலையையும் ஒன்று சேர்த்துச் சிற்பக்கலை என்றே கூறுகின்றன. இசைக்கலை என்பதில் கூத்தும் நாடகமும் அடங்கும். களப்பிரர் காலத்தில் இருந்த இந்த நுண்கலைகளைப் பற்றிப் பார்ப்போம்.

கட்டடக்கலை

சைவம், வைணவம், பௌத்தம், சமணம் ஆகிய நான்கு மதங்களும் இருந்த களப்பிரர் காலத்துத் தமிழகத்தில் கட்டடக்கலை வளர்ந்திருக்க வேண்டும். இந்த மதங்களின் கோயிற் கட்டடங்கள் கட்டாயம் இருந்திருக்க வேண்டும். அந்தக் கட்டடங்கள் செங்கல், சுண்ணாம்பு, மரம், இரும்பு ஆகிய பொருள்களைக் கொண்டு கட்டப்பட்டவை யாகையால் அவை இக்காலத்தில் நிலைபெற்றிருக்கவில்லை. கருங்கற்களை

ஒன்றின் மேல் அடுக்கிக் கட்டப்படுகிற கற்றளிக் கோயில் கட்டடங்களும் பாறைகளைக் குடைந்து அமைக்கப்படும் குகைக் கோவில்களும் களப்பிரர் ஆட்சிக் காலத்தில் மகேந்திரவர்மன் காலத்தில் உண்டாகவில்லை. அவை பிற்காலத்தில் முதல் மகேந்திரவர்மன் காலத்தில் கி.பி. 7ஆம் நூற்றாண்டில் உண்டாக்கப்பட்டவை. (பிள்ளையார்பட்டி குகைக்கோவில் களப்பிரர் காலத்தில் உண்டாக்கப்பட்ட குகைக்கோயிலாக இருக்கலாமோ என்னும் ஐயம் தோன்றுகிறது. இதுபற்றி ஆராய்ந்து பார்க்க வேண்டும்.)

களப்பிரர் ஆட்சிக் காலத்துக்குப் பிறகு கி.பி. 7ஆம் நூற்றாண் டில் இருந்த திருநாவுக்கரசரும் திருஞானசம்பந்தரும் தங்களுடைய தேவாரப் பதிகங்களில் கூறுகிற கோவிற் கட்டட வகைகளான கரக்கோவில், நாழற்கோவில், கோகுடிக்கோவில், பெருங்கோவில், இளங்கோவில், மாடக்கோவில், தூங்கானை மாடம், மணிக்கோவில் முதலான கட்டட வகைகள் களப்பிரர் காலத்திலேயே தோன்றி இருக்க வேண்டும். ஏனென்றால், இந்தக் கட்டட வகையெல்லாம் திடீரென்று 7ஆம் நூற்றாண்டிலே தோன்றியிருக்க முடியாது. அக்காலத்தில் அவை செங்கற் கட்டடங்களாக இருந்தன. கி.பி. 7ஆம் நூற்றாண்டின் நடுப்பகுதியில் முதல் மாமல்லன் நரசிம்மவர்மன் என்னும் பல்லவ அரசன் காலத்தில் மாமல்லபுரத்தில் அமைக்கப்பட்ட பஞ்சபாண்டவ ரதங்கள் முதலான கோவில் அமைப்புகள் அவன் காலத்துக்கு முன்பு களப்பிரர் ஆட்சிக் காலத்தில் அல்லது அதற்கு முன்பு இருந்த செங்கற்கட்டடங்களின் மாதிரியைக் காட்டுகிற பாறைக்கல் அமைப்புகள். இந்தப் பாறைக் கற்கோவில்களில் பல அகநாழிகை (கர்ப்பக்கிருகம்) இல்லாமலே கட்டடத்தின் மேற்புறத் தோற்றம் மட்டும் பாறைக் கல்லில் அமைத்துக் கட்டப்பட்டுள்ளன. ஆகையால், மாமல்ல புரத்து இரதக் கோவில்கள், செங்கற்கட்டடங்களாக இருந்த பழைய கோவில்களின் தத்ரூப உருவ அமைப்புகள் என்பதில் ஐயமில்லை.

களப்பிரர் ஆட்சிக் காலத்தில் பௌத்தரும் சமணரும் பள்ளிகளையும் விகாரங்களையும் கட்டியிருந்தனர். அந்தக் கட்டடங்களின் உருவ அமைப்பும் இந்தக் கட்டங்களின் அமைப்புப் போலவே இருந்திருக்க வேண்டும் என்று தோன்றுகிறது. சமண சமயக் கோவில்களுக்குச் சினகரம்

என்று பெயர் இருந்தது (ஜினன் + நகரம் = ஜினகரம், சினகரம்). விஷ்ணுவின் கோயிலுக்கு விண்ணகரம் என்று பெயர் இருந்தது. சமண, பௌத்தக் கோவிலுக்குச் சேதியம் என்னும் பெயரும் உண்டு. பௌத்தப் பிக்குகள் இருந்த ஆசிரமம் அல்லது விகாரைகள் பெரிய கட்டடங்கள். அவை காஞ்சி, நாகை, உறையூர், காவிரிப் பூம்பட்டினம் முதலான நகரங்களில் இருந்தன. காவிரிப்பூம்பட்டினத் தில் இருந்த பௌத்த விகாரை, நெடுஞ்சுவர்களும் பெரிய வாயில்களும் உடையதாக வெண்சுதை பூசப்பெற்றுக் கயிலாயம் போன்று இருந்ததென்றும் அது கண (கண்ண) தாசன் என்னும் அமைச்சனால் (களப்பிர அரசனுடைய அமைச்சன்) கட்டப்பட்ட தென்றும் அபிதம்மா வதாரம் என்னும் பௌத்த மத நூல் கூறுகிறது. சோழநாட்டில் பூத மங்கலம் என்னும் ஊரில் இருந்த பௌத்த விகாரையைக் கட்டியவர் வேணுதாசர் (விஷ்ணுதாசர்) என்று வினய வினிச்சயம் என்னும் நூல் கூறுகிறது. இவையெல்லாம் செங்கற் கட்டடங்களே.

சிற்பக்கலை

சிற்பக்கலை என்பது தெய்வங்கள், மனிதர், மிருகம், பறவை, மரம், செடி, கொடி முதலியவைகளின் உருவங்களைச் சுதை, மரம், கல் முதலியவற்றில் அமைப்பது. சிற்பக்கலையையும் கட்டடக் கலையை யும் சிற்பம் என்றே நமது நாட்டுக் கலை நூல்கள் கூறுகின்றன. களப்பிரர் காலத்துச் சிற்பங்களும் கிடைக்க வில்லை. சுதை, மரங்களினால் செய்யப்பட்டபடியால் அவை அழிந்து போயின. கருங்கல்லில் சிற்ப வடிவங்கள் புடைப்புச் சிற்பமாக (புடைப்புச் சிற்றம் — Basrelief) அமைக்கப்பட்டன.

ஓவியக்கலை

ஓவியம் என்பது சித்திரம். ஓவியம் பலவித நிறங்களினால் எழுதப்பட்டது. அந்தக் காலத்து ஓவியங்கள் பெரும்பாலும் சுவர்களில் எழுதப்பட்ட சுவர் ஓவியங்களே. பௌத்த, சைன விகாரைகளிலும் பள்ளிகளிலும் கோவில்களிலும் சுவர் ஓவியங்கள் எழுதப்பட்டன. கடைச்சங்க காலத்தில்

திருப்பரங்குன்றத்தின் மேல் இருந்த முருகக் கடவுளின் ஆலயத்தின் மண்டபச் சுவர்களில் வண்ண ஓவியங்கள் எழுதப்பட்டிருந்ததைப் பரிபாடல் கூறுகிறது. 'சுவரை வைத்தல்லவோ சித்திரம் எழுத வேண்டும்' என்னும் பழமொழி, கட்டடச் சுவர்களில் சித்திரங்கள் எழுதப்பட்டதைத் தெரிவிக்கிறது. படத்தில் (படம் — துணி) சித்திரம் எழுதும் பழக்கமும் இருந்தது. படம் என்னும் சொல் துணியில் எழுதப்பட்ட ஓவியத்துக்குப் பெயராம். இக்காலத்தில் பலகை, காகிதம் ஆகிய பொருள்களில் எழுதப்பட்ட ஓவியங்களுக்குப் படம் என்று கூறப்படுகிறது. ஓவியக்கலை எளிதில் மறைந்துவிடக்கூடிய இயல் புடையது. களப்பிரர் காலத்துக் கட்டடங்கள் அழிந்து போனபடியால் அக்காலத்துச் சுவர் ஓவியங்களும் மறைந்து போயின. துணியில் எழுதப்பட்ட படங்களும் மறைந்து போயின.

இசைக்கலை

நுண்கலைகளில் ஓவியக்கலைக்கு அடுத்தபடியாகக் கூறப் படுவது இசைக்கலை. இசையில் யாழ், குழல், முடிவு முதலான இசைக் கருவிகளும் அடங்கும். இசைக்கலையோடு கூத்துக் (நாடகம்) கலை யும் அடங்கும். கூத்துக்கலையைப் பரத நாட்டியம் என்று இக்காலத்தில் வழங்குகிறோம். இசையும் கூத்தும் சங்க காலத்திலே பெரிதும் வளர்ந் திருந்ததைச் சிலப்பதிகாரத்தினால் அறிகிறோம். களப்பிரர் காலத்தில் இந்தக் கலைகள் மேலும் வளர்ந்திருந்தன என்பதை அறிகிறோம். களப்பிரர் காலத்தில் இருந்த காரைக்கால் அம்மையார் பதிகம் என்னும் இசைப் பாடலைப் பாடியுள்ளார். தேவாரப் பதிகங்கள் இசைப்பாடல் களே. தேவாரப் பதிகங்களைப் பாடிய அப்பர், சம்பந்தர் காலத்துக்கு முன்னே களப்பிரர் ஆட்சிக் காலத்தில் இருந்த காரைக்கால் அம்மையார் முதல்முதல் பதிகம் (இசைப்பாடல்) பாடினார். அவர் பாடியவை இரண்டு பதிகங்கள். அவை திருவாலங்காட்டுச் சிவபெருமான் மேல் பாடப்பட்டவை. அப்பதிகங்களுக்கு திருவாலங்காடு மூத்த திருப்பதிகங்கள் என்று பெயர். திருநாவுக்கரசர், திருஞான சம்பந்தர் ஆகிய சைவ சமயக் குரவர்கள் பதிகம் பாடுவதற்கு முன்பு பாடியதால் இப்பதிகங்களுக்கு மூத்த திருப்பதிகங்கள் என்று பெயர் உண்டாயிற்று. முதல் பதிகத்தின் பண் நட்ட பாடை. இரண்டாம் பதிகத்தின் பண் இந்தளம். காரைக்கால்

அம்மையார் பாடிய முதலாம் மூத்த திருப்பதிகத்தில் 9ஆம் பாடலில் பண்களின் பெயர்களையும் இசைக்கருவிகளின் பெயர்களையும் கூறுகிறார். அப்பாடல் வருமாறு:

துத்தம் கைக்கிளை விளரி தாரம் உழை இளி
ஓசை பண்கெழுமப் பாடிச்
சச்சரி கொக்கரை தக்கையோடு தகுணிச்சற்
துந்துமி தாளம் வீணை
மத்தளங் காடிகை முன்கை மென்தோல் தமருகம்
குடாமுழா மொந்தை வாசித்
தத்தன்மை வினோ டாடு மெங்கள்
அப்பனிடம் திருவாலங்காடே

களப்பிரர் காலத்தில் இசைக்கலை முன்பிருந்ததைவிட அதிக வளர்ச்சி பெற்றிருக்க வேண்டும். அவற்றின் விவரம் தெரிய வில்லை.

கூத்துக்கலையும் களப்பிரர் காலத்தில் வளர்ந்திருந்தது. இசையும் கூத்தும் தமிழரின் பழமையான செல்வங்கள். சங்க காலத்தில் இசையும் கூத்தும் வளர்ந்திருந்ததைச் சிலப்பதிகாரம், மணிமேகலை என்னும் இரண்டு காவியங்களினால் அறிகிறோம். களப்பிரர் காலத்தில் கூத்துக் கலையும் இசைக்கலையைப் போலவே வளர்ந்திருக்க வேண்டும் என்பதில் ஐயமில்லை. களப்பிரர் காலத்தில் கூத்துக்கலையைப் பற்றி ஒரு நூல் எழுதப்பட்டிருந்தது. அந்நூலை எழுதியவர் விளக்கத்தார் (விளக்கத்தனார்) என்பவர். அந்நூலின் பெயர் விளக்கத்தனார் கூத்து என்பது. அது அச்சுதன் என்னும் களப்பிர அரசன் காலத்தில் எழுதப்பட்டது. அந்நூலின் கடவுள் வாழ்த்துக் கிடைத்திருக்கிறது (இணைப்பு 1இல் காண்க). வாழ்த்தைத் தவிர பிற பகுதிகள் முழுதும் கிடைக்க வில்லை (மயிலை சீனி. வேங்கடசாமி, மறைந்து போன தமிழ் நூல்கள், 1967, பக்கம் 221; விளக்கத்தனார் கூத்து காண்க).

காவியக்கலை

ஐந்து நுண்கலைகளில் மிகவும் சிறந்தது காவியக்கலை. கட்டடக் கலையும் சிற்பக்கலையும் ஓவியக்கலையும்

கண்ணால் கண்டு இன்புறத் தக்கவை. இசைக்கலை காதால் கேட்டு இன்புறுவது. காவியக்கலை அறிவினால் உணர்ந்து இன்புறத்தக்கது. ஆகவே, காவியக்கலை அழகுக் கலைகளில் சிறந்தது என்பர்.

காவியத்தில் ஒன்பது வகையான சுவைகளைக் (நவரசங்களை) காணலாம். களப்பிரர் காலத்துக் காவியங்களில் தலைசிறந்தது சீவக சிந்தாமணி. அதற்கு அடுத்ததாக உள்ளது பெருங்கதை எனப்படும் உதயணன்கதை. கவிச்சக்கரவர்த்தி யாகிய கம்பன் சிந்தாமணிக் காவியத்திலிருந்து பல கருத்துகளை முகந்து கொண்டான் என்பர். பெருங்கதையில் அதிகமாகத் திரிசொற்கள் இருப்பதனால் அதனைப் படித்து விளங்கிக் கொள்வது சற்றுக் கடினந்தான். பலாப்பழத்தை அறுப்பது கடினம். பிசுபிசுப்பையும் அதனுள்ளிருக்கும் நார்களையும் அப்புறப்படுத்துவதும் கடினம். பிறகு பலாச்சுளைகளை உண்பது இன்பம். அதுபோலத்தான் பெருங்கதையைப் படித்து இன்புறுவதும். களப்பிரர் காலத்தில் உண்டான இந்தச் சிந்தாமணியும் பெருங்கதையும் சமணர் செய்த காவிய நூல்களாகும்.

10

இணைப்பு - 1

களப்பிரர் பற்றிய வாழ்த்துப் பாக்கள் 1
அம்போதரங்க ஒத்தாழிசைக் கலிப்பா

(தரவு)

கெடலரு மாமுனிவர் கிளர்ந்துடன் தொழுதேத்தக்
கடல்கெழு கனைசுடரிற் கலந்தொளிரும் வாலுளைஇ
அழலவிர் சுழல்செங்கண் அரிமாவாய் மலைந்தானைத்
தாரோடு முடிபிதிரத் தமனியப் பொடிபொங்க
ஆர்புனல் இழிகுருதி அகலிடம் உடனனைப்பக்
கூருகிரான் மார்பிடந்த கொலைமலி தடக்கையோய்!

(தாழிசை)

முரைசதிர் வியன்மதுரை முழுவதூஉம் தலைப்பனிப்பப்
புரைதொடித் திரடிண்டோட் போர்மலைந்த — மறமல்லர்
அடியோடு முடியிறுப்புண் டயர்ந்தவன் நிலஞ்சேரப்
பொடியெழ வெங்களத்துப் புடைத்துநின் புகழாமோ?
கவியொலி வியனுலகம் கலந்துட னனிநடுங்க
வலியியல் அவிராழி மாறெதிர்ந்த மருட்கோவும்
மாணாதார் உடம்போடு மறம்பிதிர வெதிர்கலங்கச்
சேணுயர் இருவிசும்பிற் செகுத்ததுநின் சினமாமோ?
படுமணி இனநிரைகள் பரந்துடன் இரிந்தோடக்
கடுமுரண் எதிர்மலைந்த காரொலி எழிலேறு

வெரிநொடு மருப்பொசிய வீழ்த்துதிறல் வேறாக
எருமலி பெருந்தொழுவின் இறுத்ததுநின் இல்லாமோ?

(அம்போதரங்கம்) (பேரெண்)

இலங்கொளி மரகதம் எழில்மிகு வியன்கடல்
வலம்புரித் தடக்கை மாஅல் நின்னிறம்
விரியிணர்க் கோங்கமும் வெந்தெரி பசும்பொனும்
பொருகளி றட்டோய்! புரையும் நின்னுடை

(சிற்றெண்)

கண்கவர் கதிர்மணி கனலும் சென்னியை
தண் சுடர் உறுபகை தவிர்த்த ஆழியை
ஒலியியல் உவணம் ஓங்கிய கொடியினை
வலமிகு சகடம் மாற்றிய அடியினை

(இடையெண்)

போரவுணர்க் கடந்தோய் நீ
புணர் மருதம் பிளந்தோய் நீ
நீரகிலம் அளந்தோய் நீ
நிழல்திகழும் படையோய் நீ

(அளவெண்)

ஊழி நீ உலகு நீ உருவு நீ அருவு நீ
ஆழி நீ அருளு நீ அறமு நீ மறமு நீ

(தனிச்சொல்)

எனவாங்கு

(சுரிதகம்)

அடுதிறல் ஒருவநிற் பரவுதும் எங்கோன்
தொடுகழற் கொடும்பூட் பகட்டெழில் மார்பிற்
கயலொடு கிடந்த சிலையுடைக் கொடுவரிப்

புயலுறழ் தடக்கைப் போர்வேல் அச்சுதன்
தொன்று முதிர்கட லுலகம் முழுதுடள்
ஒன்றுபுரி திகிரி உருட்டுவோன் எனவே. 2

தலையளவு அம்போதரங்க ஒத்தாழிசைக்
கலிப்பா பெருந்தேவபாணி

(தரவு)

அலைகடற் கதிர்முத்தம் அணிவயிரம் அவையணிந்து
மலையுறைமா சுமந்தேந்தும் மணியணைமேல் மகிழ்வெய்தி
ஓசனைசூழ் திருநகருள் உலகொருமூன் றுடனேத்த
ஈசனையாய் இனிதமர்ந்தங்கிருடிகட்கும் இறையவர்க்கும்
அருளறமே அறமாக அயலார்கண் மயலாக
இருளறநன் கெடுத்தியம்பி இருவினை கடிந்திசினோய்!

(தாழிசை)

துன்னாத வினைப்பகையைத் துணிசெய்யும் துணிவினையாய்
இன்னாத பகைமுனைபோல் எரித்தடக்கும் நினைப்பினால்
இருளில்லா உணர்வென்னும் இலங்கொளியால் —
எரித்தனையாய்
அருளெல்லாம் அடைந்தெங்கண் அருளுவதுன் —
அருளாமோ?

மதிபுரைமுக் குடைநீழல் மகிழ்வெய்தி அடைந்தோரைக்
கதிபொருதக் கருவரைமேல் கதிர்பொருத முகம்வைத்துக்
கொன்முனைபோல் வினைநீங்கக் குளிர்நிழற்கண்
மகிழ்ந்தனிர்போல்
நின்மினீர் எனவுணர்த்தல் நிருமல நின் பெருமையோ?
மனைதுறந்து வனம்புகுமின் மலமறுக்கல் உறுவீரேல்
வினையறுக்கல் உறுவார்க்கு விழுச்செல்வம் பழுதென் றீங்
கலகில்லாப் பெருஞ்செல்வத் தமரரசர் புடைசூழ
உலகமெல்லாம் உடன்றுறவா உடைமையுநின் உயர்வாமோ

(அராகம்)

அரசரும் அமரரும் அடிநிழல் அமர்தர
முரசதிர் இமிழிசை முரணிய மொழியினை

(அம்போதரங்கம்) (பேரெண்)

அணிகிளர் அவிர்மதி அழகெழில் அவிர்சுடர்
மணியொளி மலமறு கனலி நின்னிறம்
மழையது மலியொலி மலிகடல் அலையொலி
முழையுரை அரியது முழக்கம் நின்மொழி

(இடையெண்)

வெலற்கரும் வினைப்பகை வேரொடும் வென்றனை
சொலற்கரு மெய்ப்பொருள் முழுவதும் சொல்லினை
அருவினை வெல்பவர்க் கரும்புணை ஆயினை
ஒருவினை ஆகி உலகுடன் உணர்ந்தனை

(சிற்றெண்)

உலகுடன் உணர்ந்தனை
உயிர் முழு தோம்பினை
நிலவுறழ் ஆக்கையை
மாதவர் தாதையை
மலர்மிசை மகிழ்ந்தனை
புலவருட் புலவனை

(தனிச்சொல்)

எனவாங்கு

(சுரிதகம்)

அருளுடை ஒருவர் நிற் பரவுதும் எங்கோ
இருளறு திகிரியொடு வலம்புரித் தடக்கை
ஒருவனை வேண்ட இருநிலம் கொடுத்த
நந்தி மால்வரைச் சிலம்பு நந்தி

ஒற்றை செங்கோல் ஓச்சிக்
கொற்ற வெண்குடை நிழற்றுக எனவே. 3
அம்போதரங்க ஒரு போகு

(தாழிசை)

கரைபொருநீர்க் கடல்கலங்கக் கருவரைமத் தது வாகத்
திரைபொருது புடைபெயரத் திண்டோளாற் கடைந்தனையே
முகில்பெரு துடல்கலங்க முழவுத்தோள் புடைபெயர
வரைபெரிய மத்தாக வாளரவம் கயிறாகத்
திரையிரியக் கடல்கடைந்து திருமகளைப் படைத்தனையே

(அராகம்) (பேரெண்)

அமரரை அமரிடை அமருல கதுவிட
நுமரது புகழ்மிக மிகவிகல் அடுத்தனை
அலைகடல் உலகமும் அந்தணர்க் கீந்தனை
உலகொடு நிலவிய ஒருபுகழ் சுமந்தனை

(இடையெண்)

ஆதிக்கண் அரசெய்தினை
நீதிக்கண் மதிநிரம்பினை
விளங்கெரி முதல்வேட்டனை
துளங்கெரியவர் புகழ்துளக்கினை

(அளவெண்)

அலகு நீ உலகு நீ அருளு நீ பொருளு நீ
நிலவு நீ வெயிலு நீ நிழலு நீ நீரு நீ

(தனிச்சொல்)

எனவாங்கு

(சுரிதகம்)

பவழம் எறிதிரைப் பரதைக் கோவே!
புகழ்துறை நிறைத்த பொருவேல் நந்தி!

உலகுடன் அளந்தனை நீயே,
உலகொடு நிலவுமதி உதயவரை ஒத்தே. 4
வண்ணக ஒரு போகு

(அராகம்)

அகலிடமும் அமருலகும் அமர்பொருதும் அறந்தோற்றுப்
புகலிடநின் குடைநிழலாப் புகுமரணம் பிறிதின்றி
மறந்தோற்று நிறங்கருகி மாற்புகழும் நிறைதளரப்
புறந்தோற்றுக் கழலார்ப்பப் பொருதகளம் வெறிதாக
மண்ணுலகும் மறிகடலும் மாமலையும் நிலைகலங்க
விண்ணுலகம் வியப்பெய்த வெஞ்சமத்துள் அலைத்தனையே

அதனால்,

கனைகடல் உடைதிரை கரைபொரக் கடைந்தனை
முனைவரும் அமரரும் முறைமுறை வந்துநின்
இணைமலர் பலர்புகழ் பயில்வருதார் பண்பினை
மருளுறு துதைகதிர் மணியது
மணிநிற மருளும் நின்குடை
குடையது குளிர்நிழல் அடைகுன
உயிர்களை அளிக்கும் நின்கோல்
கோலது செம்மையிற் குரைகடல் வளாகம்
மாலையும் காலையும் மகிழ்தூங் கின்று

(பேரெண்)

ஆருயிர்க் கெல்லாம் அமிழ்தின் றமையா
நீரினும் இனிதுநின் அருள்
அருளும் அலைகடலும் ஆயிரண்டும் ஒக்கும்
இருள்கொடிமேற் கொண்டாய் நினக்கு

(சிற்றெண்)

நீரலகம் காத்தோய் நீ நீலவுலகம் ஈந்தோய் நீ
போரமர் கடந்தோய் நீ புனையெரிமுன் வேட்டோய் நீ

ஒற்றைவெண் குடைபோய் நீ கொற்றச்செங் கோலாய் நீ
பாகையந் துறைவனீ   பரியவர் இறைவனீ.

(தனிச்சொல்)

எனவாங்கு

(சுரிதகம்)

பொருகடல் வளாகம் ஒருகுடை நிழற்றி
இருபிறப் பாளர்க் கிருநிதி ஈந்து
மனமகிழ்ந்து
அருள்புரி பெரும்புகழ் அச்சுதர் கோவே!
இனையை ஆதலின் பனிமதி தவழும்
நந்தி மாமலைச் சிலம்ப
நந்திநிற் பரவுதல் நாவலர்க் கரிதே!
அம்போதரங்க ஒத்தாழிசைக் கலிப்பா

(தரவு)

நலங்கிளர் திருமணியும் நன்பொன்னும் குயின்றழகார்
இலங்கெயிற் றழலரிமான் எருத்தஞ்சேர் அணையின்மேல்
இருபுடையும் இயக்கரசர் இணைக்கவரி எடுத்தெறிய
விரிதாமம் துயரரூஉம் வெண்குடைமூன் றுடனிழற்ற
வண்டாற்ற நாற்காதம் வகைமாண உயர்ந்தோங்கும்
தண்டளிர்ப்பூம் பிண்டிக்கீழ்த் தகைபெறவீற்றிருந்தனையே

(தாழிசை)

ஒல்லாத பிறப்புணர்த்தும் ஒளிவட்டம் புடைசூழ
எல்லார்க்கும் எதிர்முகமாய் இன்பஞ்சேர் திருமுகமோ
ஏர்மலர மணிப்பொய்கை எழிலாம்பற் பொதியவிழ
ஊர்கோளோ டுடன்முளைத்த ஒளிர்வட்டம் உடைத்தன்றே!

கனல்வயிரம் குறடாகக் கனற்பைம்பொன் சூட்டாக
இனமணி ஆரமா இயன்றிருள் இரிந்தோட

அந்தரத் துருளுநின் அலர்கதிர் அறவாழி
இந்திரர்கள் இனிதேத்த இருவிசும்பிற் றிகழ்ந்தன்றே!

வாடாத மணமாலை வானவர்கள் உள்ளிட்டார்
நீடாது தொழுதேத்த நிற்சேர்ந்த பெருங்கண்ணு
முகிழ்பருதி முகநோக்கி முறுவலித் துண்ணெகிழ்ந்து
திகழ்தகைய கோட்டைசூழ் திருநதிகள் திளைத்தன்றே!

(அம்போதரங்கம்)

(பேரெண்)

மல்லல் வையம் அடிதொழு தேத்த
அல்லல் நீக்கற் கறப்புனை ஆயினை
ஒருதுணி வழிய உயிர்க்காண் ஆகி
இருதுணி ஒருபொருட் கியல்வகை கூறினை

(இடையெண்)

ஏடலர் தாமரை ஏந்தும் நின்னடி
வீடொடு கட்டினை விளக்கும் நின்மொழி
விருப்புறு தமனிய விளக்கு நின்னிறம்
ஒருக்குல கூடுற உஞற்றும் நின்புகழ்

(சிற்றெண்)

இந்திரர்க்கும் இந்திரன் நீ இணையில்லா இருக்கையை நீ
மந்திர மொழியினை நீ மாதவர்க்கு முதல்வனும் நீ
அருமை சால் அறத்தினை நீ ஆருயிரும் அளித்தனை நீ
பெருமைசால் குணத்தினை நீ பிறர்க்கறியாத் திறத்தினை நீ

(தனிச்சொல்)

எனவாங்கு

(சுரிதகம்)

அருள்நெறி ஒருவ! நிற் பரவுதல் எங்கோத்
திருமிகு சிறப்பிற் பெருவரை அகலத்
தென்மிகு தானைப் பண்ணமை நெடுந்தேர்
அண்ணல் யானைச் செங்கோல் விண்ணவன்
செபிமனை செறுக்கறத் தொலைச்சி
ஒருதனி வெண்குடை ஓங்குக எனவே.1

11

இணைப்பு - 2

வச்சிரநந்தியின் திரமிள சங்கம்

மூன்று வகையான சங்கங்கள்

களப்பிரர் ஆட்சிக் காலத்தில் கி.பி. 5ஆம் நூற்றாண்டில் (கி.பி. 470ஆம் ஆண்டில்) மதுரை நகரத்தில் திரமிள (திராவிட — தமிழ) சங்கத்தை வச்சிரநந்தி அமைத்தார் என்று அறிந்தோம். வச்சிரநந்தி ஏற்படுத்திய சங்கம் சைன மதத்தை வளர்ப்பதற்கான சங்கமாகும் (சங்கம்— கூட்டம்). பௌத்தப் பிக்குகளின் கூட்டத்துக்குப் பௌத்த சங்கம் என்பது பெயர். பௌத்தப் பிக்குகளின் சங்கத் தலைவர் சங்க பாலர் என்று பெயர் கூறப்பெற்றார். பௌத்தர்களுடைய மும்மணி களில் பௌத்தப் பிக்குகளின் சங்கமும் ஒன்று. சங்கம் சரணம் கச்சாமி என்பது காண்க. இதன் பொருள் பௌத்த சங்கத்தைச் சரணம் அடை கிறேன் என்பது. சைனத் துறவிகளின் கூட்டத்துக்கும் சங்கம் என்பது பெயர். சங்கத்தைச் (கூட்டத்தை) சைனர் கணம் என்றும் கூறுவர். கணம் என்றாலும் சங்கம் என்றாலும் ஒன்றே. களப்பிரர் ஆட்சிக்கு முன்னே பாண்டியர் தமிழ் மொழியை ஆராய்வதற்குப் புலவர்களின் கூட்டத்தை ஏற்படுத்தினார்கள். அந்தக் கூட்டத்துக்குத் தமிழ்ச் சங்கம் என்பது பிற் காலத்துப் பெயர். அதன் பழைய பெயர் தமிழ்க் கழகம் என்பது. பிற் காலத்துப் பாண்டியர் அமைத்திருந்த சங்கம் மதச் சார்பான சங்கம் அன்று. அது தமிழ் மொழியை ஆராய்வதற்கு ஏற்பட்ட சங்கம். அந்தச் சங்கத்தில் இயல், இசை, நாடகம் என்னும் முத்தமிழ் ஆராயப்பட்டது. சங்கப் புலவர்கள் முக்கியமாக அகத்தையும் (காதலையும்) புறத்தையும் (போர் அல்லது வீரத்தையும்) ஆராய்ந்து செய்யுட்களை இயற்றினார்கள்.

சைன சங்கம்

சைன சமயத்திலே பழங்காலத்தில் சைனத் துறவிகளின் கூட்டம் பெரிதாக இருந்தது. சைனத் துறவிகளின் சங்கத்தை அக்காலத்தில் நான்கு பிரிவாகப் பிரித்திருந்தார்கள். அந்தப் பிரிவுகளுக்கு நந்திகணம், சேன கணம், சிம்மகணம், தேவகணம் என்று பெயர். ஒவ்வொரு கணத்திலும் கச்சை என்றும் அன்வயம் என்றும் உட்பிரிவுகள் இருந்தன. இந்த நான்கு கணங்களிலே நந்திகணம் பேர்போனது. வச்சிர நந்தி ஆசாரியர் நந்திகணத்தை இரண்டாகப் பிரித்தார். புதிய பிரிவுக்குத் திராவிடகணம் (தமிழசங்கம்) என்று பெயர் இட்டு அதனை மதுரையில் அமைத்து நிறுவினார். இது கி.பி. 470 இல் களப்பிரர் ஆட்சிக் காலத்தில் நடந்தது. இதுதான் வச்சிரநந்தி அமைத்த திரமிள சங்கம். இந்தத் திரமிள சங்கத்தில் சைன சமயத் துறவிகள் மட்டுமே இருந்தார்கள். இவர்களுடைய வேலை, முன்னமே சொல்லியதுபோல சைன சமயத்தைப் பரப்பியதாகும்.

வச்சிரநந்தியின் தமிழ்ச் சங்கம் கி.பி. 470இல் நிறுவப்பட்டது என்று வரலாற்று ஆசிரியர் எல்லோரும் ஒப்புக்கொண்டுள்ளனர். ஆனால், பழங்கால இந்திய வரலாற்றுக்குச் சைன மூலங்கள் என்னும் நூலை எழுதிய ஜியோதி பிரசாத் ஜெயின், வச்சிரநந்தி திராவிட சங்கத்தை அமைத்தது கி.பி 604ஆம் ஆண்டு என்று கூறுகிறார் (Jyoti Prasad Jain, The Jaina Sources of the History of Ancient India (100 B.C- 900 A.D.) 1964, pp. 160, 167). இவர் கூறுவது தவறு. விக்கிரம ஆண்டு 526 என்பதை சாலிவாகன ஆண்டு 526 என்று கணக்கிடுவதால் இவர் தவறுபடுகிறார். விக்கிரம ஆண்டு 526 என்பது கி.பி. 470 அல்லது 496 ஆகும். சாலி வாகன சகம் 526 என்று கணக்கிட்டால் அது. கி.பி.604 ஆகிறது. வச்சிர நந்தி விக்கிரம ஆண்டு 526இல் (கி.பி.470) மதுரையில் தமிழ்ச் சங்கத்தை நிறுவினார் என்பதே சரியாகும். களப்பிரர் ஆட்சி ஏறத்தாழ கி.பி. 575இல் முடிந்து விட்டது. களப்பிரர் ஆட்சிக்குப் பிறகு கி.பி. 604 இல் வச்சிரநந்தி மதுரை யில் தமிழ்ச் சங்கம் நிறுவியிருக்க முடியாது. எனவே, வச்சிரநந்தி கி.பி 470 இல் திராவிட சங்கத்தை நிறுவினார் என்பதே சரி எனத் தோன்று கிறது.

முற்காலத்தில் பாண்டியர் மதுரையில் மொழி வளர்ச்சிக்காக அமைத்த சங்கம் வேறு, பிற்காலத்தில் சைன சமய வளர்ச்சிக்காக

வச்சிர நந்தி ஆசாரியர் ஏற்படுத்திய சங்கம் வேறு. வெவ்வேறான இரண்டு சங்கங்களையும் ஒன்று எனக் கருதுவது தவறு. திரு. பி.தி. சீனிவாச அய்யங்கார் தமிழர் வரலாறு என்னும் நூலில் இது பற்றித் தெளிவாகவும் சரியாகவும் எழுதியுள்ளார். "இது (வச்சிரநந்தியின் திரமிள சங்கம்) நாம் அறிந்துள்ள தமிழ்ச் சங்கம் (பாண்டியரின் தமிழ்ச் சங்கம்) அன்று; சாதாரண மக்களுக்கு சைன மதத்தைப் போதிப்பதற்காகத் தமிழ்நாட்டில் சைன சமயத்தாரால் அமைக்கப்பட்ட ஒரு நிறுவனம் என்பதை அறிந்து கொள்ளவேண்டும்" என்று அவர் எழுதியுள்ளார் (P.T. Srinivasa Iyangar, History of the Tamils, 1929,p. 247).

திரு. எம். எஸ். இராமசாமி அய்யங்கார் இதுசம்பந்தமாக வரலாற்றுக்கு மாறுபட்ட கருத்தைக் கூறுகிறார். களப்பிரர் ஆட்சிக்கு முன்பே, பாண்டியர் ஆட்சிக் காலத்திலேயே வச்சிரநந்தி மதுரையில் திராவிட சங்கத்தை அமைத்தார் என்று இவர் கூறுகிறார். இவர் கூறுவது வருமாறு:

"திகம்பர தர்சனம் என்னும் சைன சமய நூல் ஒரு பெரிய செய்தியைக் கூறுகிறது. விக்கிரம ஆண்டு 526 இல் (கி.பி 470) பூச்சிய பாதரின் மாணாக்கரனான வச்சிரநந்தி என்பவர் தென் மதுரையிலே ஒரு திராவிட சங்கத்தை நிறுவினார் என்று அந்த நூல் கூறுகிறது. சைன சமயத்தைப் பரப்புவதற்காகத் தெற்கே வந்த திகம்பர சைனரின் கூட்டந்தான் அந்தச் சங்கம் என்று அந்த நூலிலிருந்து அறிகிறோம். பாண்டிய நாட்டை அரசாண்ட அரசர்களின் ஆதரவு இல்லாமற் போனால், சைன சமயத்தார் கொடுந் தண்டனை கொடுக்கப்பட்ட அந்த நாட்களிலே, ஒரு சங்கத்தை நிறுவியிருக்கமாட்டார்கள். இந்தச் சங்கம் அமைக்கப்பட்டதில் (பாண்டிய) அரசருடைய ஆதரவு சைனருக்கு இருந்தது என்பதையறிகிறோம். இந்த ஆதரவு பிராமணியத்தின் தலைவர்களுக்குப் பொறாமையை உண்டாக்கியிருக்க வேண்டும். அதனால் சமயச் சண்டை உண்டாகித்தான் இருக்க வேண்டும். ஆனால், தற்காலிகமாகச் சமயப் பூசல் தள்ளிவைக்கப்பட்டது. இந்த வச்சிர நந்தியின் சங்கம் கி.பி. 5ஆம் நூற்றாண்டில் அமைக்கப்பட்டது என்பதை யறிந்தோம் கி.பி. 6ஆம் நூற்றாண்டு தொடங்கியபோது, தமிழகத்தின் அரசியலில் விரைவான மாறுதல்கள் ஏற்பட்டன. களப்பிரரின் படையெடுப்பும் அவர்கள் பாண்டி நாட்டைக் கைப்பற்றியதும் இந்தக் காலத்தில் தான் நேரிட்டன"

(M.S. Ramaswami Ayyangar, Studies in South Indian Jainism, 1922, pp.52 -53).

பாண்டியருடைய ஆட்சிக் காலத்திலே வச்சிரநந்தி திராவிட சங்கத்தை அமைத்தார் என்றும் அதைப் பாண்டியரின் ஆதரவு பெற்று அமைத்தார் என்றும் வச்சிரநந்தி இந்தச் சங்கத்தை அமைத்த பிறகுதான் களப்பிரர் தமிழகத்தில் வந்து தங்களுடைய ஆட்சியை நிலைநிறுத்தினார்கள் என்றும் ஐயங்கார் கூறுகிறார். இவர் கூற்று வரலாற்றுக்கு முற்றிலும் மாறுபடுகிறது. கி.பி. 470 இல் வச்சிரநந்தி திராவிட சங்கத்தை ஏற்படுத்தினார். அந்தக் காலத்தில் பாண்டி நாட்டில் பாண்டியர் ஆட்சி இல்லை, களப்பிரர் ஆட்சி தான் இருந்தது. பாண்டிய, சேர, சோழர்களின் ஆட்சி கடைச்சங்க காலத்தின் இறுதியிலே, ஏறத்தாழக் கிபி 250இல் முடிவடைந்து விட்டது. ஆகவே, பாண்டியர் ஆட்சிக் காலத்திலேயே வச்சிரநந்தி திராவிட சைன சங்கத்தை அமைத்தார் என்று இவர் கூறுவது தவறு.

இனி, திரு. எஸ். வையாபுரிப் பிள்ளையவர்கள் வச்சிர நந்தியின் திராவிட சங்கத்தைப் பற்றிக் கூறுவதைப் பார்ப்போம். இவர் கூறுகிற சில கருத்துகளை ஒவ்வொன்றாகப் பார்ப்போம். தொல்காப்பியம் வச்சிர நந்தியின் திராவிட சங்கத்தில் எழுதி வெளியிடப்பட்ட நூல் என்று வையாபுரியார் எழுதுகிறார். இதற்குச் சான்று, தொல்காப்பியத்தில் ஓரை என்னுஞ்சொல் காணப்படுகிறதாம்! இவர் இதுபற்றி எழுதுவது வருமாறு:

“வச்சிரநந்தியின் பேர்போன சங்கம் கி.பி. 470இல் நிறுவப் பட்டது. தொல்காப்பியம் அந்தச் சங்கத்திலிருந்து வெளிவந்த முதல் இலக்கியமாக இருக்கக்கூடும். இதன் ஆசிரியர் ஓரை என்னும் சொல்லை (பொருள் 135) ஆள்கிறார். ஓரை (சமஸ்கிருத ஹோரா) என்னும் சொல்லைக் கிரேக்க மொழியிலிருந்து கி.பி. 3ஆவது அல்லது 4ஆவது நூற்றாண்டில் சமஸ்கிருத மொழிக்காரர் கிரேக்க மொழியிலிருந்து எடுத்துக்கொண்ட ஹோராவைத் தொல்காப்பியம் கூறுகிறபடியால் இந்நூல் கி.பி. 4 ஆம் நூற்றாண்டில் எழுதப்பட்டிருக்க வேண்டும்” (S. Vaiyapuri Pillai, History of Tamils Language and Literature, 1956, p.14).

வையாபுரியார் கூறுகிற இந்தக் கருத்து இவருடைய சொந்தக் கருத்து அன்று. திரு. கே. என். சிவராசபிள்ளை இந்தத் தவறான கருத்தை முன்னமே வெளியிட்டுள்ளார். அவரிடமிருந்து எடுத்துக்கொண்ட இந்தத் தவறான கருத்தை வையாபுரியார், தான் எங்கிருந்து இக்கருத்தைப் பெற்றுக்கொண்டார் என்பதைக் கூறாமல் தன்னுடைய சொந்தக் கருத்தாகக் கூறுகிறார். சிவராசபிள்ளை கூறியுள்ளது இது: ஹோரா என்னும் கிரேக்க மொழிச் சொல் கி.பி. 5ஆம் நூற்றாண்டில் சமஸ்கிருத மொழியில் சென்று பிறகு அந்தச் சொல் தொல்காப்பியத்தில் ஓரை என்று வழங்கப்பட்டது. ஆகவே, அந்தச் சொல்லை வழங்குகிற தொல் காப்பியர் கி.பி. 5ஆம் நூற்றாண்டுக்குப் பிற்பட்ட காலத்தவர் என்று அவர் 1932 ஆம் ஆண்டில் எழுதிவைத்தார் (K.N. Sivaraja Pillai, The Chronology of the Early Tamils, 1932, pp. 263-264). சிவராசபிள்ளை கூறிய இந்தக் கருத்தை வையாபுரிப்பிள்ளை எடுத்துக்கொண்டு, ஓரையைக் கையாளும் தொல்காப்பியர் வச்சிரநந்தியின் திராவிடச் சங்கத்தில் இருந்தவர் என்று எழுதிவிட்டார்.

ஓரையும் ஹோராவும் ஒன்றா? ஒலி வடிவில் ஒன்றுபோலத் தோன்றுகிற இரண்டு சொற்களும் ஒன்றுதானா? கி.மு. ஐந்தாம் நூற்றாண் டுக்கு முன்பு இருந்த தொல்காப்பியர், கி.பி. 5ஆம் நூற்றாண்டில் சமஸ் கிருதத்தில் வழங்கிய ஹோராவை எப்படி எடுத்திருக்க முடியும்? ஹோராதான் ஓரை ஆயிற்றா? ஓரை என்பது வேறு; ஹோரா என்பது வேறு அல்லவா? குதிரைக்குக் குர்ரம் என்றால் ஆனைக்கு அர்ரம் என்று கூறினானாமே ஒரு மேதை, அது போன்றல்லவா இருக்கிறது இது!

ஓரை என்னும் தமிழ்ச் சொல் வேறு, ஹோரா என்னும் கிரேக்க— சமஸ்கிருதச் சொல் வேறு. ஒலி வடிவில் இரண்டும் ஒரே சொல்லைப் போலக் காணபட்டாலும் இரண்டுக்கும் பொருள் வெவ்வேறு. ஹோரா என்னும் கிரேக்கச் சொல்லுக்கு இராசி அல்லது முகுத்தம் என்று வான நூலில் பொருள் கூறப்படுகிறது.ஓரை என்னும் தமிழ்ச் சொல்லுக்கு மகளிர் கூட்டம் (ஆயம்) என்பது பொருள். பழைய சொற்கள் சிலவற் றின் பொருள் மறைந்து போய்விட்டதுபோல ஓரையின் பொருளும் பிற் காலத்தில் மறைந்து போயிற்று. மிகப் பிற்காலத்தவரான உரையாசிரியர் கள் இச்சொல்லின் பழைய

பொருளை (கருத்தை) அறியாமல், இதை ஹோராவின் திரிபு என்று கருதித் தவறான உரையை எழுதிவிட்டனர்.

> **மறைத்த ஒழுக்கத்து ஓரையும் நாளும்**
> **துறந்த ஒழுக்கம் கிழவோர்க் கில்லை**
>
> (தொல்.பொருள் 135)

என்னும் தொல்காப்பியச் சூத்திரத்தில் வருகிற ஓரை என்பதற்குப் பிற்காலத்தவரான உரையாசிரியர்கள் எழுதிய பிழையான உரைகளைக் காண்க. உரையாசிரியர்கள் காட்டிய தவறான வழியில் சென்ற சிவராசரும் வையாபுரியாரும் இவ்வாறு தவறான கருத்துக் கொண்டதில் வியப்பொன்றும் இல்லை. இதற்குப் பேராசிரியர் சோமசுந்தர பாரதியார் அவர்கள் எழுதியுள்ள நேரான உரை காண்க (சோமசுந்தர பாரதியார், 'தொல்காப்பிய ஆராய்ச்சி', அண்ணாமலைப் பல்கலைக்கழக இதழ், ஆறாம் தொகுதி, பக். *142—143.* இதே கருத்தை அவர் ஆங்கிலத்தில் எழுதியுள்ள கட்டுரையிலும் காணலாம்: (Journal of the Annamalai University, Vol. VI, p. 138). ஓரை என்னும் சொல்லுக்குப் பேராசிரியர் பாரதியார் அவர்கள் கூறும் விளக்கம் வருமாறு:

"ஓரை — விளையாட்டென்பது, சங்க இலக்கியம் முழுவதும் அச் சொல்லுக்கு அப்பொருளாட்சியுண்மையால் விளங்கும். ஓரைக்கு இராசி அல்லது முகூர்த்தம் எனும் பொருளுண்மைக்குத் தொல் காப்பியத்திலேனும் சங்க இலக்கியம் எதிலேனும் சான்று காணுதலரிது. மிகவகன்ற பிற்காலப் புலவர் சிலர் முகூர்த்தம் (அதாவது ஒரு நாளினுள் நன்மை தீமைகளுக்குரியதாகப் பிரித்துக் கொள்ளப்படும் உட்பிரிவு) என்ற பொருளில் இச்சொல்லைப் பிரயோகிக்கலானார். அக்கொள்கைக்கே சான்றில்லாத சங்க இலக்கியத்தில், 'ஓரை' என்னுந் தனித் தமிழ்ச் சொல்லுக்கு, அக்காலத்திலக்கியங்களால் அதற்குரிய பொருளாகக் காணப்பெறும் விளையாட்டையே அச்சொல் குறிப்பதாகக் கொள் ளுவதே முறையாகும். அதை விட்டுப் பிற்கால ஆசிரியர் கொள்கை யான இராசி அல்லது முகூர்த்தம் எனும் பொருளை இத்தமிழ்ச் சொல்லுக்கு ஏற்றுவதே தவறாகும். அதற்கு மேல் அச்சொல்லைக் கொண்டு தொல்காப்பியம்

அடையப் பிற்காலத்து நூலென்று வாதிப்பது அறிவுக்கும் ஆராய்ச்சியறத்திற்கும் பொருந்தாது."

ஓரை என்னும் தமிழ்ச் சொல்லுக்குப் பேராசிரியர் சோம சுந்தர பாரதியாரவர்கள் விளையாட்டு என்று பொருள் கூறியுள்ளார். இது அச்சொல்லுக்கு மிக அண்மையான பொருளே. இதற்குச் சரியான பொருள் சிறுவர் சிறுமியர் வாழும் இடம் என்று தோன்றுகிறது. பழங் காலத்துத் திராவிட இனத்தார் தாங்கள் வாழ்ந்த கிராமத்திலுள்ள சிறுவர் கூட்டத்தையும் சிறுமியர் கூட்டத்தையும் வெவ்வேறாகப் பிரித்து அவர்களைத் தனித்தனியே வெவ்வேறு இடங்களில் வைத்து வளர்த்தார்கள். வடஇந்தியாவில் வாழ்ந்த திராவிடர்களும் இவ்வாறு சிறுவர் சிறுமியரை வெவ்வேறாகப் பிரித்து வைத்துள்ள இடத்துக்கு ஓரை என்று பெயர் கூறினார்கள் என்று தெரிகிறது.

வடஇந்தியாவிலும் ஆதிகாலத்தில் திராவிட இனமக்கள் வெவ்வேறு இடங்களில் வாழ்ந்தார்கள். அந்தத் திராவிடர் இக்காலத்தில் ஆரியரோடு கலந்து மொழி, கலை, பண்பாடு களில் மாறிப் போனார்கள். அவர்களில் சில இனத்தார் இன்றும் உள்ளனர். அவர்கள் தங்கள் பழைய இடங்களிலிருந்து துரத்தப்பட்டு வேறு இடங்களில் போய் வாழ்கிறார்கள். அவர்களில் முண்டா என்னும் திராவிட இனத்தார் சோட்டா நாகப்பூரில் இருக்கிறார்கள். அவர்களுடைய திராவிட மொழியில் இக்காலத்தில் மைதிலி, வங்காளி, இந்தி முதலான மொழிகளின் சொற்களும் கலந்துவிட்டன. ஆனாலும், பழைய திராவிட இனத்தவரின் முண்டாரி மொழியில் ஓரை என்னும் சொல் இன்றும் வழங்குகிறது. இது ஹோரா என்னும் சொல்லின் திரிபு அன்று; பழைய திராவிடச் சொல்லாகும். முண்டா இனத்து மணமாகாத இளைஞர்களும் மண மாகாத இளம் பெண்களும் தங்கள் வீடுகளில் படுத்து உறங்குவதில்லை. அவர்களுக்கென்று தனித்தனியே பெரிய கொட்டகை அமைக்கப்பட்டு அந்தக் கொட்டகையில் போய்ப் படுத்து உறங்குகிறார்கள். இந்தக் கொட்டகைகளுக்கு கிதிஓரா என்று அவர்கள் பெயர் கூறுகிறார்கள். ஆண் மக்களுக்குத் தனியாகக் கிதிஓராவும் இருக்கின்றன. முண்டாரி மொழியின் கிதிஓராவுடன் தமிழ் மொழியின் ஓரையை ஒப்பிட்டு நோக்குக. கிதிஓரா என்பதில்

கிதி என்பதன் பொருள் தெரியவில்லை. ஓரா என்பது ஓரை என்பதில் சற்றும் ஐயமில்லை. எனவே, ஓரை என்பது திராவிட இனமொழிச் சொல் என்பது தெளிவாகத் தெரிகிறது. தொல்காப்பியர் இந்த ஓரையைத்தான் கூறியுள்ளார். இந்த ஓரை கிரேக்க — சமஸ்கிருத ஓரை அன்று.

மிகப் பழங்காலத்திலேயே திராவிட இனமக்கள் வாழ்ந்த ஊர்களில் சிறுவர்களுக்குத் தனியாகவும் சிறுமிகளுக்குத் தனியாகவும் ஓரா (ஓரை) என்னும் பெரிய கொட்டகைகளை அமைத்திருந்தனர் என்பது தெரிகிறது. இக்காலத்தில் பழங்குடி மக்களைப் பற்றி ஆராய்ச்சி செய்கிறவர்கள் இதுபற்றியும் ஆராய்ந்தால் உண்மை கிடைக்கும். தொல்காப்பியர் காலத்திலும் தமிழ்த் திராவிடர்கள் தங்கள் இளைஞர் களுக்கும் மகளிர்க்கும் தனித்தனி ஓரைகளைக் கட்டி வைத்திருந்தனர் என்பதைத் தொல்காப்பியர் கூறுகிற ஓரை என்னுஞ் சொல்லிலிருந்து ஊகிக்கலாம். சங்கச் செய்யுட்களில் ஓரை (ஓரா) என்னுஞ் சொல் காணப் படுகிறது. சங்கப் புலவரான உலோச்சனாரும் ஓரை என்னுஞ் சொல்லை ஆள்கிறார். "ஓரை மகளிரும் ஊரெய்தினரே" (நற்றிணை 398: 5) என்று அவர் கூறுவது காண்க. ஆகவே, சிவராசபிள்ளையும் வையாபுரிப் பிள்ளையும் மற்றவர்களும் தவறாகக் கருதுகிறபடி ஓரை என்னுஞ் சொல் கிரேக்க — சமஸ்கிருதச் சொல் அன்று. அது தூய திராவிட மொழிச் சொல் என்பதை அறிகிறோம். ஓரை என்னும் திராவிடச் சொல்லின் பழமையை அறியாத சிவராசர்களும் வையாபுரியார்களும் ஓரையைக் கூறுகிற தொல்காப்பியரை மிகமிகப் பிற்காலத்து வச்சிரநந்தி சங்கத்தில் இருந்தவர் என்று கூறுவது வரலாறு அறியாத போலிவாதம் ஆகும். திராவிட இனத்து மக்கள் பழங்காலத்தில் வழங்கிவந்த ஓரா — ஓரையைக் கூறுகிற தொல்காப்பியர் மிகமிகப் பழங்காலத்தில் இருந்தவர் என்பது இதிலிருந்து நன்றாகத் தெரிகிறது.

வையாபுரியார், தொல்காப்பியரைப் பிற்காலத்து வச்சிரநந்தி சங்கத்தில் இருந்தவர் என்று அறியாமல் கூறியது போலவே வேறுசில சங்கப் புலவர்களையும் பிற்காலத்து வச்சிரநந்தி சங்கத்தில் இருந்தவர் கள் என்று போலிக் காரணங் காட்டிக் கூறுகிறார். ஆழ்ந்து பாராமல் மேற் போக்காகக்

கூறுகிற இவருடைய கருத்து இதிலும் போலி வாதமாகக் காணப்படுகிறது. கடைச்சங்க காலத்துப் புலவர்களான உலோச்சனார், மாதீர்த்தனார் முதலானவர்களைப் பிற்காலத்து வச்சிர நந்தியின் திராவிடச் சங்கத்தோடு இவர் இணைக்கிறார். "தமிழ் மொழி தமிழ் இலக்கிய வரலாற்றிலே முதல் தரமான முக்கிய நிகழ்ச்சி யொன்று கி.பி. 470 இல் நிகழ்ந்தது. அதுதான் மதுரையிலே வச்சிரநந்தியின் மேற் பார்வையில் நிறுவப்பட்ட தமிழ்ச் சங்கம். பழைய புலவர்களிலே உலோச்சனார். மாதீர்த்தனார் முதலான ஜைனப் புலவர்களைப் பார்க்கிறோம். புறநானூறு 175ஆம் பாடலிலும் அகநானூறு 59ஆம் பாடலிலும் மறுபிறப்பும் புராணக்கதையும் கூறப்படுகின்றன. அகம் 193இல் மதக்கொள்கையைப் பற்றின குறிப்பைக் காண்கிறோம். ஆனால், தமிழ் மொழி தமிழ் இலக்கியங்களை ஆராயும் பழைய ஜைன நிறுவனத்தைப்பற்றி இதற்கு முன்பு கேள்விப்படவில்லை" (S. Vaiyapuri Pillai, History of Tamil language and Literature, pp. 58-59). *(வச்சிரநந்தியின் ஜைன நிறுவனத்தைத்தான் முதல் முதலாகக் கேள்விப்படுகிறோம்.)* இவருடைய இந்தக் கூற்றையும் அலசி ஆராய்வோம்.

உலோச்சனாரும் மாதீர்த்தனாரும் சைன சமயப் புலவராகையால் அவர்கள் வச்சிரநந்தியின் சைன சங்கத்தில் இருந்திருக்க வேண்டும் என்பது இவர் கூறும் காரணமாகும். உலோச்சனாரும் மாதீர்த்தனாரும் சைனரா அல்லரா என்னும் ஆராய்ச்சியில் நுழையவேண்டியதில்லை. அவர்கள் சைன சமயத்தவர் என்றே வைத்துக்கொள்வோம். அவர்கள் சைனர் என்ற காரணத்தினாலே அவர்கள் வச்சிரநந்தியின் சைனத் திராவிட சங்கத்தில்தான் இருந்தார்கள் என்று கூறுவது உண்மை இல்லாத போலிக் காரணமாகும். பாண்டியரின் தமிழ்ச் சங்கத்தில் சைன, பௌத்த மதத்தவர் உட்பட எல்லாச் சமயத்துப் புலவர்களும் தமிழ் ஆராய்ந்தார்கள். வச்சிரநந்தியின் தமிழ்ச் சங்க காலத்திலேதான் சைன மதம் தமிழ் நாட்டுக்கு வரவில்லை. கி.மு. மூன்றாம் நூற்றாண்டிலேயே சந்திரகுப்த மௌரியன், அசோகச் சக்கரவர்த்தி காலத்திலேயே சைன மதமும் பௌத்த சமயமும் தமிழகத்துக்கு வந்து விட்டதை வரலாறு கூறுகிறது. ஆகவே, பாண்டியரின் கடைச்சங்கத்திலே சைனப் புலவரும் இருந்தனர் என்பதில் ஐயமில்லை. இந்த வரலாற்று உண்மையை அறியாமல் வையாபுரியார் வச்சிரநந்தியின் தமிழ்ச் சங்கத்தில்தான் உலோச்சனார்,

மாதீர்த்தனார் போன்ற சைன சமயப் புலவர்கள் இருந்திருக்க வேண்டும் என்று கூறுவது ஆதாரமற்ற போலிக் கூற்றாகும்.

வச்சிரநந்தியின் தமிழ சைனச் சங்கம் சைன சமயத்தாருக்கே உரியது. அதில் சைனத் துறவிகள் மட்டுமே இருந்தார்கள். வேறு சமயத்தவருக்கு அதில் இடம் இல்லை. வச்சிரநந்தியின் சங்கத்துச் சைனத் துறவிகள் சிற்றின்பத்தில் (அகப்பொருளில்) ஈடுபடக் கூடாது; கள், இறைச்சி உண்ணக்கூடாது; கொலை செய்வது கூடாது. இவை யெல்லாம் சைன சமயத்தின் அடிப்படையான, கண்டிப்பான கொள்கைகள். ஆனால், வையாபுரியார், வச்சிரநந்தி சைனத் தமிழச் சங்கத்தில் இருந்தவர் என்று கூறுகிற உலோச்சனார் எதையெதைப் பாடினார் என்பதைப் பார்ப்போம்.

அகநானூற்றில் எட்டுப் பாடல்களும் குறுந்தொகையில் நான்கு செய்யுட்களும் நற்றிணையில் இருபது பாடல்களும் ஆக முப்பத்திரண்டு செய்யுட்களை உலோச்சனார் பாடியுள்ளார். இந்தப் பாடல்கள் எல்லாம் அகப்பொருள் துறையமைந்த காதற்பாட்டுகள், சைன முனிவர் எதைப் பாடக்கூடாதோ அந்த அகப்பொருள் காதற் பாட்டுகளை இவர் பாடியுள்ளார்! இந்தப் புலவர் சைனராக இருக்க முடியுமா! அதிலும் துறவிகள் மட்டும் உள்ள வச்சிரநந்தியின் திரமிளச் சைன சங்கத்தில் இவர் இருந்திருக்க முடியுமா? மேலும், இந்தக் காதற் பாட்டுகளிலே கொலையையும் இறைச்சியையும் சிறப்பித்துப் பாடுகிறார் இந்தச் சைனத் துறவி!

மீன்களை மணலில் பரப்பி வெயிலில் உலர்த்துவதைக் கூறுகிறார் (அகம் 20, நற்றிணை 63, 331). மீன்பிடிக்கும் வலையைப் பாடுகிறார் (அகம் 300). மீனைச் சுடுகிற நெருப்பிலிருந்து வருகிற புகையைப் பாடுகிறார் (நற்றிணை 311), பனங்கள்ளைப் பாடுகிறார் (நற்றிணை 38). மதுபானம் செய்து மகிழ்ந்திருக்கும் பெரியன் என்பவனைப் பாடுகிறார் (நற்றிணை 131). ஊனைத் தின்ற எச்சிற்கையில் உள்ள இறைச்சியின் கொழுப்பை வீட்டுச் சுவரில் தேய்த்துவிட்டுப் போர்க்கூத்துக்குச் சென்ற வீரனையும். அவன் திரும்பிவந்து குடிப்பதற்காக வைத்துள்ள கட்சாடியையும் பாடுகிறார் (புறம் 258). மற்றும் இவர் பாடியுள்ள காதற் செய்திப் பாட்டுக்கள் பல உள்ளன. சைனத் துறவிக்கு விலக்கப்பட்டவைகளையெல்லாம் பாடுகிற உலோச்சனாரை வையாபுரிப் பிள்ளை, வச்சிரநந்தியின்

சைனத் துறவிகளின் சங்கத்தில் இருந்தவர் என்று கூறுகிறார். இவர் கூற்று நம்பத்தக்கதா? இதை ஒப்புக்கொள்ள முடியுமா? களப்பிரர் ஆட்சிக் காலத்தில் கி.பி. 5ஆம் நூற்றாண்டில் வச்சிரநந்தியின் சைன முனிவர் சங்கத்தில் இருந்தவர் என்று வையாபுரிப்பிள்ளை கூறுகிற உலோச்சனார், களப்பிரர் காலத்துக்குச் சில நூற்றாண்டுக்கு முன்பு வாழ்ந்திருந்த சோழன் இராசசூயம் வேட்ட பெருநற்கிள்ளியைப் பாடுகிறார் (புறம் 377). கி.பி. 5ஆம் நூற்றாண்டில் வச்சிர நந்தியின் சங்கத்தில் உலோச்சனார் இருந்தவர் என்றால், அவருடைய செய்யுட்கள் கடைச்சங்க காலத்துத் தொகை நூல்களில் எப்படி இடம் பெற்றிருக்கக்கூடும்?

மாதீர்த்தன் என்னும் கடைச்சங்கப் புலவரையும் வையா புரியார் வச்சிரநந்தியின் தமிழ்ச் சைன சங்கத்தவர் என்று கூறுகிறார். மாதீர்த்தனார் குறுந்தொகை 113ஆம் செய்யுளைப் பாடியவர். இந்தப் பாட்டு அகப்பொருளைப் பற்றிய காதற்பாட்டு. இந்தக் காதற்பாட்டைப் பாடிய மாதீர்த்தனார் வச்சிரநந்தி சங்கத்தைச் சேர்ந்த சைன முனிவராக இருக்க முடியுமா? இவற்றையெல்லாம் கருதாமல், பேராசிரியர் வையாபுரிப்பிள்ளை இவர்களைச் சைன முனிவர்களின் சங்கத்தைச் சேர்ந்தவர்கள் என்று கூறுகிறார்! பகுத்தறிவு உள்ளவர் இவர் கூற்றை ஏற்றுக்கொள்ள முடியுமா?

புறம் 175ஆம் செய்யுளிலும் அகம் 59ஆம் செய்யுளிலும் அகம் 193ஆம் செய்யுளிலும் சைனரின் மதக் கொள்கைகள் கூறப்படுகின்றன. என்றும் ஆகவே அந்தச் செய்யுட்களைப் பாடிய புலவர்கள் வச்சிர நந்தியின் சைனத் தமிழச் சங்கத்தைச் சார்ந்தவர்கள் என்றும் வையா புரியார் குறிப்பாகக் கூறுகிறார். ‘ புறம் 175ஆம் பாட்டிலும் அகம் 59ஆம் பாட்டிலும் மறுபிறப்புப் பற்றியும் ஒரு புராணக்கதையைப் பற்றியும் அகம் 193இல் சைனருடைய சமயக்கொள்கை பற்றியும் குறிப்புகள் காணப்படுகின்றன. தமிழ்மொழி தமிழ்இலக்கிய வளர்ச் சியைப் பற்றின பழைய சைன நிறுவனத்தைப் பற்றி நாம் கேள்விப் படவில்லை” (வச்சிரநந்தியின் சங்கத்தைத்தான் கேள்விப்படுகிறோம்) என்று வையாபுரியார் எழுதுகிறார் (S. Vaiyapuri, Pillai, History of Tamil Language and Literature, p.5). அதாவது. புறம் 175, அகம் 59, 193 ஆகிய செய்யுட்களைப் பாடியவர்களும் சைன சமயத்தார் என்றும் அவர்கள் வச்சிரநந்தியின் தமிழச் சைன சங்கத்தைச் சேர்ந்தவர்கள்

என்றும் வையாபுரியார் கூறுகிறார். இவர் கூறுவதை ஆராய்ந்து உண்மை காண்போம்.

புறம் 175ஆம் செய்யுளைப் பாடியவர் கள்ளில் ஆத்திரை யனார். இவருடைய பெயரே இவர் பிரமாணர் என்பதைத் தெரிவிக்கிறது. இவருக்கு உதவி செய்த ஆதனுங்கன் என்பவனை இவர் இச் செய்யுளில் பாடுகிறார். என் உயிர் போமளவும் என் மனம் உன்னை மறக்காது என்று இவர் கூறுகிறார். இதில் சைன சமயக் கொள்கை என்ன இருக்கிறது? இது எல்லாச் சமயத்தாருக்கும் உரிய கருத்துத்தானே! வையாபுரியார் சுட்டிக் காட்டுகிற இன்னொரு செய்யுள் (அகம் 59) மருதன் இளநாகனார் பாடியது. யமுனை யாற்றில் நீராடிய மகளிரின் ஆடைகளைக் கண்ணன் ஒளித்து வைத்ததை இச்செய்யுள் குறிப்பிடுகிறது.

வண்புனல் தொழுநை வார்மணல் அகன்றுறை
அண்டர் மகளிர் தண்டழை உடீஇயர்
மரஞ்செல மிதித்த மாஅல் போல

(அகம் 59: 4– 6)

இது சைன சமயக் கருத்து என்று வையாபுரியார் கூறுகிறார். இது தமிழ் நாட்டில் அக்காலத்தில் வழங்கிவந்த எல்லாச் சமயத்தாருக்கும் உரிய பொதுக் கருத்து. இதை வையாபுரியார் சைனரின் புராணக் கதை என்று கூறுகிறார். இதைப் பாடியவர் மருதனிள நாகனார். இவர் சைனர் அல்லர். கடைச் சங்கப் புலவரான அவர் எப்படி வச்சிரநந்தியின் சைன சங்கத்தில் (கி.பி.5ஆம் நூற்றாண்டில்) இருக்க முடியும்? வையாபுரியார் சுட்டிக் காட்டுகிற இன்னொரு அகம் 193ஆம் செய்யுளும் மருதன் இளநாகனார் பாடியதே. பருந்து ஒன்று இறைச்சித் துண்டைக் கொண்டுபோய் மலையுச்சியில் மரத்தின்மேல் இருந்த தன்னுடைய குஞ்சுக்கு ஊட்ட, அவ்விறைச்சி நழுவிக் கீழே விழுந்ததை அங்கிருந்த நரி கவ்விக்கொண்டு ஓடியது என்னும் இயற்கை நிகழ்ச்சியை இப்புலவர் இப்பாடலில் கூறுகிறார்.

செஞ்செவி எருவை
குறும்பொறை எழுந்த நெடுந்தாள் மராஅத்து
அருட்கவட் டுயர்சினை பிள்ளை யூட்ட

விரைந்துவாய் வழுக்கிய கொழுங்கண் ஊன்றடி
கொல்பசி முதுநரி வல்சி யாகும்

(அகம் 193: 6–10)

இது எப்படிச் சைனருக்கு மட்டும் சிறப்பானது? எல்லாச் சமயத் தாருக்கும் இந்த நிகழ்ச்சி பொதுவன்றோ? இந்தச் செய்யுட்களைப் பாடிய மருதனிளநாகனார் சைனரல்லர், அவர் சைவ சமயத்தவர். அன்றியும் கடைச்சங்கப் புலவர். இவரைச் சைனர் என்றும் வச்சிரநந்தி அமைத்த பிற்காலத்துச் சைன சமயச் சங்கத்தைச் சேர்ந்தவர் என்றும் வையாபுரியார் எழுதுகிறார். களப்பிரர் ஆட்சிக் காலத்தில் கி.பி. 5ஆம் நூற்றாண்டில் வச்சிரநந்தியின் சைனத் தமிழச் சங்கத்தில் இவர் இருந்தார் என்று, ஆராயாமல் வையாபுரியார் கூறுகிறார். ஆனால், மருதனிள நாகனார், வச்சிரநந்தி சங்கம் ஏற்படுவதற்குப் பல நூற்றாண்டுக்கு முன்பு கடைச்சங்க காலத்தில் இருந்தவர் என்பதை அவர் பாண்டியன் கூடகாரத்துத் துஞ்சிய மாறன் வழுதியையும் (புறம் 52), பாண்டியன் இலவந்திகைப்பள்ளித் துஞ்சிய நன்மாறனையும் (புறம் 55) நாஞ்சில் வள்ளுவனையும் (புறம் 138, 139) பாடிய செய்யுட்கள் வெள்ளிடைமலை போலவும் உள்ளங்கை நெல்லிக் கனி போலவும் தெரிவிக்கின்றன. ஆனால்? இவற்றையெல்லாம் பாராமல் வையாபுரியார், கடைச்சங்க காலத்தில் இருந்த புலவர்களை இழுத்துக்கொண்டுவந்து, பல நூற்றாண்டுகளுக்குப் பின் இருந்த வச்சிரநந்திச் சங்கத்தில் விடுகிறார்.

வையாபுரிப்பிள்ளை தாம் எழுதிய தமிழ் மொழி தமிழ் இலக்கிய வரலாற்றில் கூறுகிற இவை போன்ற வேறு பல போலிச் செய்திகளை இங்கு ஆராயாமல் இதனோடு நிறுத்துகிறோம்.

எப்பொருள் யார்யார்வாய்க் கேட்பினும் அப்பொருள்
மெய்ப்பொருள் காண்பது அறிவு.

12

இணைப்பு - 3

இறையனார் அகப்பொருள் - வரலாற்று ஆய்வு

களப்பிரர் ஆட்சிக் காலத்தில், பக்தி இயக்கம் தோன்றிய போது இறையனார் அகப்பொருள் என்னும் களவியல் நூல் எழுதப்பட்டது என்று கூறினோம். தொல்காப்பியப் பொருளதிகாரம் இருக்கும்போது இந்தப் புதிய அகப்பொருள் நூலை எழுதிய நோக்கம் என்ன? யாது காரணம் பற்றி இந்தப் புதிய நூல் எழுதப்பட்டது என்பதை ஆராய்வோம். களவியல் உரைப்பாயிரம் இந்த ஆராய்ச்சிக்குப் பெரிதும் உதவுகிறது. மூன்று தமிழ்ச் சங்கங்களின் வரலாற்றைக் கூறிய பிறகு கடைச் சங்கத்தின் இறுதியில் நிகழ்ந்ததைக் களவியல் உரைப்பாயிரம் கூறுகிறது. "அவர்க்கு நூல் அகத்தியமும் தொல்காப்பியமுமென்க. அவர்களைச் சங்கம் இரீஇயினார் கடல் கொள்ளப்பட்டுப் போந்திருந்த முடத்திருமாறன் முதலாக உக்கிரப்பெரு வழுதியீறாக நாற்பத்தொன்ப தின்மர் என்ப. அவருட் கவியரங்கேறினார் மூவர் பாண்டியர் என்ப. அவர் சங்கமிருந்து தமிழாராய்ந்தது உத்திர மதுரை (இப்போதைய மதுரை) என்ப" என்று உரைப்பாயிரங் கூறுகிறபடியால் கடைச்சங்க காலம் முடிந்த பிறகு இறையனார் அகப்பொருள் என்னும் நூல் இயற்றப்பட்டது என்பது தெரிகிறது. இறையனார் அகப்பொருள் எழுதப்பட்ட வரலாற்றை இந்நூல் உரைப்பாயிரம் கூறுகிறது. அதன் வாசகம் இது:

அக்காலத்துப் பாண்டிய நாடு பன்னீரியாண்டு வற்கடஞ் சென்றது. செல்லப் பசி கடுகுதலும், அரசன் சிட்டரையெல்லாங் கூவி வம்மின் யான் உங்களைப் புறந்தரகில்லேன்; என் தேயம்

பெரிதும் வருந்துகின்றது; நீயிர் போய் நுமக்கறிந்தவாறு புக்கு, நாடு நடாயின ஞான்று என்னையுள்ளி வம்மின் என்றான் என, அரசனை விடுத்து எல்லாரும் போயினபின்றைக் கணக்கின்றிப் பன்னீரியாண்டு கழிந்தது. கழிந்த பின்னர், நாடு மலிய மழை பெய்தது. பெய்த பின்றை அரசன் இனி நாடு நாடாயிற்றாகலின் நூல் வல்லாரைக் கொணர்க வென்று எல்லாப் பக்கமும் ஆட்போக்க, எழுத்ததிகாரமுஞ் சொல்லதிகாரமும் வல்லாரைத் தலைப்பட்டுக் கொணர்ந்து பொருளதிகாரம் வல்லாரை எங்குந் தலைப்பட்டிலேமென்று வந்தார். வர, அரசனும் புடைபடக் கவன்று என்னை? எழுத்துஞ் சொல்லும் ஆராய்வது பொருளதிகாரத் தின் பொருட்டன்றே! பொருளதிகாரம் பெறேமெனின் இவைபெற்றும் பெற்றிலேம் எனச் சொல்லா நிற்ப, மதுரை ஆலவாயில் அழனிறக் கடவுள் சிந்திப்பான்; என்னை பாவம்! அரசற்குக் கவற்சி பெரிதாயிற்று. அதுதானும் ஞானத்திடையதாகலான் என்று, இவ்வறுபது சூத்திரத்தை யுஞ் செய்து மூன்று செப்பிதழகத்தெழுதிப் பீடத்தின் கீழிட்டான்.

இங்குப் பொருளதிகாரம் என்பது அகப்பொருளைச் சுட்டுகிறது. அகப்பொருள் கற்க, அது ஞானத்தைத் தரும் என்றும் கூறப்படுவது காண்க. மேலும் உரை கூறுகிறது:

இட்ட பிற்றை ஞான்று. தேவர் குலம் வழிபடுவான் தேவர் கோட்டத்தை எங்குந் துடைத்து, நீர் தெளித்துப், பூவிட்டுப் பீடத்தின் கீழ்ப் பண்டென்றும் அலகிடாதான் அன்று தெய்வத் தவக் குறிப்பினான் அலகிடுவனென்று உள்ளங் குளிர அலகிட்டான். இட்டாற்கு அவ்வலகினோடும் இதழ் போந்தன. போதரக் கொண்டுபோந்து நோக்கினாற்கு வாய்ப்புடைத் தாயிற்றோர் பொருளதிகாரமாய்க் காட்டிற்று. காட்டப் பார்ப்பான் சிந்திப்பான்: அரசன் பொருளதிகாரம் இன்மையிற் கவல்கின்றானென்பது பட்டுச் செல்லா நின்றதுணர்ந்து நம்பெருமான் அருளிச் செய்தானாகும் என்று தன் அகம் புகாதே கோயிற் றலைக்கடைச் சென்று நின்று கடைக் காப்பார்க்குணர்த்தக் கடைக்காப்பார் அரசர்க்குணர்த்த, அரசன் புகுதருகவென்று பார்ப்பானைக் கூவச் சென்று புக்குக் காட்டக் கொண்டு நோக்கி, இது பொருளதிகாரம்! நம்பெருமான் நமது இடுக்கண் கண்டு அருளிச் செய்தானாகற்பாலது என்று, அத்திசை நோக்கித்

தொழுதுகொண்டு நின்று, சங்கத்தாரைக் கூவுவித்து நம்பெருமான் நமது இடுக்கண் கண்டு அருளிச்செய்த பொருளதிகாரம்! இதனைக் கொண்டுபோய்ப் பொருள் காண்மின் என அவர்கள் அதனைக் கொண்டு போந்து கன்மாப்பலகை ஏறியிருந்தாராய்வுழி, எல்லாரும் தாந்தாம் உரைத்த உரையே நன்றென்று சில நாளெல்லாஞ் சென்றன. செல்ல நாம் இங்ஙனம் எத்துணையுரைப்பினும் ஒரு தலைப்படாது. நாம் அரசனுழைச் சென்று நமக்கோர் காரணிகளைத் தரல் வேண்டும் என்று கொண்டு போந்து, அவனாற் பொருளெனப்பட்டது பொருளாய் அன்றெனப்பட்டது அன்றாயொழியக் காண்டுமென, எல்லாரும் ஒருப்பட்டு அரசனுழைச் சென்றார். செல்ல அரசனும் எதிர் எழுந்து சென்று, ' என்னை? நூற்குப் பொருள் கண்டீரோ?' என, ' அது காணுமாறு எமக்கோர் காரணிகனைத் தரல்வேண்டும்'எனப், 'போமின். நுமக்கோர் காரணிகனை எங்ஙனம் நாடுவேன்? நீயிர் நாற்பத்தொன்பதின்மராயிற்று. நுமக்கு நிகராராவார் ஒருவர் இம்மையினின்றே' என்று அரசன் சொல்லப் போந்து பின்னை யும் கன்மாப்பலகை ஏறியிருந்து அரசனும் இது சொல்லினான்' யாங் காரணிகனைப் பெறுமாறு என்னைகொ' வென்று சிந்தித் திருப்புழிச் சூத்திரஞ் செய்தான் ஆலவாயி லவிர்சடைக் கடவுளன்றோ! அவனையே காரணிகனையுந் தரல் வேண்டுமென்று சென்று வரங்கிடத்தும்' என்று சென்று வரங்கிடப்ப, இடையாமத்து, ' இவ்வூர் உப்பூரிகுடி கிழார் மகனாவான் உருத்திரசன்மன் என்பான், பைங் கண்ணன் புன்மயிரான் ஐயாட்டைப் பிராயத்தான் ஒரு மூங்கைப் பிள்ளை உளன்; அவனை அன்னனென் றிகழாது கொண்டு போந்து ஆசனமேலிரீஇக் கீழிருந்து சூத்திரம் பொருளுரைத்தாற் கண்ணீர் வளர்ந்து மெய்ம்மயிர் சிலிர்க்கும் மெய்யாயின உரை கேட்டவிடத்து; மெய்யல்லா உரைகேட்டவிடத்து வாளா இருக்கும். அவன் குமார தெய்வம், அங்கோர் சாபத்தினாற் றோன்றினான் என முக்காலிசைத்த குரல் எல்லார்க்கும் உடன்பாடாயிற்றாக, எழுந்திருந்து தேவர் குலத்தை வலங்கொண்டு போந்து, உப்பூரிகுடிகிழாருழைச் சங்க மெல்லாஞ் சென்று, இவ்வார்த்தை யெல்லாஞ் சொல்லி ஐயனாவான் உருத்திர சன்மனைத் தரல் வேண்டுமென்று வேண்டிக் கொடுபோந்து, வெளிய துடீஇ, வெண்பூச்சூட்டி, வெண்சாந்தணிந்து, கன்மாப்பலகை யேற்றி இரீஇக் கீழிருந்து

சூத்திரப் பொருளுரைப்ப, எல்லாரும் முறையே உரைப்பக் கேட்டு வாளா இருந்து, மதுரை மருதனிளநாகனார் உரைத்த விடத்து ஒரோ வழிக் கண்ணீர் வார்த்து மெய்ம்மயிர் நிறுத்திப் பின்னர்க் கணக்காயனார் மகனார் நக்கீரனார் உரைத்த விடத்துப் பதந்தோறுங் கண்ணீர் வார்த்து மெய்ம்மயிர் சிலிர்ப்ப இருந்தான். இருப்ப, ஆர்ப்பெடுத்து மெய்யுரை பெற்றாம் இந்நூற்கென்றார்.

அதனால் உப்பூரிகுடிகிழார் மகனாவான் உருத்திரசன் மனாவான் செய்தது இந்நூற்குரை யென்பாருமுளர்; அவர் செய்திலர், மெய்யுரை கேட்டாரென்க. மதுரை ஆலவாயிற் பெருமானடிகளாற் செய்யப்பட்ட நூற்கு நக்கீரனாரால் உரைகண்டு, குமாரசுவாமியாற் கேட்கப்பட்ட தென்க." (இறையனாரகப் பொருள், முதற் சூத்திர உரைப்பாயிரம்)

இறையனார் அகப்பொருளும் அதன் உரையும் எழுதப்பட்ட வரலாற்றை அறிந்தோம். இனி இவை பற்றி ஆராய்வோம்.

முரண்பட்ட செய்திகள்

கடைச்சங்கத்தார்க்கு இலக்கண நூலாகத் தொல்காப்பியம் இருந்தது என்று உரைப்பாயிரம் கூறுகிறது. இன்னொரு இடத்தில் பொருளிலக்கணம் கிடைக்காமல் இடர்ப்பட்டனர் என்று கூறுகிறது. இது முன்னுக்குப்பின் முரணாக உள்ளது. தொல்காப்பியப் பொருளதிகாரம் அக்காலத்தில் மறைந்து போயிற்றா? அப்படிக் கருதுவதற்கு இடமில்லை. ஏனென்றால், தொல்காப்பியம் பொருளதிகாரம் உட்பட முழுவதும் இப்போதும் இருக்கிறது. தொல்காப்பியப் பொருளதிகாரம் கிடைத்திருக்க ஆலவாயிற் கடவுள் அறுபது சூத்திரங்கள் அடங்கிய புதியதோர் அகப்பொருள் நூலை உண்டாக்கிக் கொடுத்த காரணம் என்ன?

ஒரு விளக்கம்

இந்த முரண்பாட்டுக்கு விளக்கங் கூறுவதுபோல உரைப் பாயிரம் இன்னொரு இடத்தில் இவ்வாறு கூறுகிறது: " அரசன் இனி நாடு நாடாயிற்றாகலின் நூல்வல்லாரைக் கொணர்க வென்று எல்லாப் பக்கமும் ஆட்போக்க, எழுத்ததி காரமும் சொல்லதிகாரமும் வல்லாரைத் தலைப்பட்டுக் கொணர்ந்து

பொருளதிகாரம் வல்லாரை எங்குந் தலைப்பட்டிலே மென்று வந்தார்” என்று உரைப் பாயிரம் கூறுவதிலிருந்து தொல் காப்பியப் பொருளதிகாரம் கிடைத்திருந்தும் அதற்குப் பொருள் கூற வல்லார் கிடைக்கவில்லை என்பது தெரிகிறது.

மீண்டும் ஓர் ஐயம்

தொல்காப்பியம் பொருளதிகாரத்துக்குப் பொருள் கூறவல்லார் கிடைக்காமற் போனார்கள் என்று உரைப்பாயிரம் கூறுவது வியப்பாக இருக்கிறது. இருக்கட்டும். பொருளதி காரத்துக்கு உரை காணவல்லார் கிடைக்காமற்போனபோது ஆலவாயிற் கடவுள், பொருள் கூற வல்லவரை அளித்திருக்க வேண்டும் அல்லது தொல்காப்பியப் பொருளதிகாரத்துக்கு உரைஎழுதிக் கொடுத்திருக்க வேண்டும். இரண்டும் செய்யாமல் அறுபது சூத்திரங்களைக் கொண்ட ஒரு புதிய நூலைக் களவியல் என்னும் பெயர் கொடுத்து ஆக்கித் தந்தார். இப்படிச் செய்ததேன்? தொல்காப்பியப் பொருளதிகாரச் சூத்திரங்கள் இருக்கும் போது, புதிய அகப்பொருள் சூத்திரங்களை எழுதித் தந்ததேன்?

இந்தப் புதியஅகப்பொருள் நூலுக்குச் சங்கப் புலவர் பொருள் கண்டார்களா என்றால் காணவில்லை. தங்களுக்கோர் காரணிகனைத் தரவேண்டும் என்று தவங்கிடந்து சிவபெருமானை வேண்டினார்கள். அவரும் ஒரு காரணிகனைக் காட்டினார். அந்தக் காரணிகனும் ஊமைப்பிள்ளை! இந்தக் காரணிகன், இந்தப் புதிய அகப்பொருளுக்கு நக்கீரர் உரைத்த உரைதான் உண்மையான உரை என்று மெய்ம்மயிர் சிலிர்த்துக் கண்ணீர் வடித்ததன் மூலம் மெய்யுரைக்குச் சான்று தந்தார்.

களவியல் சூத்திரங்களும் அகப்பொருள் சூத்திரங்களும்

மேற்கொண்டு ஆராய்ச்சியைச் செலுத்துவதற்கு முன்பு இறையனார் அகப்பொருள் (களவியல்) சூத்திரங்களைப் பற்றிக் காண்போம். இறையனார் புதிதாகச் செய்து கொடுத்த களவியல் அறுபது சூத்திரங்கள் முழுவதும் புதியவை அல்ல. அவர் தொல்காப்பியத்திலிருந்தும் சில சூத்திரங்களை எடுத்துத் தம்முடைய புதிய களவியலில் சேர்த்துக் கொண்டார்.

அவை: (1) தொல். வேற்றுமை. 114 — இறையனார் அகம் 59; (2) தொல். வேற்றுமை 174 — இறையனார் அகம் 54; (3) தொல். கற்பியல் 187 — இறையனார் அகம் 43; (4) தொல். களவியல் 130— இறையனார் அகம் 18; (5) தொல். களவியல் 133 — இறையனார் அகம் 17; (6) தொல். களவியல் 27— இறையனார் அகம் 7.

தொல்காப்பிய அகப்பொருள் இருக்கும்போதே இறையனார் அகப்பொருளைப் புதிதாகச் செய்தார். ஏன்? தொல்காப்பிய அகப்பொருளுக்கும் இறையனார் அகப் பொருளுக்கும் வேறு பொருள்கள் உண்டா? பழைய கருத்துகளுக்குப் பதிலாகப் புதிய கருத்துகள் கூறப்பட்டுள்ளனவா? ஒன்றும் இல்லை.

இறையனார் அகப்பொருளின் காலம்

இறையனார் அகப்பொருளின் உரையாசிரியர் அதனுடைய உரைப்பாயிரத்தில் இந்நூல் இயற்றப்பட்ட காலம் கடைச்சங்கக் காலம் என்று கூறுகிறார். "இனிக் கால மென்பது கடைச் சங்கத்தார் காலத்துச் செய்யப்பட்டது. இனிக் களமென்பது உக்கிரப் பெருவழுதியார் அவைக்களமென்பது. காரணமென்பது அக்காலத்துப் பாண்டிய னாருஞ் சங்கத்தாரும் பொருளிலக்கணம் பெறாது இடர்ப்படுவாரைக் கண்டு ஆலவாயிற் பெருமானடிகளால் வெளியிடப்பட்டது"என்று பாயிரம் கூறுகிறது.

இங்கும் முரண்பாடு காணப்படுகிறது. கடைச்சங்கத் தார்க்குத் தொல்காப்பியம் இலக்கண நூலாக இருந்தது என்பதைக் கூறி, அத் தொல்காப்பியத்தில் பொருளதிகாரமும் இருந்தது என்று கூறிய பிறகு 'காரணம் என்பது அக்காலத்துப் பாண்டியனாரும் சங்கத்தாரும் பொருளிலக்கணம் பெறாது இடர்ப்படுவாரைக் கண்டு வெளியிடப்பட்டது' என்று கூறுவது முன்னுக்குப் பின் முரண்படுகிறது. பாண்டியன் உக்கிரப் பெருவழுதி கடைச்சங்க காலத்தின் இறுதியில் இருந்த பாண்டியன். அவன் ஏறத்தாழக் கி.பி. 200இல் இருந்தவன். தொல் காப்பியம் முழுவதும் அகப்பொருள் இலக்கணம் உட்பட இன்றளவும் நின்று நிலவுகிறது. ஆனால், உரைப்பாயிர ஆசிரியர் முன்னுக்குப் பின் முரணாக, உக்கிரப்பெருவழுதியும் சங்கத்தாரும் பொருளிலக்கணம்

பெறாது இடர்ப்பட்டனர் என்றும் அந்த இடர்ப்பாட்டை நீக்குவதற்கும் இறையனார் களவியலை உண்டாக்கினார் என்றும் எழுதுகிறார். தொல்காப்பியப் பொருளதிகாரத்துக்குப் பொருள் காண வல்லார் கிடைத்திலர் என்று முன்பு கூறிய இவர், பிறகு'பொருளதிகாரம் பெறாது இடர்ப் பட்டனர்'என்று கூறுகிறார். இங்கும் முன்னுக்குப் பின் முரண்படுகிறார்.

முதல் நூல்

இறையனார் அகப்பொருள் முதல் நூலா வழி நூலா என்னும் கேள்வி எழுகிறது. தொல்காப்பியம் பொருளதிகாரம் இருக்கும் போதே இறையனார் இந்தக் களவியல் நூலைப் (அகப்பொருளை) புதியதாகப் பிற்காலத்தில் எழுதினார். இதனால் இது வழிநூல் எனப்படும் என்று கூறுவார்க்கு விடையாக உரைப்பாயிரம் எழுதியவர் இது முதல் நூல் என்று கூறுகிறார். "வழியென்பது இந்நூல் இன்னதன் வழித்து என்பது. இது வினையின் நீங்கி விளங்கிய அறிவின் முனைவனாற் செய்யப் பட்டமை யால் வழிநூலென்று சொல்லப்படாது, முதனூல் எனப்படு மென்பது."

இறைவனே செய்த நூலாகையினால், பிற்காலத்து வழி நூலானாலும், இது முதல் நூல் என்று கூறுகிறார். முதல் நூல் இருக்கும் போது வழிநூல் (அல்லது இன்னொரு முதல் நூல்) செய்யப்பட்ட காரணம் என்ன? தொல்காப்பியம் பொருளதி காரத்துக்கு உரை கூறுவோர் இல்லாமற் போனார்கள் என்று ஓரிடத்திலும் அது (பொருளிலக்கணம்) கிடைக்காமற் போயிற்று என்று இன்னொரு இடத்திலும் எழுதுகிற உரைப்பாயிரம் இந்த இடத்தில் குழப்புகிறது.

தொல்காப்பிய அகப்பொருளும் இறையனார் அகப்பொருளும்

தொல்காப்பியப் பொருளதிகாரத்தின் அகத்திணை இயல், களவியல், கற்பியல் ஆகிய மூன்று இயல்களும் உலகில் வாழ்கிற மாந்தரின் காதல் வாழ்க்கையைக் கூறுகின்றன; மாந்தருக்கும் கடவுளுக்கும் உள்ள தெய்வீகக் காதலைக் கூறவில்லை. இறையனார் அகப்பொருளும் மாந்தரின் உலகக் காதலைத்தான் கூறுகிறது. மாந்தருக்கும் தெய்வத்துக் கும்

காதல் உண்டென்று இறையனார் அகப்பொருள் கூறவே இல்லை. ஆனால், அதனுடைய உரை மட்டும், மாந்தருக்கும் தேவருக்கும் உள்ள காதலைக் (பக்தியை) கூறுகிறது. உரை கூறுகிறதேயல்லாமல் நூல் கூறவில்லை. பழைய தொல்காப்பியம் மனிதக் காதலை மட்டும் கூறுகிற படியால் அது பக்தி இயக்கத்தைச் சேர்ந்த பேரின்பக் காதலுக்கு ஓர் ஆதார நூலாகக் கொள்ளப்பட வில்லை. பேரின்பக் காதலுக்கு ஆதார நூல் ஒன்று தேவைப்பட்டபடியால் இறையனார் அகப்பொருள் நூல் புதிதாக உண்டாக்கப்பட்டது. இந்த நூலை மக்கள் நம்பிக்கையோடு ஏற்றுக்கொள்வதற்காக இறைவனே இந்த நூலை இயற்றினார் என்று கதை கற்பிக்கப்பட்டது.

தமிழ் - அகப்பொருள்

தமிழ் என்னுஞ் சொல்லுக்குத் தமிழ் மொழி, இனிமை, அழகு என்னும் பொருள்கள் உண்டு. இச்சொல்லுக்கு அகப் பொருள் என்னும் இன்னொரு பொருளும் உண்டு. ஆனால், இக்காலத்தில் இந்தச் சொல்லும் பொருளும் மறைந்துபோயின. பழங்காலத்தில் இந்தப் பொருளில் தமிழ் என்னும் சொல்லாட்சி இருந்தது. கடைச்சங்க காலத்தில் வாழ்ந்த கபிலர், ஆரிய அரசன் பிரகத்தனுக்குத் தமிழ் (அகப்பொருள்) கற்பிக்கக் குறிஞ் சிப் பாட்டைப் (பெருங்குறிஞ்சி) பாடினார். இச்செய்யுளின் அடிக்குறிப்பு‘ ஆரியவரசன் பிரகத்தனைத் தமிழ் அறிவித்தற்குப் பாடியது’என்று கூறுகிறது. இங்குத் தமிழ் என்பதன் பொருள் அகப்பொருள் என்பது.

பரிபாடல் 9ஆம் பாடலைப் பாடிய குன்றம்பூதனார் இச் செய்யுளில் அகப்பொருளைத் தண்தமிழ் என்று கூறுகிறார் (பரிபாடல் 9: 25— 26). இதற்கு உரை எழுதிய பரிமேலழகர் ‘தமிழ்’ என்பதற்கு அகப்பொருள் என்று உரை எழுதியுள்ளார்.

சீவகசிந்தாமணி பதுமையார் இலம்பகம் 163ஆம் செய்யுளில் அகப்பொருள் தென்தமிழ் என்று கூறப்படுகிறது. இதற்கு நச்சினார்க் கினியர் எழுதிய உரை காண்க.

ஐந்திணை ஐம்பது என்னும் நூல் அகப்பொருளைச் செந்தமிழ் என்று கூறுகிறது. திணைமாலை நூற்றைம்பதின் பாயிரம் அகப் பொருளை இன்தமிழ் என்று கூறுகிறது. பாண்டிக் கோவை 25ஆம் செய்யுள் அகப்பொருளைக்

கொழுந்தமிழின் ஒண்துறை என்று கூறுகிறது. திருக்கோவையார் 20ஆம் செய்யுள் அகப்பொருளைத் தீந் தமிழின்துறை என்று கூறுகிறது (மயிலை சீனி. வேங்கடசாமி, 'தமிழ் — அகம்', Journal of Tamil Studies, No. 3, September 1973, pp. 1-3).

இறையனார் அகப்பொருள் உரையும் அகப்பொருளைத் தமிழ் என்று கூறுகிறது. " இனி நுதலிய பொருள் என்பது நூற் பொருளைச் சொல்லுதலென்பது. இந்நூல் என்னுதலிற்றோ வெனின் தமிழ் நுதலியதென்பது" என்றும், "இனி நூனுதவிய தூஉம் உரைக்கற்பாற்று. அது பாயிரத்துள்ளே உரைத்தாம்; தமிழ் நுதலியதென்பது" என்றும் அகப்பொருள் உரை கூறுகிறது.

அகப்பொருளின் பயன்

இறையனார் அகப்பொருளைக் கற்பதனால் உண்டாகும் பயன் என்ன என்பதை இந்நூலின் உரை கூறுகிறது." இனிப் பயன் என்பது இது கற்க இன்னது பயக்கும் என்பது... என் பயக்குமோ இது கற்க வெனின் வீடுபேறு (மோட்சம்) பயக்கும் என்பது" என்றும்,"இங்குப் பிறவுங் களவுண்மை சொல்லி அக்களவுகட்கெல்லாம் இக்களவு சிறப்புடைமை சொல்லும், துறக்கம் வீடு பேறுகளை முடிக்குமாகலான்" என்றும் உரைகூறுகிறது. அதாவது, பக்திக் காதல் மறுமையில் வீடு பேற்றை அளிக்கிறது என்று உரை கூறுகிறது. இறையனார் அகப்பொருள் ஞான நூல் என்றும் கூறப்படுகிறது. "மதுரைஆலவாயில் அழனிறக் கடவுள் சிந்திப்பான்;என்னை பாவம் அரசற்குக் கவற்சி பெரிதாயிற்று அது தானும் ஞானத்திடையாகலான், யாம் அதனைத் தீர்க்கற்பாலம்" என்று கூறியது காண்க. இந்த உரையின் கருத்துப்படி, இறையனார் அகப்பெருள் நூலைக் கற்றால் ஞானமும் அதன் பயனாகிய வீடுபேறும் பெறலாம் என்பது தெரிகிறது.

இறையனார் களவியல் தோன்றியதேன்?

தொல்காப்பிய அகப்பொருள் இலக்கணம் இருக்கும் போது இறையனார் அகப்பொருள் (களவியல்) என்னும் பேரால் ஒரு புதிய அகப்பொருள் இலக்கணம் எழுதப்பட்டதேன்?

பிற்காலத்தில், களப்பிரர் ஆட்சிக் காலத்தில் பக்தி இயக்கம் தோன்றியபோது அகப் பொருளுக்குப் பக்திக் காதல் என்ற புதிய பொருள் கற்பிக்கப்பட்டது. தொல்காப்பிய அகப்பொருள் உலகியல் காதலை மட்டும் கூறுகிற படியால், அது புதிய பக்திக் காதல் கருத்துக்கு உரிய ஆதார நூலாகப் பயன்படவில்லை. ஆகவே, பக்திக் காதலாகிய பேரின்பக் காதலுக்கு ஆதாரமான ஓர் இலக்கண நூல் தேவைப்பட்டது. இந்தத் தேவையை நிறைவு செய்ய இறையனார் அகப்பொருள் என்னும் களவியல் புதிதாக உண்டாக்கப்பட்டது. ஆனால், இறையனார் அகப்பொருள் சூத்திரங்கள் பக்திக் காதலைப்பற்றி எழுதிக்கொண்டு போகிறது. இந்த உரையைக் கேட்டுத்தான் உப்பூரிகுடிகிழான் மகன் உருத்திரசன்மன் மெய்ம்மயிர் சிலிர்த்துக் கண்ணீர் வடித்தார் என்று கூறப்படுகிறது. களவியல் உரை கூறுவதைப் பார்ப்போம்:

இறையனார் அகப்பொருள் - வரலாற்று ஆய்வு

"அஃதேயெனின்...... அவ்வெட்டும் (எண்வகை மணமும்) உலகினுள்ளன; இஃது (இறையனார் அகப்பொருள்) அன்னதன்று. இல்லது இனியது நல்லதென்று புலவரால் நாட்டப்பட்டதோர் ஒழுக்கமாகலின், இதனை (இறையனார் அகப்பொருளை) உலகவழக்கினோடு இயையானென்பது" (களவியல் முதலாம் சூத்திர உரை).

15ஆம் சூத்திர உரையில் "எனவே, இவ்வாற்றானும் உலகக் களவு (களவியல்) அன்று என்பதும் பெற்றாம்" என்றும், 31ஆவது சூத்திர உரையில் " இல்லதனையே இல்லை என்றார்; இவன் உலகத்துத் தலைமகன் அல்லன்— புலவரால் நாட்டப்பட்ட தலைமகன் என்பதனை யாப்புறுத்தற்கு" என்றும் உரை கூறிச் செல்கிறது.

32ஆவது சூத்திர உரையில் "இவ்வாற்றானும் இஃது (இறையனார் களவியல்) உலகத்து இயல்பன்றென்பது பெற்றாம். மூப்புப்பிணி உள்வழிச் சாக்காடும் உண்மையாம் என்பது கடா. அதற்கு விடை எங்ஙனமோவெனின், இருதிங்கட் புக இவளும் பன்னீராட்டைப் பிராயத்தாய் இவனும் பதினாறாட்டைப் பிராயத்தனாய்ச் செல்வதல்லது, மற்றைய நிகழா; உலகத்தினொடு இத்துணை மாத்திரையே

ஒத்து மற்றை விகற்பமெல்லாம் ஒவ்வாவெனக் கொள்க" என்றும், 39ஆவது சூத்திர உரையில், "இந்நூல் (களவியல்) உலகினோடு ஒத்தும் ஒவ்வாதும் நடக்கின்ற தாகலின், உலகியல் நோக்கிச் சாதிவரையான் இழிந்தாரெனப் பட்டது" என்றும், 60ஆவது சூத்திர உரையில், "அஃது இவ்வுலகினும் இயற்கையான் நிலைபெறாது புலவரான் இல்லது இனியது நல்லதென நாட்டப்பட்டதோர் ஒழுக்க மென்பார் 'கண்ணிய' என்றார்" என்றும் களவியல் உரை கூறுகிறது.

இதனால், புதியதாக உண்டாக்கப்பட்ட களவியல், உலகியல் அல்லாத இல்லது இனியது நல்லது என்று புலவரால் புனைந்துரைக்கப்பட்ட காதலைக் கூறுகிறதென்பது தெரிகிறது.

சமண சமயமும் பௌத்த சமயமும் தமிழகத்தில் பெருகி வளர்ந்து சைவ, வைணவச் சமயங்கள் தாழ்ந்து குன்றியிருந்த களப்பிரர் ஆட்சிக் காலத்தில் (கி.பி. 5ஆம் 6ஆம் நூற்றாண்டுகளில்) சைவரும் வைணவரும் தங்கள் சமயங்களை வளர்ப்பதற்காகப் புதிய பக்தி இயக்கத்தை உண்டாக்கினார்கள். அதன் காரணமாக அகப்பொரு ளுக்குப் புதிய கருத்துகளைக் கற்பித்தார்கள். சிவபெருமானை அல்லது திருமாலைத் தலைவனாகவும் பக்தனாகிய உயிரைத் தலைவியாகவும் கற்பித்து நாயகன்— நாயகி பாவத்தை யமைத்தார்கள். இந்த முறையில் செய்யுள் பாடுவதற்கு இலக்கணச் சான்று உண்டா என்ற கேள்வி எழுந் திருக்க வேண்டும். இக்கேள்விக்கு விடையாக இறையனார் அகப் பொருள் என்னும் நூலைப் புதிதாக உண்டாக்கி அதற்குத் தெய்வத் தன்மை கற்பித்தார்கள் போலும். இந்த நூலில் பேரின்பக் காதலைப் பற்றி வெளிப்படையாகவோ மறைமுக மாகவோ சான்றுகள் இல்லை யானாலும் உரையாசிரியர்கள் உரையில் சான்று காட்டினார்கள். ஆனால் — அந்த உரை ஏட்டில் எழுதப்படாமல் பத்துத் தலைமுறை வரையில் மந்திரம் போல மறை பொருளாகவே வைக்கப்பட்டு ஆசிரிய — மாணவர் பரம்பரையாகச் செவிவழியாக வந்தது. இதற்குள்ளாகப் புலவர்கள் களவியல் துறையமைத்துப் பாடல்களை இயற்றினார்கள். களவியல் துறையமைந்த பக்தித் தோத்திரப் பாடல்கள் வெளிவந்து வழக்கத்தில் ஒன்றினபிறகு களவியல் நூலையும் அதன் உரையையும் எழுதினார்கள். அதாவது, கி.பி. 8ஆம் நூற்றாண்டில், திருநாவுக்கரசர்,

திருஞான சம்பந்தர் ஆகியோரின் தேவாரப் பாடல்கள் தோன்றிய பிறகுதான் இந்நூலையும் உரையையும் ஏட்டில் எழுதினார்கள்.

பத்தாவது தலைமுறையில் வந்த முசிறியாசிரியர் நீலகண்டனார் இறையனார் களவியலையும் அதன் உரையையும் ஏட்டில் எழுதி வெளியிட்டார். அந்த உரையில் இடையிடையே மாறவர்மன் பராங்குசன் என்னும் பாண்டியன்மேல் பாடப்பட்ட பாண்டிக்கோவை செய்யுட்கள் (ஏறத்தாழ 350 செய்யுட்கள்) மேற்கோள் காட்டப்பட்டுள்ளன. மாறவர்மன் பராங்குசன் கி.பி. 770 இல் பாண்டி நாட்டை யரசாண்டான். எனவே, கி.பி. 8ஆம் நூற்றாண்டில் இவன் இருந்தான் என்பது தெரிகிறது. இவனுக்கு முன் பத்துத் தலைமுறைக்கு முன்பு இறையனார் களவியல் உண்டாயிற்று என்று கூறப்படுவதால், தலைமுறை யொன்றுக்கு 30 ஆண்டுகள் என்று கணக்கிட்டால் 30 ஒ 10 = 300 ஆண்டுகள் ஆகின்றன. எனவே, கி.பி. 8ஆம் நூற்றாண்டுக்கு 300 ஆண்டுகளுக்கு முன், அதாவது கி.பி. 5ஆம் நூற்றாண்டில் இறையனார் அகப்பொருளும் அதன் உரையும் எழுதப்பட்டன என்பது தெரிகிறது. கி.பி. 5ஆம் நூற்றாண்டில் தமிழகத்தைக் களப்பிர அரசர்கள் அரசாண்டார்கள். களப்பிரர் ஆட்சிக் காலத்துக்கு முன்னூறு ஆண்டுகளுக்கு முன்பு கி.பி. 2ஆம் நூற்றாண்டில் கடைச்சங்க காலத்தில் நக்கீரர் வாழ்ந்திருந்தார். அந்த நக்கீரர் இறையனார் களவியலுக்கு உரை கண்டிருக்க முடியாது. கி. பி. 2ஆம் நூற்றாண்டில் இருந்தவர். கி.பி. 5ஆம் நூற்றாண்டில் எப்படி இருக்க முடியும்? ஆனால், இறையனார் அகப்பொருள் உரைப்பாயிரம் சங்க காலத்து நக்கீரர் இந்நூலுக்கு உரை கண்டார் என்றும் அவ்வுரையைக் கேட்டவர் காரணிகன் உருத்திரசன்மர் என்றும் கூறுகிறது!

நக்கீரர், தலையாலங்கானத்துச் செருவென்ற நெடுஞ் செழியன் காலத்தில் இருந்தவர். இந்த நெடுஞ்செழியன் காலத்துக்குப் பிறகு பாண்டியன் உக்கிரப் பெருவழுதி இருந்தான். இந்தப் பாண்டியன் அகநானூற்றைத் (நெடுந் தொகையை) தொகுப்பித்தான். தொகுத்தவர் உருத்திரசன்மன். இவர்கள் எல்லாரும் கி.பி. 250க்கு முன்பு இருந்தவர்கள். நக்கீரர், உருத்திரசன்மனுக்கு முன்பு இருந்தவர். உருத்திரசன்மன், இறையனார் அகப்பொருளுக்கு உரை கேட்டார் என்றும்

நக்கீரர் உரை கூறினார் என்றும் களவியல் உரைப்பாயிரம் கூறுவது வரலாற்றுக்குப் பொருந்தாது. உருத்திரசன்மருக்கு முன்பே நக்கீரர் காலமாய்விட்டார். நக்கீரர், உருத்திரசன்மர், உக்கிரப் பெருவழுதி ஆகியோர் ஒரே காலத்தில் இருந்தவர்கள் என்று கொண்டாலும், கடைச்சங்க காலத்தில் இருந்த இவர்கள், களப்பிரர் காலத்தில், கி.பி. 5ஆம் நூற்றாண்டில் வெளிவந்த இறையனார் அகப்பொருளுக்கு எப்படி உரை கண்டிருக்க முடியும்? ஆகவே, உரைப்பாயிரம் கூறுகிற செய்திகள் நம்பத்தக்கனவல்ல, பக்தி இயக்கக் காலத்தில் இருந்த நக்கீரதேவநாயனாரைக் கடைச்சங்க காலத்தில் இருந்த நக்கீரரோடு தவறாக இணைத்துக் கூறுகிறது உரைப்பாயிரம் (இணைப்பு 4 காண்க).

பக்தி இயக்கக் காலத்தில் கீரன் என்றும் நக்கீரதேவ நாயனார் என்றும் பெயர் கூறப்பட்ட ஒரு சிவபக்தர் இருந்தார். அவருடைய பாடல்கள் பதினோராம் திருமுறையில் தொகுக்கப்பட்டுள்ளன. இந்த நக்கீரனாரையும் இவருக்கு முன்பு சங்க காலத்தில் இருந்த நக்கீரனாரையும் பொருத்திக் கூறுகிறது இறையனார் அகப்பொருள் உரைப்பாயிரம். ஆனால், இது வரலாற்றுக்குப் பொருந்தாத கற்பனையாகும்.

முடிவுரை

இறையனார் அகப்பொருள் உரைப்பாயிரம் கூறுகிற முரண்பட்ட செய்திகள், விழிப்புடன் படிக்கிறவர்களைக் குழப்பத்தில் ஆழ்த்து கின்றன என்பதைக் கண்டோம். இதன் காரணத்தை விளக்குவோம்.

களப்பிரர் காலத்துக்கு முன்பு, சங்க காலத்தில் அகப் பொருள், புறப்பொருள் என்று இரண்டு கொள்கைகள் நாட்டிலும் ஏட்டிலும் இருந்தன. இவை பற்றிப் புலவர்கள் பாடிய செய்யுட்கள் நற்காலமாக இப்போதும் நமக்குக் கிடைத்திருக்கின்றன. இவற்றிற்கு இலக்கணமாக இருந்தது தொல்காப்பியம் (தொல். பொருளதிகாரம்— புறப்பொருளியல், அகப்பொருளியல்).

சங்க காலத்துக்குப் பிறகு களப்பிரர் ஆட்சி ஏற்பட்ட பின்னர் முத்தமிழை ஆராய்வதற்காகப் பாண்டியர் அமைத்த தமிழ்ச் சங்கம் கலைந்துவிட்டது. பௌத்த, சைன சமயங்கள்

களப்பிரர் காலத்தில், முன்னைவிடச் செல்வாக்கும் சிறப்பும் பெற்று வளர்ந்தன. அப்போது புறப்பொருளைப் பற்றிய புதிய கருத்துச் செல்வாக்கடைந்தது. அதாவது, போரில் புறப் பகைவரை வென்று வெற்றி பெறுவதைவிட, அகப்பகையான மனமாசுகளையும் ஐம்புலன்களையும் அடக்கிப் பெறுகின்ற வெற்றியே சிறந்த வெற்றியென்னும் சைன— பௌத்த மதக் கொள்கை பரவிற்று. (அகப்பகையை வென்று வீரராக விளங்கிய புத்தர்பெருமானுக்கும் அருகக்கடவுளுக்கும் ஜினன்— வெற்றி கொண்டவன் என்று பெயர் உண்டு.) புலன்களையும் மனத்தையும் அடக்கி அகப்பகையை வெல்லும் கொள்கை சைனருக்கும் பௌத்தருக்கும் புதியவையன்று. இக்கொள்கை அவர்களுக்குப் பழமையானது. ஆனால், அந்தக் கொள்கை சங்க காலத்தில் தமிழகத்தில் சிறப்புப் பெறவில்லை. புற வெற்றியே— போர்க்கள வெற்றியே பெரிதும் போற்றப்பட்டது.

களப்பிரர் ஆட்சிக் காலத்தில். சைன, பௌத்த சமயங்கள் சிறப்பும் செல்வாக்கும் பெற்ற காலத்தில், அப்பகையை வென்று வீரனாகும் சமயக் கொள்கை வலுப்பெற்றுப் பரவிற்று. இது புறப் பொருளுக்குப் புதிதாக ஏற்பட்ட புது மாற்றம் ஆகும். அந்தக் காலத்திலே சைவ, வைணவ சமயங்கள் சமயப் பிரசாரத்துக்காகப் பக்திக் கொள்கையைப் புத்தம் புதிதாக உண்டாக்கின. இக்கொள்கைக்கு ஆதரவாக அகப்பொருளில் புதிய கொள்கையைப் புகுத்தினார்கள். புறப்பகையை வென்று வெற்றி வீரனாகத் திகழ்வதைவிட அகப் பகையை வென்று வீரனாவதே சிறந்தது என்று சைனரும் பௌத்தரும் புறப்பொருளுக்குப் புதிய கருத்துக் கூறியது போல, சைவரும் வைணவரும் உலகியல் அகப்பொருள் பற்றிச் சிற்றின்பக் காதலைப் பாடுவதைவிடக் கடவுளுக்கும் பக்தருக்கும் உள்ள தெய்வீகக் காதலைப் (பேரின்பக் காதலை) பாடுவது சிறந்தது என்று அகப் பொருளுக்குப் புதிய பொருள் கற்பித்தார்கள். அதாவது, கடவுளைக் காதலனாகவும் (தலை மகனாகவும்) பக்தர்களைக் காதலியாகவும் (தலைவிகளாகவும்) கற்பித்துப் பாடுகிற பேரின்பப் பக்திப் பாடல்களைப் புதிதாகத் தோற்றுவித்தார்கள். இந்தப் பக்திக் காதலைச் சைனரும் பௌத்தரும் ஏற்றுக் கொள்ளவில்லை. தெய்வத்துக்கும் மனிதருக்கும் காதல் உறவு கற்பிப்பது சரியன்று என்பது அவர்களது கொள்கை.

ஆனால், சைவ — வைணவர், சமணருக்கும் பௌத்தருக்கும் மாறுபாடான பக்திக் காதலை வற்புறுத்தி அகப்பொருள் துறையமைந்த பக்திப் பாடல்களைப் பரப்பினார்கள். தொடக்கக் காலத்தில் இந்தக் கொள்கை தமிழர்களால் ஏற்றுக்கொள்ளப் படவில்லை என்று தோன்றுகிறது. பொது மக்கள், முக்கியமாகப் புலவர்கள், தொல்காப்பிய இலக்கணம் கூறுகிற உலகியல் அகப் பொருளையே பின்பற்றினார்கள். ஆகவே, தெய்வீகக் காதலுக்கு இலக்கணச் சான்று பக்தி இயக்கத் தாருக்குத் தேவைப்பட்டது. ஆகவே, இறையனார் அகப்பொருள் அல்லது களவியல் என்னும் புதிய நூலை எழுதி அதை இலக்கணச் சான்றாகக் காட்டினார்கள். இதற்குத் தெய்வீகமும் பழமையும் கற்பிப்பதற்காகக் கதைகளைக் கற்பித்துக் கூறினார்கள்.

இது இறைவனால் (சிவபெருமானால்) உண்டாக்கப்பட்ட நூல் என்றும், தொல்காப்பியத்துக்குப் பின்னர் இயற்றப்பட்ட நூலானாலும் இது முதல்வனால் செய்யப்பட்டபடியால் 'முதல் நூல்' என்றும் இது பேரின்பக் காதலைக் கூறுகிறபடியால் 'ஞான நூல்' என்றும் கூறினார்கள். இதற்குப் பழமை கற்பிப்பதற்காக இந்த நூலுக்கு உரை கேட்ட காரணிகன், கடைச்சங்க காலத்தில் இருந்தவரும் அகநானூறு என்னும் அகப்பொருள் செய்யுட்களைத் தொகுத்தவரும் ஆன உருத்திரசன்மன் என்றும், இதற்கு 'மெய்யுரை' கண்டவர் சங்கப் புலவர் என்றும், ஆனால் சங்கப்புலவரான நக்கீரர் கூறிய உரையே இதற்கு 'மெய்யான உரை' என்றும் கற்பித்தார்கள். ஆனால், இந்த உரை உடனே ஏட்டில் எழுதப்படாமல், மந்திர உபதேசம் செய்வதுபோல, பரம்பரை பரம்பரையாகப் பத்துத் தலைமுறை வரையில் ஆசிரியர் — மாணவர் வழியில் ஓதப்பெற்றது என்றும் பத்தாவது தலைமுறையில் முசிறியாசிரியர் நீலகண்டனாரால் இவ்வுரை ஏட்டில் எழுதப்பட்டது என்றும் கதைகள் கற்பிக்கப்பட்டன. இவ்வாறு, புதிய கருத்துக்குப் பழமையும் சிறப்பும் கற்பிப்பதற்காகவும் இறையனார் அகப்பொருளும் அது பற்றிய கதைகளும் கற்பிக்கப்பட்டன என்று தோன்றுகிறது. இவர்கள் புதிதாக உண்டாக்கிய பேரின்ப அகப்பொருள் கொள்கை நாட்டில் ஊன்றிப் பரவுவதற்கு ஒரு நூற்றாண்டு சென்றிருக்க வேண்டும். ஏனென்றால், கி. பி. 7ஆம் நூற்றாண்டில் தான் அப்பர்,

சம்பந்தர் ஆகிய சைவ நாயன்மார்களும் ஆழ்வார்களும் அகப் பொருள் துறையமைந்த பக்திப் பாடல்களைப் பாடினார்கள் என்பதை அறிகிறோம். பக்தி இயக்கமும் பேரின்பமான அகப்பொருள் கொள்கையும் தோன்றிய பிறகே இத்தகைய பாடல்களைக் காண்கிறோம். இதற்கு முன்பு, கடவுளுக்கும் பக்தனுக்கும் உண்டான பேரின்பக் காதல் பற்றிய செய்யுள் ஒன்றேனும் கிடையாது. இது தமிழிலக்கிய வரலாற்றில் முக்கியமான செய்தியாகும்.

13

இணைப்பு - 4

நக்கீரர் காலம்

சங்க காலத்தில் கி. பி. 200—க்கு முன்பு இருந்த நக்கீரர் வேறு, களப்பிரர் காலத்தில் இருந்த நக்கீரதேவநாயனார் வேறு என்பதைக் கண்டோம். ஆனால், சில அறிஞர்கள் இரண்டு நக்கீரரும் ஒருவரே என்று கருதிக்கொண்டு இவர்கள் இருவரும் கி. பி. 5ஆம் நூற்றாண்டில் களப்பிரர் காலத்தில் இருந்தவர்கள் என்று எழுதியுள்ளனர். இவர்கள் இவ்வாறு எழுதுவதற்குக் காரணம் என்னவென்றால், இறையனார் அகப்பொருள் என்னும் களவியலுக்கு உரை எழுதியவர், அந்நூலின் உரைப்பாயிரத்தில், சங்க காலத்து நக்கீரரும் களவியலுக்கு முதன் முதல் உரை கண்ட நக்கீரரும் ஒருவரே என்று கருதும்படி எழுதி யுள்ளதுதான். களவியல் உரைப்பாயிரம் கூறுவதை முழு உண்மை என்று இவர்கள் கருதிக்கொண்டு ஆராய்கிறபடியால் இரண்டு வேறு நக்கீரர்களும் ஒருவரே என்று எழுதியுள்ளனர். திரு. எம். எஸ். இராமசாமி அய்யங்கார் தாம் எழுதிய தென்னிந்திய சைன ஆய்வுகள் என்னும் ஆங்கில நூலில் (M. S. Ramaswamy Ayyangar, Studies in South Indian Jainism, 'Date of Nakkirar', 1922) *இவ்வாறு எழுதுகிறார்:*

“நக்கீரரும் செங்குட்டுவனும் சாத்தனாரும் ஆகிய இவர்கள் சமகாலத்தில், சங்க காலத்தில் வாழ்ந்தவர்கள் என்பதை எல்லோரும் ஒப்புக்கொண்டுள்ளனர். இந்த நக்கீரர் இறையனாரின் களவியலுக்கு உரை எழுதிய நக்கீரர் ஆவார்; இந்த உரையை அவர் எழுதாமல் வாய் மொழியாகவே கூறினார். ஆசிரியர் — மாணவர் என்னும்

வழிமுறையில் பத்துத் தலைமுறை வரையில் இந்த உரை வாய்மொழியாகவே கூறப்பட்டு வந்தது. இந்தச் செய்தியை, பின்னர் உரையை ஏட்டில் எழுதி வைத்த ஆசிரியர் கூறுகிறார். உரையை ஏட்டில் எழுதிய உரையாசிரியர் எந்தக் காலத்தில் இருந்தவர் என்பதை, அவர் தம்முடைய உரையில் அடிக்கடி கூறுகிற நெல்வேலியிலும் சங்க மங்கையிலும் போரில் வென்றவனும் அரிகேசரி பராங்குசன் நெடுமாறன் என்னும் பெயர்களைக் கொண்டவனும் ஆகிய பாண்டியன் இருந்த காலத்தைக் கொண்டு தீர்மானிக்கலாம். வேள்விக்குடிச் செப்பேட்டிலிருந்து இந்தப் பாண்டியன் கி. பி. 770இல் வாழ்ந்திருந்த ஜடிலவர்மன் பராந்தகனுடைய தந்தை என்பதை அறிகிறோம். ஆகையினாலே களவியல் உரையை ஏட்டில் எழுதிய ஆசிரியர் கி. பி. 8ஆம் நூற்றாண்டில் வாழ்ந்த வராதல் வேண்டும். இவர் காலத்திலிருந்து பத்துத் தலை முறைகளைக் கணக்கிடுவோமானால், முதல்முதல் உரை கூறிய நக்கீரர் காலம் கி. பி. 5ஆம் நூற்றாண்டு என்றாகிறது. கி. பி. 770இல் இருந்து 10 * 30ஐக் கழிக்க வேண்டும். ஆகவே, இந்த நூற்றாண்டே சங்கம் (கடைச்சங்கம்) இருந்த காலமாகும்."

இவர் ஆராய்ந்து கண்ட முடிவு சரியே. இறையனார் அகப்பொருள் உரைப்பாயிரத்தின்படி ஆராய்ந்து, களவியலுக்கு உரை கண்ட நக்கீரர் கி. பி. 5ஆம் நூற்றாண்டில் இருந்தவர் என்று கூறியது முற்றிலும் சரியே. இதையே நாமும் கூறியுள்ளோம். நக்கீரர் அடிநூல், நக்கீரர் நாலடி நானூறு, கயிலைபாதி காளத்திபாதித் திருவந்தாதி, திரு ஈங்கோய்மலை எழுபது, திருவலஞ்சுழி மும்மணிக்கோவை, திருவெழுக்கூற்றிருக்கை, பெருந்தேவபாணி, கோபப்பிரசாதம், காரெட்டு, போற்றிக் கலிவெண்பா, கண்ணப்ப தேவர் திருமறம் ஆகிய நூல்களைப் பாடிய (இந்நூல்கள் சைவ சமயத் திருமுறைகளில் ஒன்றான பதினோராம் திருமுறையில் தொகுக்கப்பட்டுள்ளன) நக்கீர தேவ நாயனார் களப்பிரர் ஆட்சிக் காலத்தில் இருந்தவர் என்று கூறினோம். ஆனால், இந்த நக்கீரர் கடைச்சங்க காலத்தில் தலையாலங்கானத்துச் செருவென்ற பாண்டியன் நெடுஞ் செழியனையும் நெடுநல்வாடை முதலான சங்கச் செய்யுட்களையும் பாடிய சங்க காலத்து நக்கீரர்களும் ஒருவரே என்று தெரிகின்றனர். இது வரலாற்றுக்குப் பெரிதும் மாறுபாடாக இருக்கிறது. ஆகவே, இறையனார் அகப்பொருள்

உரை இரண்டு வேறு நக்கீரர்களை ஒருவரே என்று இணைத்துக் கூறுவது தவறு என்பது நன்றாகத் தெரிகிறது. சங்க காலத்தில் திருமுருகாற்றுப் படை பாடிய நக்கீரரை நக்கீரதேவநாயனாருடன் பிணைத்துக் கூறினால் இறையனார் அகப்பொருள் உரைக்குப் பெருமதிப்பு ஏற்படும் என்னும் காரணம்பற்றி இரு நக்கீரர்களையும் ஒருவராகப் பிணைத்துக் கூறினார்கள் போலும். ஆனால் இரண்டு நக்கீரர்களும் வெவ்வேறு காலத்தில் இருந்தவர்கள் என்பதும் இருவரும் சில நூற்றாண்டுகளுக்கு முன்பும் பின்பும் இருந்த வெவ்வேறு நக்கீரர்கள் என்பதும் தெரிகின்றன.

திரு. பி. தி. சீனிவாச அய்யங்கார், தாம் எழுதிய தமிழர் வரலாறு என்ற ஆங்கில நூலில் நான்கு நக்கீரர்கள் இருந்தனர் என்று கூறுகிறார். அவர்களில் முதல் நக்கீரர் திருமுருகாற்றுப் படையையும் பத்துப் பாட்டில் நெடுநல்வாடையையும் சங்கத் தொகைகளில் பல செய்யுட்களையும் பாடியவர். இரண்டாம் நக்கீரர், நாலடி நாற்பது என்னும் செய்யுள் இலக்கணம் எழுதியவர். மூன்றாம் நக்கீரனார், அகப் பொருளுக்கு (இறையனார் அகப்பொருளுக்கு) முதன்முதல் உரை கண்டவர். நான்காம் நக்கீரர், பிற்காலத்தில் (பதினோராந் திருமுறையில்) சைவப் பாடல்களைப் பாடியவர். இந்த நால்வரையும் தமிழ்ப் புலவர்கள் ஒருவர் என்று இணைத்துக் கூறுகிறார்கள் என்று எழுதுகிறார் (P. T. Srinivasa Aiyangar, History of the Tamils, 1929, p. 409).

இவர் கூறுகின்ற நான்கு நக்கீரர்களை இரண்டு நக்கீரர்களாக அடக்கலாம். ஒருவர் சங்கச் செய்யுட்களையும் நெடுநல்வாடையையும் திருமுருகாற்றுப்படையையும் பாடிய கடைச் சங்ககாலத்து நக்கீரர். இவர் கி. பி. 2 ஆம் நூற்றாண்டில் இருந்தவர். இரண்டாம் நக்கீரர் நாலடிநாற்பது என்னும் யாப்பிலக்கண நூலை எழுதியவர் என்று யாப்பருங்கல உரைகாரர் கூறுகிறவரும் இறையனார் அகப்பொருள் உரைக்கு முதன்முதல் உரைகண்டவரும் பதினோராம் திருமுறையில் தொகுக்கப்பட்டுள்ள தோத்திரப் பாடல்களைப் பாடியவரும் ஆவர்.

திரு. கே. ஏ. நீலகண்ட சாஸ்திரி, இறையனார் அகப்பொருள் உரை கூறுகிற நக்கீரர் காலத்தையறிய முடியாமலிருப்பது பற்றித்

தம்முடைய பாண்டிய இராச்சியம் என்னும் நூலில் இவ்வாறு எழுதுகிறார்: "இறையனார் அகப்பொருளுக்குத் தலைமுறை தலைமுறையாகத் தொடர்ந்து வந்த நக்கீரனாருடைய உரை, இப்போதுள்ளபடி சங்கச் செய்யுட்களிலிருந்து மேற்கோள் காட்டுவதோடு கி. பி. 7 ஆம் நூற்றாண்டின் பிற்பகுதிக்கு நடக்காத நிகழ்ச்சிகளையும் மேற்கோள் காட்டுகிறது. இந்த மேற்கோள்களிலிருந்து (இவர் காலத்தைப்பற்றி) ஒன்றும் அறிய முடியவில்லை" என்று எழுதுகிறார். மேலும் அவர் எழுதுவது வருமாறு: "தலையாலங்கானத்துச் செருவென்ற பாண்டியன் நெடுஞ்செழியனின் சமகாலத்தில் இருந்தவரும் அவனுக்கு வயதில் இளையவருமான நக்கீரரின் காலத்தையறிய இறையனார் அகப் பொருள் உரையில் கூறப்படுகிற பாண்டிய அரசர் காலத்திலிருந்து பத்துத் தலைமுறையைப் பின்னால் கொண்டு கணிக்கும் முயற்சியும் அவர் காலத்தைத் திருப்திகரமாகக் கூறமுடியவில்லை" (K. A. Nilakanta Sastri, The Pandian Kingdom).

இவர், நக்கீரனாரின் காலத்தை அறியமுடியாத காரணம் என்ன? இறையனார் அகப்பொருளின் உரைப்பாயிரம் பழைய காலத்து நக்கீரரையும் பிற்காலத்து நக்கீரரையும் ஒருவராக இணைத்துப் பொருத்திக் கூறுகிற தவறு காரணமாகக் காலத்தை அறிய முடிய வில்லை. இரண்டு நக்கீரர்களையும் தனித்தனிப் பிரித்துவிட்டுக் கவனித்துப் பார்த்தால் காலத் தெளிவாகத் தெரிகிறது. இறையனார் அகப்பொருளுக்கு உரை கண்ட நக்கீரர் கி. பி. 5ஆம் நூற்றாண்டில் இருந்தவர் என்பதும் தெளிவாகத் தெரிகின்றன.

சான்றாதார நூல்கள்

இலக்கியம்

1. அகநானூறு
2. குறுந்தொகை
3. சிலப்பதிகாரம்
4. சீவகசிந்தாமணி
5. நற்றிணை
6. நாலாயிர திவ்வியப் பிரபந்தம்
7. பதிற்றுப்பத்து
8. பதினென் கீழ்க்கணக்கு நூல்கள்
9. பட்டினப்பாலை
10. பரிபாடல்
11. பன்னிரு திருமுறைகள்
12. பாண்டிக்கோவை
13. புறநானூறு
14. பெரியபுராணம்
15. பெருங்கதை
16. மணிமேகலை

இலக்கணம்

1. இறையனார் களவியல் உரை
2. கல்லாடம்

3. தொல்காப்பியம்

4. யாப்பருங்கலம் — பழைய விருத்தி உரைகல்வெட்டுகள்

5. பல்லவர் செப்பேடுகள் முப்பது

6. பாண்டியர் செப்பேடுகள் பத்து

7. Annual Report on South Indian Epigraphy (from 1887)

8. Epigraphia Carnatica

9. Epigraphia Indica

10. Epigraphia Zeylonica

11. Inscriptions of Pudukottai State

12. Mysore Archaeological Report

13. Rangacharya, V., A Topographical List of the Inscriptions of the Madras Presidency (Three Volumes)

14. South Indian Inscriptions

தமிழ் நூல்கள்

1. சதாசிவப் பண்டாரத்தார், டி. வி., தமிழ் இலக்கிய வரலாறு, கி. பி. 250 — 600), 1965

2. பாண்டியர் வரலாறு, 1969

3. பன்னீர் செல்வம், இரா., தமிழ்நாடும் களப்பிரரும், 1973

4. மயிலை சீனி. வேங்கடசாமி, சமணமும் தமிழும்

5. பௌத்தமும் தமிழும்

6. மறைந்து போன தமிழ் நூல்கள்

7. 19ஆம் நூற்றாண்டில் தமிழ் இலக்கியம்

8. வேங்கடராஜுலு ரெட்டியார், வே., கபிலர், 1936

ஆங்கில நூல்கள்

1. Arokiaswamy, M., The Early History of the Vellar Basin, 1954

2. Codrington, H. W., A Short History of Ceylon

3. Jyothi Prasad Jain, 'The Jaina Sources of History of Ancient India', Ancient India (100 BC - 900 AD), 1964
4. Krishna Rao, N., A History of the Early Dynasties of Andhra Desa
5. Krishnaswamy Ayyangar, The Age of Imperial Unity, Vol. II
6. Law, B.C., Geography of Early Buddhism
7. Nilakanta Sastri, K. A., The Colas
8. A Comprehensive History of India, Vol II
9. Foreign Notices of South India
10. Pandyan Kingdom
11. Rama Rao, M., Studies in the Early History of Andradesa
12. Ramaswamy Ayengar, M. S., Studies in South Indian Jainism
13. Sivaraja Pillai, K. N., The Chronology of the Early Tamils
14. Srinivasa Iyangar, P. T., History of the Tamils, 1929
15. Subramaniam, N., History of TamilNadu (to AD 1336)
16. Vaiyapuri Pillai, S., History of Tamil Language and Literature, 1959
17. Wilhelm Geiger (Translation), Sulavamsa, 1929

மலர்கள்

1. *அண்ணாமலைப் பல்கலைக்கழக இதழ், தொகுதி 6*
2. *சீவகசிந்தாமணி சொற்பொழிவு மலர், 1952*
3. *செந்தமிழ், தொகுதி 12, 20*
4. Journal of History, VIII, XXXIV
5. Journal of Oriental Research, Madras, 1993
6. Journal of Royal Asiatic Society, 1934
7. Journal of Royal Asiatic Society, Ceylon Branch, XXIV
8. Journal of Tamil Studies, III

9. Madras Christian College Magazine, January 1929

10. University of Ceylon Review, Vol, III, Pt. I

கன்னட நூல்கள்

1. *கிருஷ்ண ராவ், டாக்டர் எம். வி., கேசவபட்ட, எம்., கர்நாடக இதிஹாஸ தர்ஸன (கன்னட தேசத்தின் வரலாறு), 1970*

2. *சிதானந்த மூர்த்தி, டாக்டர் எம்., கன்னட ஸாஸனகள ஸாம்ஸ்கிருதிக அத்யயன (கி. பி. 450 — 1150), 1966*

பாலி மொழி நூல்கள்.

3. *ஆசாரிய புத்ததத்ததேரர், வினய வினிச்சயம்*

4. *வட்டாரதனெ; பத்ராபாஹூ பட்டாரா கதெ.*

துளு நாடு

01

முகவுரை

துளு நாடு என்றும் கொங்கண நாடு என்றும் தமிழ்ச்சங்க காலத்துத் தமிழ் இலக்கியங்களில் கூறப்படுகிற நாடு அக்காலத்தில் தமிழகத்தின் ஒரு பகுதியாக இணைந்திருந்தது. இன்றைய கேரள நாடாகிய பழைய சேரநாட்டுக்கு வடக்கே தென் கன்னட மாவட்டம் என்னும் பெயருடன் இருப்பதுதான் பழைய துளு நாடு. தமிழகத்தின் ஒரு பகுதியாக இருந்த பழைய சேர நாடு பிற்காலத்திலே மலையாள நாடாக மாறித் தனியாகப் பிரிந்து போய்விட்டது போலவே பழைய தமிழகத்துடன் இணைந் திருந்த துளு நாடும் பிற்காலத்திலே பிரிந்து தனியாகப் போய்விட்டது. ஆனால், பழைய சங்கத் தமிழ் இலக்கியங்கள் துளு நாடு தமிழகத் துடன் கொண்டிருந்த உறவை நினைவூட்டிக் கொண்டிருக்கின்றன.

அகநானூறு, புறநானூறு, நற்றிணைநானூறு குறுந்தொகை நானூறு, பதிற்றுப்பத்து, சிலப்பதிகாரம் முதலிய நூல்களிலே சில செய்யுட்களில் துளு நாட்டைப் பற்றிய செய்திகள் தற்செயலாகக் கூறப்பட்டுள்ளன. அச்செய்திகள் தற்செயலாகப் புலவர்களால் கூறப்பட்டவை. ஆகவே, அக்காலத்துத் துளு நாட்டின் முழு வரலாறு அச் செய்யுள்களில் கிடைக்கவில்லை. கிடைத்துள்ளவை வரலாற்றுத் துணுக்குகளேயாகும்.

சங்கச் செய்யுள்களிலே ஆங்காங்கே சிதறிக் கிடக்கிற அவ் வரலாற்றுத் துணுக்குகளையெல்லாம் ஒன்றாகத் திரட்டித் தொகுத்து முறையாக வகைப்படுத்தி எழுதப்பட்டதுதான் துளு நாட்டு வரலாறு என்னும் இச்சிறுநூல். இந்நூலுக்கு இது தவறான பெயர். சரியாகப் பெயர் கூறவேண்டுமானால் சங்க காலத்துத் துளு நாடு அல்லது கி. பி. 2ஆம் நூற்றாண்டுத் துளு நாடு என்று இதற்குப் பெயர் சூட்டப்பட வேண்டும். ஏறத்தாழ

கி. பி. 100 முதல் 150 ஆண்டுக்கு இடைப்பட்ட காலத்தில் இருந்த துளு நாட்டின் செய்தி இந்நூலில் கூறப்படுகின்றது. அக் காலத்துக்கு முற்பட்ட துளு நாட்டு வரலாறு கிடைக்கவில்லை.

அக்காலத்தில் துளு நாட்டை யரசாண்ட அரசர்கள் கொங்கா ணங்கிழார் என்றும் நன்னன் என்றும் பெயர் பெற்றிருந்தார்கள். அவர்கள், அக்காலத்தில் தமிழகத்தில் பல இடங்களில் இருந்தே வேளிர் என்னும் குறுநில மன்னர்களைச் சேர்ந்தவர்கள். கொங்கணாங் கிழாராகிய நன்னர்கள், தங்களுடைய சிறிய துளு இராச்சியத்தைப் பெரிதாக விரிவுப்படுத்தக் கருதி, சேர நாட்டின் வடக்கிலிருந்த பூழி நாட்டையும், அதற்குக் கிழக்கில் இருந்த வடகொங்கு நாட்டையும் கைப் பற்றிக்கொண்டார்கள். ஆகவே, சேர அரசருக்கும் துளு நாட்டரச ருக்கும் அரசியல் பகைமை ஏற்பட்டு அவ்விருவருக்கும் போர்கள் நிகழ்ந்தன. கடைசியில் சேர அரசர் துளு அரசர்களை வென்று தங்களுக்குக் கீழே அடக்கிவிட்டனர். இச்செய்திகள் இந்நூலில் கூறப் படுகின்றன. அக்காலத்துத் துளு நாட்டு மக்களின் சமூக வரலாறு, நாகரிகம், பண்பாடு முதலியவை யெல்லாம் தமிழகத்துப் பண்பாட் டுடன் ஒத்திருந்ததாகத் தெரிகிறது. ஆனால், துளு நாட்டுப் பண்பாடு, நாகரிகங்களைப் பற்றிச் சங்க நூல்கள் தனியாக ஒன்றும் கூறவில்லை. ஆகவே, அச்செய்திகள் இந்நூலில் இடம்பெறவில்லை.

இந்நூலிலே சில செய்திகள் சிற்சில இடங்களில் மீண்டும் மீண்டும் கூறப்படுகின்றன. மேற்கோளுக்காகவும் அனுவாதத்தின் பொருட்டும் ஆராய்ச்சிக்குச் சான்று காட்டும் பொருட்டும் சில செய்திகள் மீண்டும் மீண்டும் கூறவேண்டுவது அவசியமாகவுள்ளன. இவற்றைக் 'கூறியது கூறல்" என்னும் குற்றமாகக் கருதக்கூடாது.

தனி இலக்கிய நூல்களுக்கே 'கூறியது கூறல்' என்னுங் குற்றம் பொருந்துமேயல்லாமல், சரித்திர ஆராய்ச்சி நூலாகிய இதுபோன்ற நூல்களுக்கு அக்குற்றத்தைச் சாற்றுவது கூடாது. வேண்டிய இடங் களில், கூறியதையே மீண்டும்மீண்டும் கூறாமற் போனால் தெளிவும் விளக்கமும் பெறமுடியாதாகையால் அவ்வாறு கூறவேண்டுவது அவசியமாயிற்று.

இந்நூலுக்கு ஓர் அணிந்துரை எழுதிக் தரவேண்டுமென்று வரலாற்றுப் பேராசிரியர் டாக்டர் கே. கே. பிள்ளையவர்களைக் கேட்டுக்கொண்டதற்கு இணங்கி அவர்கள் அணிந்துரை எழுதியுதவினார்கள். அவர்களுக்கு என்னுடைய நன்றி.

இந்நூலை அச்சிட்டு வெளியிட்ட சென்னை சாந்தி நூலகத்தின் ஆட்சிப் பொறுப்பாளர் திரு. அ. பழ. முத்துராமன் அவர்களுக்கும் எனது நன்றியுரியதாகும்.

மயிலாப்பூர் **மயிலை சீனி. வேங்கடசாமி**

27.01.1996

02

துளு நாடு

பழைய பெயரும் புதிய பெயரும்

சங்க காலத்தில் துளு நாடு என்றும் கொங்கண நாடு என்றும் பெயர் பெற்றிருந்த நாடு இக்காலத்தில் தென் கன்னட மாவட்டம் என்று பெயர்பெற்றிருக்கிறது. வடகன்னடம், தென்கன்னடம் என்று பெயர் பெற்ற இரண்டு மாவட்டங்கள் பாரத நாட்டின் மேற்குக் கரையோரமாக இப்போது இருக்கின்றன. இவற்றில் வடகன்னட மாவட்டம், முன்பு பம்பாய் மாகாணம் என்று பெயர் பெற்றிருந்து இப்போது மகாராட்டிர தேசம் என்று பெயர் வழங்குகிற இராச்சியத்தில் இருக்கிறது. தென் கன்னட மாவட்டமானது, பழைய சென்னை மாகாணத்தோடு இணைந் திருந்து, பாரத நாடு சுதந்திரம் பெற்ற பிறகு மைசூர் இராச்சியத்தோடு இணைக்கப்பட்டிருக்கிறது. இந்தத் தென்கன்னட மாவட்டந்தான் பழைய துளு நாடு. துளு நாட்டுக்குக் கொங்கண நாடு என்றும் கொண் கன நாடு என்றும் கொண் பெருங்கானம் என்றும் சங்க காலத்தில் பெயர் இருந்தது.

துளு நாடாகிய கொங்கண நாடு தென் கன்னட மாவட்டம் என்று பெயர்பெற்றது மிகச் சமீப காலத்தில்தான். ஆங்கிலேயக் கிழக்கிந்திய கம்பெனியார் தென் இந்தியாவில் வந்து வாணிகஞ் செய்துகொண்டே நாடு பிடித்த காலத்தில், துளு நாடாகிய கொங்கண நாடு கி.பி. 1799 ஆம் ஆண்டில் அவர்கள் ஆட்சிக்கு வந்தது. பிறகு அவர்கள் இந்த நாட்டுக்குத் தென்கன்னட மாவட்டம் என்று தவறான பெயர் கொடுத்துச் சென்னை மாகாணத்தின் ஒரு பிரிவாக இணைத்துவிட்டனர். எனவே, இதற்குத் தென் கன்னடம் என்னும் பெயர் மிகச்

சமீப காலத்தில் தவறாக ஏற்பட்டதாகும். ஆனால், அதன் பழைய பெயர் துளு நாடு அல்லது கொங்கண நாடு என்பது.

கி.மு. மூன்றாம் நூற்றாண்டில் பாரத நாட்டையரசாண்ட அசோகச் சக்கரவர்த்தி தம்முடைய சாசனத்தில் கூறுகிற 'சத்தியபுத்திர நாடு' என்பது துளு நாடே. இது பற்றி வேறு கருத்துகளும் உண்டு (இணைப்பு 1 காண்க). கடைச்சங்க காலத்தின் இறுதியில் (கி.பி. 2 நூற்றாண்டு) இருந்த தாலமி (Ptolemy) என்னும் யவனர், துளு நாட்டில் டமிரிகெ (Damirike) தொடங்கியது என்று கூறுகிறார். டமிரிகெ என்பது திராவிடகம் என்னும் தமிழகம் ஆகும். எனவே, துளு நாடு அக் காலத்தில் தமிழ்நாடாக இருந்தது என்பது தெரிகிறது. சங்கச் செய்யுள்களும் துளு நாட்டுக்கு அப்பால் மொழி பெயர்தேயம் (வேறு பாஷை பேசப்பட்ட தேசம்) இருந்ததாகக் கூறுகின்றன.

துளு என்றால் போரிடுதல், எதிர்த்தல் என்பது பொருள். பழங் கன்னட மொழியில் துளு என்னுஞ் சொல்லுக்கு இந்தப் பொருள் உண்டு. எனவே, துளு நாடு என்றால் வீரர்கள் உள்ள நாடு என்று பொருள் கொள்ளலாம். துளு நாட்டு வீரர்களைப் பற்றிச் சங்க நூல்கள் கூறுகின்றன.

கொங்கண நாடாகிய துளு நாட்டைப் பிற்காலத்துச் சோழர் சாசனங்கள் 'குடமலை நாடு' என்று கூறுகின்றன.

துளு நாட்டுக்குக் கிழக்கில் உள்ளது குடகு நாடு என்னும் சிறு நாடு. இந்தக் குடகு நாட்டில் தலைக்காவேரி என்னும் இடத்தில் காவிரி ஆறு உண்டாகிறது. "குடமலைப் பிறந்த தண்பெருங் காவிரி" என்று மலைபடுகடாம் (அடி 527) கூறுகிறது. இந்தக் காவேரி ஆறு கடைசியில் சோழ நாட்டில் புகுந்து பாய்கிறது.

துளு நாட்டு எல்லை

இப்போதுள்ள தென் கன்னட மாவட்டமே ஏறத்தாழ பழைய துளு நாடாகும். ஆனால், சங்க காலத்தில் (கி.பி. 200க்கு முன்பு) துளு நாட்டின் தென் எல்லை சற்றுத் தெற்கே இருந்தது. ஏழில் மலைக்குத் தெற்கே அதன் பழைய தெற்கெல்லை இருந்தது.

துளு நாட்டின் மேற்கில் அரபிக்கடல் எல்லையாக இருக்கிறது. மேற்குத் தொடர்ச்சி மலைகள் (சஃயாத்ரி மலைகள்) இதன் கிழக்கு எல்லையாக அமைந்திருக்கின்றன. கிழக்கு எல்லையாக அமைந்துள்ள மேற்குத் தொடர்ச்சி மலைகள் சில இடங்களில் கடல் மட்டத்துக்கு 3000 அடி உயரமாகவும் வேறு சில இடங்களில் 6000 அடி உயரமாகவும் இருக்கின்றன. ஆகவே, துளு நாட்டின் கடற்கரையோரங்கள் சம நிலமாகவும் கிழக்குப் பகுதிகள் உயரமான மலைப் பிரதேசங்களாகவும் இருக்கின்றன. துளு நாடு ஏறத்தாழ வடக்குத் தெற்காக 150 மைல் நீளம் உள்ளது. இதன் அகலம், கடலுக்கும் மலைகளுக்கும் இடையே சில இடங்களில் 50 மைலும், சில இடங்களில் 25 மைலும் ஆக அமைந் திருக்கிறது. எனவே, துளுநாடு கடலுக்கும் மலைக்கும் இடையிலே உள்ள அகலம் குறைந்த நீளமான பிரதேசம் என்பது தெரிகிறது (படம் 1 காண்க).

இனி, சங்க இலக்கியங்களிலே கூறப்படுகிற துளு நாட்டு ஊர்கள் மலைகள் முதலியவற்றை ஆராய்வோம்.

துளு நாடு (கொண்கானம்)

'தோகைக் காவின் துளு நாடு'(அகம் 15:5) என்று மாமூலனார் என்னும் புலவர் துளு நாட்டின் பெயரைக் கூறுகிறார். துளு நாட்டுக் காடுகளில் தோகைகள்(மயில்கள்) இருந்தன என்று கூறுகிறார்.

துளு நாட்டை நன்னன் என்னும் பெயருள்ள வேள்குல அரசர் ஆண்டனர். அவர்கள் 'கொண்கானம் கிழான்' என்றும் பெயர் பெற்றிருந்தனர். அதாவது, கொண்கான நாட்டுக்குத் தலைவன் என்பது பொருள். பாலைபாடிய பெருங்கடுங்கோ என்னும் சேர அரசர் தாம் பாடிய நற்றிணை 391 ஆம் செய்யுளில், 'பொன்படு கொண்கான நன்னன்' என்று கூறுகிறார். மோசிகீரனார் என்னும் புலவர் 'கொண் கானம் கிழான்' ஒருவனைப் பாடுகிறார். அதில் கொண்கான நாட்டின் மலை களில் பல அருவிகள் பாய்வது தூய வெண்ணிற ஆடைகளை வெயிலில் உலர்த்துவது போல இருந்தன என்று கூறுகிறார்.

அறுவைத்

தூவிரி கடுப்பத் துவன்றி மீமிசைத்

தண்பல இழிதரும் அருவிநின்

கொண்பெருங் கானம் பாடல் எனக்கு எளிதே

(புறம்.154: 10 – 13)

என்று அவர் பாடுகிறார். கொண்கானத்து (துளு நாட்டு)க்குக் கிழக்கே யுள்ள உயரமான மேற்குத் தொடர்ச்சி மலைகளில் இன்றும் பல அருவிகள் தோன்றிப் பாய்வதைக் காண்கிறோம். இப்புலவரே 'கொண் பெருங் கானத்துக்' கிழானைப் புறம் 155 ஆம் பாட்டில் பாடியுள்ளார். கொண்கானங் கிழான் தன்னை நாடி வரும் இரவலருக்குப் பொருள் கொடுத்தான் என்றும் அவன் பிற வேந்தரை வென்று அவர்களிடம் திறை வாங்கினான் என்றும் புறம் 156 ஆம் செய்யுளில் இப்புலவர் கூறுகிறார். இச்செய்யுள்களில் இவர் கொங்கண நாட்டைக் கொண் பெருங்கானம் என்று கூறுவது காண்க. கொங்கணம், கொண்கானம், கொண்பெருங்கானம் என்பன எல்லாம் ஒன்றே.

நன்னனுடைய கொங்கணக் காட்டில் (கழை) மூங்கில் அதிகமாக விளைந்தன என்று கூறுகிறார். கொங்கணத்தைக் 'கானம்' என்று சுருக்கமாகக் கூறுகிறார்.

விழைதக ஓங்கிய கழைதுஞ்சு மருங்கில்

கானமர் நன்னன்

(அகம் 392:26 –27)

என்று அவர் கூறுவது காண்க (கான் — கானம், கொங்கானம்).

செல்லூர்

மருதன் இளநாகன் என்னும் புலவர் இவ்வூரைக் கூறுகிறார். மழுவாள் நெடியோனாகிய பரசுராமன் இவ்வூரில் யாகம் செய்த கதையை இவர் கூறுகிறார் (இணைப்பு 2 காண்க)

கெடாஅத் தீயின் உருகெழு செல்லூர்க்

கடாஅ யானைக் குழூஉச்சமந் ததைய

மன்மருங் கறுத்த மழுவாள் நெடியோன்
முன்முயன்று அரிதினின் முடித்த வேள்விக்
கயிறரை யாத்த காண்டகு வனப்பின்
அருங்கடி நெடுந்தூண்

(அகம் 220: 3–8)

என்பது அப்பாட்டில் இச்செய்தியைக் கூறும் பகுதி.

இந்தச் செல்லூர் கடற்கரைக்கு அருகில் இருந்தது என்றும் அவ்வூருக்குக் கிழக்கில் கோசருடைய நியமம் (ஊர்) இருந்தது என்றும் இப்புலவரே இன்னொரு செய்யுளில் கூறுகிறார்.

அருந்திறற் கடவுள் செல்லூர்க் குணாஅது
பெருங்கடல் முழக்கிற் றாகி யாணர்
இரும்பிடம் படுத்த வடுவுடை முகத்தர்
கருங்கட் கோசர் நியமம்

(அகம்90 : 9 –12)

என்று இவர் கூறுகிறார்.

எனவே, துளுநாட்டுச் செல்லூரில் பரசுராமன் செய்த வேள்விக்கு நினைவாக ஒரு தூண் அமைக்கப்பட்டிருந்த தென்றும், அச்செல்லூர் கடற்கரைக்கு அருகில் இருத்ததென்றும் தெரிகின்றன.

ஐயூர் முடவனார் என்னும் சங்க காலத்துப் புலவரும் தம்முடைய செய்யுளில் இச்செல்லூரைக் கூறுகிறார். ஆனால், பரசுராமன் கதையைக் கூறவில்லை. செல்லூரை யாண்ட அரசன் ஒருவன் ஆதன் எழினி என்பவனுடன் போர் செய்து அவனைக் கொன்ற செய்தியை அப்புலவர் கூறுகிறார்.

கடலாடு மகளிர் கொய்த ஞாழலும்
கழனி யுழவர் குற்ற குவளையும்
கடிமிளைப் புறவிற் பூத்த முல்லையொடு
பல்லிளங் கோசர் கண்ணி யயரும்
மல்லல் யாணர்ச் செல்லிக் கோமான்
எறிவிடத் துலையாச் செறிசுரை வெள்வேல்

ஆதன் எழினி அருநிறத் தழுத்திய
பெருங்களிற்று எவ்வம்

(அகம்216: 8–15)

இச்செய்யுளிலும், செல்லூர் கடற்கரைக்கு அருகில் இருந்ததென்பது கூறப்படுவது காண்க.

பாரம்

துளு நாட்டில் இருந்த இன்னொரு ஊர் பாரம் என்பது. இவ்வூரில் நன்னனுடைய சேனைத் தலைவனாகிய மிஞிலி என்பவன் இருந்தான். "பாரத்துத் தலைவன் ஆர நன்னன்" *(அகம்.152:12)* என்றும், " பூந்தோள் யாப்பின் மிஞிலிகாக்கும் பாரம்" *(நற் 265: 4—5)* என்றும் இவ்வூர் கூறப்படுகிறது.

பாழி

இவ்வூர் பாழி என்னும் மலைக்கு அருகிலே இருந்தது. ஆகவே அம்மலையின் பெயரே இவ்வூருக்கும் பெயராயிற்று. பாழிமலை, ஏழில் மலையின் ஒரு பகுதி " பாரத்துத் தலைவன் ஆர நன்னன் ஏழில் நெடுவரைப் பாழிச்சிலம்பு" *(அகம் 152: 12— 13)*. இவ்வூரைச் சூழ்ந்து கோட்டை மதில் இருந்தது என்பது, 'செம்பு உறழ் புரிசைப் பாழி' *(அகம் 375: 13)* என்பதனால் தெரிகிறது. மேலும், இவ்வூர் 'கறையடி யானை நன்னன் பாழி' *(அகம்.142:9)* என்றும்

சூழி யானை சுடர்ப்பூண் நன்னன்
பாழி யாங்கண் கடியுடை வியன்நகர்

(அகம் 15: 10–11)

என்றும் கூறப்படுகிறது. பாழி நகரைச் சூழ்ந்து இருந்த இடம் 'பாழிப் பறந்தலை' *(அகம் 208: 6)* என்று பெயர் பெற்றிருந்தது. பாழிமலை மேலிருந்து பார்த்தால் அதனைச் சூழ்ந்திருந்த நாடுகள் தெரிந்தன.

அருந்தெறல் மரபிற் கடவுள் காப்பப்
பெருந்தேன் தூங்கும் நாடுகாண் நனந்தலை
அணங்குடை வரைப்பிற் பாழி

(அகம்372: 1–3)

பாழி நகரக் கோட்டையில், நன்ன அரசர் பெருநிதியைச் சேர்த்து வைத்திருந்தனர். இதனை,

அணங்குடை வரைப்பிற் பாழியாங்கண்
வேள் முது மாக்கள் வியன் நகர்க் கரந்த
அருங்கல வெறுக்கை

(அகம்372: 8–5)

என்றும்,

நன்னன் உதியன் அருங்கடிப் பாழித்
தொன்முதிர் வேளிர் ஓம்பினர் வைத்த
பொன்

(அகம்258: 1–3)

என்றும் வருவனவற்றால் அறியலாம். நன்னர், வேள்குல அரசராவர்.

கொடுகூர்

இவ்வூர் துளுநாட்டில் இருந்தது. நன்ன அரசருக்குரிய இவ்வூரைச் சேரன் செங்குட்டுவன் வென்றான் (பதிற்றுப்பத்து 5ஆம் பத்துப் பதிகம்).

வியலூர்

இதுவும் துளு நாட்டில் இருந்த ஊர்.

நறவுமகிழ் இருக்கை நன்னன் வேண்மான்
வயலை வேலி வியலூர்

(அகம் 97: 12–13)

என்றும் இது கூறப்படுகிறது. இது கடற்கரைப் பக்கமாக இருந்த ஊர். இவ்வூரையும் சேரன் செங்குட்டுவன் வென்றான்.

உறுபுலி யன்ன வயவர் வீழச்
சிறுகுரல் நெய்தல் வியலூர் நூறி
அக்கரை நண்ணிக் கொடுகூர் எறிந்து

(பதிற்றுப்பத்து 5ஆம் பத்து பதிகம்)

என்று கூறுகிறது.

கறிவளர் சிலம்பில் துஞ்சும் யானையிற்

சிறுகுரல் நெய்தல் வியலூர் எறிந்தபின் சிலம்பு, நடுகல்

(114–115)

நறவு

இது துளு நாட்டில் கடற்கரையிலிருந்த துறைமுகப்பட்டினம். கள்ளுக்கு (மதுவுக்கு) நறவு என்றும் ஒரு பெயர் உண்டு. ஆகவே, நறவு என்னும் பெயருடைய இந்த ஊரைத் 'துவ்வா நறவு' (உண்ணப்படாத நறவு) என்று தமிழ்ப் புலவர்கள் கூறினார்கள். துளு நாட்டை சேர அரசர் வென்ற பிறகு இத்துறைமுகப்பட்டினத்தில் ஆடுகோட்பாட்டுச் சேரலாதன் (இவன் செங்குட்டுவனுக்கும் நார்முடிச் சேரலுக்கும் தம்பி) தங்கியிருந்தான் (பதிற்றுப். 6ஆம் பத்து 10: 9— 12). கிரேக்கரோம வாணிகர்கள் நறவை 'நவ்றா' என்று கூறினார்கள். துளு மொழியில் இது நாறாவி என்று கூறப்பட்டது. இங்கு யவனக் கப்பல்கள் வந்து வாணிகஞ் செய்ததாகத் தெரிகின்றது.

சேரநாட்டுத் தொண்டித் துறைமுகந்தான் நறவு என்று சிலர் கருது கின்றனர். துளு நாட்டிலுள்ள மங்களூர்தான் நறவு என்று வேறு சிலர் கருதுகிறார்கள். நறவு துளு நாட்டிலிருந்த கடற்கரைப்பட்டினம் ஆகும்.

ஏழில்மலை

இது துளு நாட்டில் இருந்த மலைகளில் ஒன்று. இது துளு நாட்டின் தெற்கே இருந்தது.ஏழில் நெடுவரை என்றும், ஏழிற்குன்று என்றும் இதனைக் கூறுவர். ஏழில்மலையின் ஒரு பிரிவு பாழிமலை (பாழிச்சிலம்பு) என்று பெயர் பெற்றிருந்ததையும் அங்குப் பாழி என்னும் ஊர் இருந்ததையும் முன்னமே கூறினோம்.

பாரத்துத் தலைவன் ஆர நன்னன்

ஏழில் நெடுவரைப் பாழிச் சிலம்பு

(அகம்152: 12–13)

என்றும்,

பொன்படு கொண்கான நன்னன் நன்னாட்டு
ஏழிற் குன்றம்

(நற். 391: 6–7)

என்றும்,

நன்னன் நன்னாட்டு
ஏழிற் குன்றம்

(அகம் 349; 8–9)

என்றும்,

ஓங்கு புகழ்க்
கானமர் செல்வி அருளலின் வெண்கால்
பல்படைப் புரவி எய்திய தொல்லிசை
நுணங்குநுண் பனுவல் புலவன் பாடிய
இனமழை தவழும் ஏழிற் குன்றத்து

(அகம் 345: 3–7)

என்றும் இது கூறப்படுகிறது.

இதனால் ஏழில்மலையில் கானமர் செல்வியாகிய கொற்றவைக்கும் கோவில் இருந்தது என்றும், ஏழில்மலையை 'நுணங்கு நுண்பனுவல் புலவன்' ஒருவன் பாடினான் என்றும் தெரிகின்றன. ஏழில்மலையைப் பாடிய புலவன் பரணராகவோ அல்லது மோசிகீரனாராகவோ இருத்தல் வேண்டும்.

ஏழில்மலை, மேற்குக் கடற்கரையோரமாகக் கண்ண னூருக்கு வடமேற்கே 16மைல் தூரத்தில் இருக்கிறது. ஏழில்மலை என்னும் இரயில் நிலையமும் உண்டு.

சங்க காலத்தில் துளு நாட்டைச் சேர்ந்திருந்த இந்த ஏழில்மலை இப்போது மலையாள நாட்டில், மலபார் மாவட்டத்துச் சிறைக்கல் தாலுக்காவில் சேர்ந்திருக்கிறது. ஆனால், இது முன்பு துளுநாட்டைச் சேர்ந்திருந்தது. பிற்காலத்தில், மலையாளிகள் இதனை 'ஏழிமல' என்று அழைத்தனர். ழகரத்தை உச்சரிக்கத் தெரியாத மேல்நாட்டார் முதலியோர் இதனை 'யய்முல்லை' (Yai Mullay) என்று கூறினார்கள். சிலர், ஏழில்மலையை எலிமலை என்று வழங்கினார்கள். வடமொழி யாளர், எலிமலை என்பதை

மூஷிகமலை என்று மொழிபெயர்த்துக் கொண்டு தங்கள் வழக்கம்போல மூஷிக வம்சம் என்னும் பெயருள்ள நூலை எழுதினார்கள். மூஷிக வம்சத்தில் ஏழில்மலையை யரசாண்ட பிற்கால அரசர்களைப் பற்றியும் அது சம்பந்தமான புராணக் கதைகளையும் எழுதி வைத்தனர்.

பிற்காலத்தில் வாணிகத்துக்காக வந்த போர்ச்சுக்கீசியர் இந்த மலையை எலிமலை என்றே கூறினார்கள். அவர்கள் ' மவுண்ட் — டி — எலி (Monte D' Ele) என்று கூறினார்கள். அப்பெயர் பிற்காலத்தில் 'டெல்லி' (Delli) என்று குறுகிற்று.

ஏழில்மலை, அரபிக்கடலில் *27* மைல் தூரம் வரையில் தெரிந்தது. வாஸ்கோ—டி—காமா என்னும் போர்ச்சுக்கீசியர் முதல் முதல் இந்தியா வுக்கு வந்தபோது அவருக்குக் கடலில் முதல் முதலாகக் காணப்பட்ட இடம் இந்த மலையே. *1498* இல், ஏழில்மலையைக் கடலில் இருந்து கண்ட அவர் தன் கப்பலைக் கண்ணனூருக்கு அருகில் செலுத்திக் கரை இறங்கினார்.

ஏழில்மலை கடற்கரைக்குக் கிழக்கே ஒரு மைல் தூரத்தில் இருக்கிறது. இங்குக் கடற்கொள்ளைக்காரர் இருந்தனர் என்று முற்காலத்துப் பிற்காலத்து அயல் நாட்டார் எழுதியிருக்கிறார்கள். துளு நாட்டை யரசாண்ட நன்ன அரசர்களும் கடற்கொள்ளைக் காரருக்கும் உதவியாக இருந்தனர் என்பது தெரிகின்றது.

கடம்பின் பெருவாயில்

கடம்பின் பெருவாயில் என்னும் ஊர் துளு நாட்டில் இருந்தது. இவ்வூரில் நடந்த போரில், களங்காய்க்கண்ணி நார்முடிச்சேரல், நன்னனை வென்றான்.

உருள்பூங் கடம்பின் பெருவாயில் நன்னனை
நிலைச் செருவின் ஆற்றலை யறுத்தவன்
பொன்படு வாகை முழுமுதல் தடிந்து

(பதிற்று. 4ஆம் பத்து, பதிகம்)

வாகைப் பெருந்துறை

இதுவும் துளு நாட்டின் தெற்கில் இருந்த ஊர். இது வாகைப் பறந்தலை என்றும் பெயர் பெற்றிருந்தது. இவ்வூரில் பசும்பூட்

பாண்டிய னுடைய சேனைத் தலைவனான அதிகமான் என்பவன் போர் செய்து இறந்தான்.

கூகைக் கோழி வாகைப் பறந்தலைப்
பசும்பூட் பாண்டியன் வினைவல் அதிகன்
களிறொடு பட்ட ஞான்றை

(குறுந்393: 3–5)

களங்காய்க் கண்ணி நார்முடிச்சேரல் இவ்வூரில் நன்னனுடன் போர் செய்தான்.

குடாஅது
இரும்பொன் வாகைப் பெருந்துறைச் செருவிற்
பொலம்பூண் நன்னன் பொருது களத்தொழிய
வலம்படு கொற்றத் தந்த வாய்வாட்
களங்காய்க் கண்ணி நார்முடிச் சேரல்

(அகம்199: 18–22)

கடல் துருத்தி

துளு நாட்டைச் சேர்ந்து அரபிக்கடலில் சிறுசிறு தீவுகள் சில இருந்தன. அந்தத் தீவுகள் துளு நாட்டு 'நன்ன' அரசரின் ஆளுகைக்கு உட்பட்டிருந்தன. அத்தீவுகள் ஒன்றில் நன்னனுக்குக் கீழடங்கிய குறும்பத் தலைவன் ஒருவன் இருந்தான். அவன் கடம்ப மரத்தைத் தன்னுடைய காவல் (அடையாள) மரமாக வளர்த்து வந்தான். அவன் நன்னனுடைய தூண்டுதலின் மேல் சேர நாட்டுக்கு வாணிகத்தின் பொருட்டு வந்த யவனக் கப்பல்களைத் தடுத்துக் கொள்ளையடித்துக் கொண்டிருந்தான். அந்தக் குறும்ப அரசனை, இமயவரம்பன் நெடுஞ்சேரலாதன் தன் மகனான சேரன் செங்குட்டுவனைக் கொண்டு வென்றான் (பதிற்றுப்பத்து 2ஆம் பத்து, 5ஆம் பத்து).

துளுநாட்டுக்கும் சேர நாட்டுக்கும் (இப்போதைய மலையாள தேசம்) மேற்கே அரபிக்கடலில் நூறு மைலுக்கு அப்பால் லக்ஷத்தீவு என்று பெயருள்ள தீவுகள் இருக்கின்றன. இத்தீவுகள் பவழப் பூச்சிகளால் உண்டானவை. கடல் மட்டத்துக்கு மேல் 10 அல்லது 15 அடி உயரம் உள்ளவை.

வடக்குத் தெற்காக இத்தீவுகள் 1 மைல் முதல் 6 மைல் நீளமும் ஏறத்தாழ ஒரு மைல் அகலமும் உள்ளவை.

இத்தீவுகளுக்கு அருகில் கடல் அலை இல்லாமல் கப்பல்கள் தங்குவதற்கு ஏற்றதாக இருக்கிறது. புயல் அடித்தாலும் இங்குக் கப்பல்களுக்கு ஆபத்து நேரிடுவதில்லை.

இத்தீவுகளில் வடக்குப் பாகத்தில் உள்ள 8 தீவுகளுக்கும் அமிந்தீவு என்று இப்போது பெயர் கூறப்படுகிறது. இவை துளு நாட்டோடு சேர்ந்தவை. இங்குப் பலாமரமும் கமுகுமரமும் பயிராகின்றன. தென்னையும் உண்டு. வரகு, கேழ்வரகு தானியங்கள் பயிராகின்றன. நெல் பயிராவதில்லை.

சங்க நூல்களில் கூறப்படுகிற கடல் துருத்தி என்பது இத் தீவுகளாக இருக்கக்கூடும். கடம்ப மரத்தைக் காவல் மரமாகக் கொண்டிருந்த குறும்பர்கள் இத்தீவுகளில் இருந்தவராதல் வேண்டும். இங்கிருந்த குறும்பர் துளு நாட்டு நன்னனுக்குக் கீழடங்கி வாணிகக் கப்பல்களைக் கொள்ளையடித்தனர். சேரன் செங்குட்டுவனால் வெல்லப்பட்டவர் இத்தீவினராதல்வேண்டும்.

மங்களூர்

இதற்கு மங்கலாபுரம் என்னும் பெயரும் உண்டு. இது துளு நாட்டில் நேத்திராவதி என்னும் ஆறு கடலில் கலக்கிற இடத்துக்கு அருகில் இருந்தது. இது இப்போதும் அப்பெயரோடு இருக்கிறது. கி.பி. 2ஆம் நூற்றாண்டிலிருந்த தாலமி (Ptolemy) கூறுகிற மகனூர் என்பது இந்த மங்களூரே. இங்குள்ள மங்களதேவியின் பெயரே இவ்வூருக்கு அமைந்து மங்களூர் என்று பெயர் பெற்றது. மங்களாதேவி என்பது பௌத்த மதத் தெய்வம். மங்களா தேவிக்கு ஆதிதேவி என்றும் தாரா தேவி என்றும் வேறு பெயர்கள் உண்டு. (J. R. A. S., 1894, P. 85). இக் கோவில் இப்போதும் கிராம தேவதைக்கோவிலாக இருந்து வருகிறது. இதற்குச் சிறிது தூரத்தில் 'துர்க்கை' கோயில் ஒன்று இருக்கிறது. அது வேறு கோவில்.

மங்களூருக்குத் தெற்கே 2லு மைல் தூரத்தில் கதிரி என்னும் பேர் பெற்ற இடம் இருக்கிறது. இங்கு மஞ்சுநாதர் கோவில் இருக்கிறது. இது அக்காலத்தில் பேர்போன பௌத்தக்

கோவிலாக இருந்தது. பௌத்தக் கோவில்களாகையால் இந்தக் கதிரிக் கோவிலுக்கும் மங்களாதேவி கோவிலுக்கும் ஆதி காலத்தில் தொடர்பு இருந்தது. சிலப்பதிகாரத்தில் கூறப்படுகிற மங்கலாதேவி கோவிலும் பாசண்டச் சாத்தன் கோவிலும் முறையே மங்கலாதேவி கோவிலும் கதிரிக் கோவிலும் ஆகும். கதிரிக் கோவில் இப்போது மஞ்சுநாதர் கோவில் என்று கூறப்படுகிறது. மஞ்சு நாதர் என்பது பௌத்தரின் போதிசத்து வருக்குப் பெயர். இக்கோவிலில் இப்போதுள்ள லோகேசுவரர் உருவம் பௌத்தரின் அவலோகீஸ்வரர் உருவமே. மகாயான பௌத்தத்தில், லோகேசுவரர் என்னும் லோகநாதர் தாரை தேவியின் கணவன் என்று கூறப்படுகிறார்.

கதிரி மஞ்சுநாதர் கோவிலுக்கு அருகில் உள்ள மலையில் இயற்கை யாக அமைந்த குகைகள் உள்ளன. அவை பௌத்தப் பிக்குகள் தங்கி யிருந்த குகைகளாகும். அக்குகைகள் இப்போது பாண்டவ குகைகள் என்று கூறப்படுகின்றன.

மங்களூரில் உள்ள மங்கலாதேவியின் கோவிலைப் பற்றியும் அதன் அருகில் உள்ள கதிரிக் கோவிலைப் பற்றியும் சிலப்பதிகாரத்தில் இவ்வாறு கூறப்படுகிறது: "மங்கல மடந்தை கோட்டம்"(சிலம்பு, வரந் தருகாதை 88).' ஆயிழைக் கோட்டம்' (சிலம்பு, வரந். 61. ஆயிழைக் கோட்டம் — மங்கலா தேவி கோயில். அரும்பதவுரை)

மங்கல மடந்தை கோட்டத் தாங்கண்
செங்கோட் டுயர்வரை சேணுயர் சிலம்பில்

(சிலம்பு,வரந்தரு. 153– 154)

(இதில் மங்கல மடந்தை என்பதற்கு மங்கல தேவி என்று அரும்பத வுரையாசிரியர் உரை எழுதுவது காண்க. இதன் அடிக்குறிப்பில் சிலப்பதிகாரப் பதிப்பாசிரியராகிய டாக்டர் உ.வே. சாமிநாதையர், "மங்கலா தேவி என்றது, கண்ணகியை; மங்கலாபுரம் அல்லது மங்களூர் என்பது இத்தேவி காரணமாக வந்த பெயர்" என்று குறிப்பு எழுதியிருப்பது தவறு என்பது சொல்லாமலே தெரிகிறது. இதுபற்றி இங்கு விளக்கம் தேவையில்லை.)

மங்கலாதேவியின் கோட்டத்துக்கு அருகில் இருந்ததாகச் சிலம்பு கூறுகிற ' செங்கோட்டுயர் வரை சேணுயர்சிலம்பு'

கதிரிக்கு அருகில் உள்ள மலையாகும். இங்குப் பௌத்த முனிவர் தங்கியிருந்த இயற்கைக் குகைகள் இருந்தன என்று முன்னமே கூறினோம். இங்குள்ள சுனைகளில் வெள்ளைக்கடுகு போன்ற கற்களும் முருக்கம்பூ நிறம் போன்ற சிறுகற்களும் இருந்தன என்றும் மாவைக் கரைத்தது போன்ற நீர் இங்கு இருந்தது என்றும் சிலப்பதிகாரம் கூறுகிறது.

மங்கல மடந்தை கோட்டகத் தாங்கண்
செங்கோட் டுயர்வரைச் சேணுயர் சிலம்பில்
பிணிமுக நெடுங்கல் பிடர்ச்சிலை நிரம்பிய
அணிகயம் பலவுள. ஆங்கவை யிடையது
கடிப்பகை நுண்கலும் கவிரிதழ்க் குறுங்கலும்
இடிக்கலப் பன்ன இழைந்துகு நீரும்
உண்டோர் சுனை அதனுள்புக் காடினர்
பண்டைப் பிறவியர் ஆகுவர்

(சிலம்பு, வரந்தரு. 53– 60)

(கடிப்பகை நுண்கல் — வெண்சிறு கடுகு போன்ற நுண்ணியல் கல். கவிர் இதழ்க் குறுங்கல் — முருக்கம்பூப் போன்ற நிறத்தையுடைய குறிய கல். இடிக் கலப்பன்ன — மாவைக் கரைத்தா லொத்த. அரும்புதவுரை.)

சங்க இலக்கியங்களிலிருந்து அறியப்படுகிற துளுநாட்டு ஊர்களையும் இடங்களையும் இதுகாறும் அறிந்தோம். இனி, சங்க இலக்கியங்களிலிருந்து அறியப்படு கிற நன்ன அரசருடைய வரலாற்றைப் பார்ப்போம்.

03

நன்னர் வரலாறு

அரசியல் சூழ்நிலை

நம் ஆராய்ச்சிக்குரிய கி.பி. இரண்டாம் நூற்றாண்டிலே துளு நாட்டின் அரசியல் சூழ்நிலை எப்படி இருந்தது என்பதைக் கூறுவோம். துளுநாட்டின் மேற்கில் அரபிக்கடல் இருந்தது. இக்கடல் வழியாக யவன, அராபிய வாணிகக் கப்பல்கள் துளுநாட்டுத் துறைமுகப் பட்டினங்களாகிய மங்களூர், நறவு முதலிய ஊர்களுக்கு வந்து போயின. துளுநாட்டுக்கு அருகிலே அரபிக் கடலிலே 'கடல் துருத்தி' என்னும் சிறு தீவுகள் இருந்தன. அவை துளு நாட்டுக்குரியவாக இருந்தன.

துளு நாட்டின் தெற்கே சேர நாடு இருந்தது. (சேர நாடு, இப்போது மலையாளம் எனப்படும் கேரள நாடாக மாறிப் போயிற்று.) சேரர் என்னும் தமிழரசர்கள் சேரநாட்டை யரசாண்டார்கள். சேர மன்னருக்கும் துளு நாட்டு அரசருக்கும் எப்போதும் பகை. அவர்கள் அடிக்கடி ஒருவருக் கொருவர் போர் செய்துகொண்டிருந்தார்கள்.

துளு நாட்டின் கிழக்கே வடகொங்கு நாடும் கன்னட நாடும் இருந்தன. இப்போதுள்ள மைசூர் இராச்சியத்தில் பாய்கிற காவிரி ஆற்றின் தென்கரை வரையில் வடகொங்கு நாடு அக்காலத்தில் பரவி யிருந்தது. வடகொங்கு நாட்டில் அக் காலத்தில் பேரரசர் இல்லை. புன்னாடு, எருமை நாடு, அதிகமான் நாடு (தகடூர்) முதலிய சிறுசிறு நாடுகளைச் சிற்றரசர்கள் அரசாண்டனர். ஆகவே. சேர சோழ, பாண்டிய அரசர்களும் துளு நாட்டு அரசரும் வடகொங்கு நாட்டைக் கைப்பற்றிக் கொள்ள அடிக்கடி போர்

செய்துகொண்டிருந்தார்கள். அக்காலத்தில் வடகொங்கு நாடு இவ்வரசர்களின் போர்க்களமாக இருந்தது.

துளு நாட்டின் கிழக்கே (வடகொங்கு நாட்டுக்கு வடக்கே) கன்னட நாடு இருந்தது. அது அக்காலத்தில் சதகர்ணியரசரின் தக்காணப் பேரரசுக்கு உள்ளடங்கியிருந்தது. (சதகர்ணியரசருக்குச் சாதகர்ணி என்றும் சாதவாகனர் என்றும் நூற்றுவர் கன்னர் என்றும் பெயர்கள் வழங்கின.)

துளு நாட்டின் வடக்கே மேற்குக் கடற்கரையைச் சார்ந்திருந்த நாடுங்கூட அக்காலத்தில் சதகர்ணியரசரின் தக்காண இராச்சியத்துக் குட்பட்டிருந்தது. ஆனால், சாகர் என்னும் மேற்கு சத்ராப் அரசர்கள் அப்பகுதிகளைக் கைப்பற்றினார்கள். அவர்கள் கைப்பற்றிய அப் பகுதிகளை சதகர்ணியரசர் போரிட்டு மீட்டுக்கொண்டனர். மறுபடியும் சத்ராப் அரசர் அப்பகுதியைக் கைப்பற்றினர். மீண்டும் அதைச் சதகர்ணியரசர் மீட்டுக் கொண்டனர். இவ்வாறு அவ்வடபகுதி அடிக்கடி சத்ராப் — சதகர்ணியரசரின் போர்க்களமாக இருந்தது. ஆகவே, துளு நாட்டரசருக்கு அக்காலத்தில் வடக்கிலும் கிழக்கிலும் போர் செய்ய வேண்டிய சூழ்நிலை இருக்கவில்லை. தெற்கே சேர அரசருடனும் தென் கிழக்கே வடகொங்கு நாட்டுடனும் அவர்கள் அடிக்கடி போர் செய்ய வேண்டியிருந்தது.

துளு நாட்டரசர்

துளு நாட்டு (கொங்கணத்து) நன்னருடைய வரலாறு சங்க இலக்கியங்களிலிருந்து சிறிது கிடைக்கிறது. கொங்கணத்து அரசர் கொங்கணங் கிழார் என்று பெயர் பெற்றிருந்தனர். துளு நாடு கொங்கணம் என்றும் கொண்கானம் என்றும் கொண் பொருங்காணம் என்றும் கூறப்பட்டது. அவர்கள் குடும்பப் பெயர் நன்னன் என்பது. அவர்கள் நன்னன் வேண்மான் என்றும் கூறப்பட்டனர். நன்னன் குடும்பப் பெண்டிர்' நன்னன் வேண்மாள் என்றும் கூறப்பட்டனர் (சிலம்பு, காட்சிக்காதை 5 ஆம் அடி. அரும்பதவுரை காண்க).

கிறிஸ்து சகாப்தத்தின் தொடக்கத்தில் துளு நாட்டை அரசாண்ட நன்ன அரசரைப் பற்றித் தமிழில் சங்க இலக்கியங்களில் மட்டும் கிடைக்கின்றன. வேறு மொழி நூல்களில் இவ்வரலாறுகிடைக்கவில்லை.

நன்னர்களில் மூன்று அரசரைப் பற்றிச் சில செய்திகள் சங்க நூல்களிலிருந்து தெரிகின்றன. அந்த மூன்று அரசரும் கி.பி. 2ஆம் நூற்றாண்டில் இருந்தவர் எனத் தெரிகின்றனர். இவர்களுக்கு முன் பிருந்த நன்னர்களைப் பற்றியும் பின்பு இருந்த நன்னர்களைப் பற்றியும் ஒன்றுந் தெரியவில்லை. இந்த மூன்று நன்னர்களை முதலாம் நன்னன், இரண்டாம் நன்னன், மூன்றாம் நன்னன் என்று பெயர் இட்டு ஆராய்வோம்.

முதலாம் நன்னன் (ஏறத்தாழ கி.பி. 100 முதல் 125)

இவன் போரில் சிறந்த வீரனாக இருந்தான். பிண்டன் என்னும் வலிமிக்க சிற்றரசனுடன் போர் செய்து அவனை வென்றான். அந்தப் போர் எங்கு நடந்தது, அந்தப் பிண்டன் என்பவன் யார் என்பன தெரியவில்லை. பரணர் என்னும் புலவர் இச்செய்தியைக் கூறுகிறார்.

உறுபகை தருஉம் மொய்ம்மூசு பிண்டன்
முனைமுரண் உடையக் கடந்த வென்வேல்
... ...
பாரத்துத் தலைவன் ஆர நன்னன்

(அகம் 152: 9–12)

இந்த நன்னன் வேறு அரசர்களுடன் போர் செய்து அவர்களை வென்றான் என்று கூறப்படுகிறான். இவன் வென்ற வேறு அரசர் பெயர் கூறப்படவில்லை. தான் போரில் வென்ற அரசருடைய மனைவியரின் கூந்தலை மழித்து அக்கூந்தலினால் கயிறு (முரற்சி) திரித்தான் என்று கூறப்படுகிறான். இச்செய்தியை பரணர் என்னும் புலவரே கூறுகிறார்.

விரியுளைப் பொலிந்த பரியுடை நன்மான்
வேந்தர் ஓட்டிய ஏந்துவேல் நன்னன்
கூந்தல் முரற்சியிற் கொடிதே

(நற். *270:8—10)*

இவன் இரவலருக்கு யானைகளைப் பரிசு வழங்கினான்.

இசைநல் ஈகைக் களிறுவீசு வண்மகிழ்ப்
பாரத்துத் தலைவன் ஆர நன்னன்

(அகம்152:11–12)

இவன் பெண் கொலை புரிந்த நன்னன் என்றுங் கூறப்படுகிறான். அச்செய்தி இது:

இவனுக்குரிய தோப்பு ஒன்றில் மாமரம் ஒன்று இருந்தது. அந்த மரத்தின் ஓரமாகச் சிற்றாறு ஒன்று பாய்ந்து கொண்டிருந்தது. அந்த மரத்திலிருந்த மாங்கனியொன்று சிற்றாற்றில் விழுந்து நீரில் மிதந்து கொண்டு போனதைச் சிறிது தூரத்தில் நீராடிக்கொண்டிருந்த ஒரு பெண் மகள் எடுத்துத் தின்றாள். அப்பெண் அக்கனியைத் தின்ற செய்தியை நன்னன் அறிந்தான். சினங்கொண்டு அவளுக்குக் கொலைத் தண்டனை விதித்தான்.

அரசருக்குரிய பொருள்களைக் களவு செய்தவருக்கு அக் காலத்தில் கொலைத் தண்டனை விதிப்பது வழக்கம். பாண்டியனுடைய பொற்சிலம்பைக் களவு செய்தான் என்று (பொய்யாகக்) குற்றஞ்சாட்டப்பட்ட கோவலனுக்குக் கொலைத் தண்டனை விதிக்கப்பட்டது, அக்காலத்தில் வழக்கத்தில் இருந்த இந்தச் சட்டங் காரணமாகத்தான்.

அரசனாகிய நன்னனுடைய மாங்கனி என்பதையறியாமல், நீரில் மிதந்து வந்த மாங்கனியை எடுத்துத் தின்ற குற்றத்துக்காக அப் பெண்ணுக்குக் கொலைத்தண்டனை விதிக்கப்பட்டது. அப் பெண்ணின் தந்தை நன்னனை வேண்டிக்கொண்டான். அப்பெண் அறியாமல் செய்த குற்றத்தைப் பொறுத்தருள வேண்டுமென்றும், அந்தக் குற்றத்துக்குத் தண்டமாகத் தொண்ணூற்றொன்பது யானைகளையும் அப்பெண்ணின் எடையளவு பொன்னையுங் கொடுப்பதாகவும் அப்பெண்ணைக் கொல்லாமல் விடவேண்டும் என்றும் வேண்டிக் கொண்டான். நன்னன் அவ்வேண்டுகோளுக்கு உடன்படாமல் அப் பெண்ணைக் கொன்று விட்டான். இக்கொடுஞ்செயலினால் மக்கள் அவனை வெறுத்துப் ‘ பெண் கொலை புரிந்த நன்னன்’ என்று தூற்றினார்கள். இச்செய்தியைப் பரணர் என்னும் புலவர் கூறுகிறார்.

மண்ணிய சென்ற ஒண்ணுதல் அரிவை
புனல்தரு பசுங்காய் தின்றதன் தப்பற்கு
ஒன்பதிற் றொன்பது களிற்றொடு அவள் நிறை
பொன்செய் பாவை கொடுப்பவுங் கொள்ளான்

பெண்கொலை புரிந்த நன்னன் போல
வரையா நிரையத்துச் செலீஇயரோ

(குறுந்தொகை292:1–6)

இக்கொடுஞ்செயலினால் இவன் மீது வெறுப்படைந்தனர் கோசர் என்னும் இனத்தார். கோசர் போர்த்தொழில் செய்பவர். அவர்கள் ஏதோ சூழ்ச்சி செய்து நன்னனுடைய மாமரத்தை வெட்டி விட்டனர்.

அரசனுடைய மாமரத்தை அவனுடைய ஆட்சிக் குட்பட்ட மக்கள் வெட்டினார்கள் என்றால், அச்செயல் அரசனை அவமானப் படுத்தும் செயலாகும். கோசர் ஏதோ காரணத்தைக் கண்டுபிடித்து அக்காரணத்தை ஆதாரமாகக் கொண்டு நன்னனுடைய மாமரத்தை வெட்டிவிட்டனர். இச்செய்தியையும் பரணரே கூறுகிறார்.

நன்னன்
நறுமா கொன்று ஞாட்பிற் போக்கிய
ஒன்றுமொழிக் கோசர் போல
வன்கட் சூழ்ச்சியும் வேண்டுமால் சிறிதே

(குறுந்தொகை73: 2–5)

(குறிப்பு: இச்செய்யுளில் 'நறுமாகொன்று' என்று இருப்பதைத் தவறாகப் பொருள் செய்துகொண்டார் சரித்திரப் பேராசிரியர் டாக்டர் எஸ். கிருஷ்ணசாமி ஐயங்கார் அவர்கள். கோசர், நன்னனுடைய பட்டத்து யானையைக் கொன்றுவிட்டனர் என்று அவர் எழுதியுள்ளார்,1 மா என்பதற்கு விலங்கு (யானை) என்றும் பொருள் உண்டாகையால் அவ்வாறு அவர் எழுதி விட்டார். அது தவறு. மா என்பது இங்கு மாமரத்தையே குறிக்கும்.)

கடல் துருத்திக் குறும்பர்

நன்னனுடைய துளு நாட்டுக்கு அருகிலே கடலிலே ஒரு சிறு தீவு இருந்தது. (இத்தீவைப் பற்றி முன்னமே கூறியுள்ளோம்.) அத்தீவில் குறும்பனாகிய ஒரு வீரன் இருந்தான். அவன் அந்தத்தீவில் கடம்ப மரத்தைக் காவல்மரமாக வைத்துக் கொண்டிருந்தான். அவன் தன்னைச் சார்ந்த வீரர்களுடன்

சேர்ந்து, அக்காலத்தில் ரோமாபுரியிலிருந்து வாணிகத்தின் பொருட்டுச் சேர நாட்டுக்கு வந்துகொண்டிருந்த யவனக் கப்பல்களைக் கொள்ளையடித்து அக்கப்பல்கள் சேரநாட்டுக்கு வருவதைத் தடுத்துக்கொண்டிருந்தான். இவ்வாறு பல ஆண்டுகளாக நடந்து கொண்டிருந்தது. இந்தத் தீவிலிருந்த குறும்பச் சிற்றரசன் நன்னனுக்குக் கீழடங்கியவன். நன்னனுடைய தூண்டுதலினாலே அக்குறும்பன் யவனக் கப்பல்களைச் சேர நாட்டுத் துறைமுகங்களுக்கு வராதபடி கொள்ளையடித்துக் கொண்டிருந்தான். கி. பி. முதல் நூற்றாண் டின் இறுதியில் இருந்த பிளைனி என்னும் யவனர், இவ்விடத்தில் கடற் கொள்ளைக்காரர் இருந்ததை எழுதியிருக்கிறார்.

கடல் துருத்தியில் (கடல் தீவில்) இருந்துகொண்டு யவன வாணிகக் கப்பல்களைக் கொள்ளையடித்துக் கொண்டிருந்தபடியால், யவன வாணிகக் கப்பல்கள் சேரநாட்டுத் துறைமுகப்பட்டினங்களுக்கு வருவது தடைப்பட்டது. யவனக் கப்பல்கள் துளுநாட்டுக் கடற்கரையைக் கடந்துதான் சேரநாட்டுக்கு வரவேண்டும். யவனக் கப்பல்கள் சேரநாட்டுத் துறைமுகப் பட்டினங்களுக்கு வருவது தடைப்பட்டபடியால் சேரநாட்டு வாணிகம் பெரிதும் குறையத் தொடங்கிற்று. இதனால், கடல் துருத்தியில் (தீவில்) இருந்த குறும்பரை அடக்கவேண்டியது சேர அரசனின் கடமையாக இருந்தது.

கடற் போர்

அக்காலத்தில் சேரநாட்டையரசாண்ட சேரஅரசன் இமயவரம்பன் நெடுஞ்சேரலாதன் என்பவன். இந்த நெடுஞ்சேரலாதனுக்கு நான்கு மக்கள் இருந்தனர். அவர்கள் களங்காய்க்கண்ணி நார்முடிச்சேரல், கடல்பிறக்கோட்டிய செங்குட்டுவன் (சேரன் செங்குட்டுவன்), ஆடு கோட்பாட்டுச் சேரலாதன், இளங்கோஅடிகள் என்பவராவர். இதனைப் பதிற்றுப்பத்து 4ஆம் பத்து, 5ஆம் பத்து, 6ஆம் பத்துப் பதிகங்களி னாலும் சிலப்பதிகாரம் வரந்தருகாதை (171—181) பதிகம் இவற்றின் உரைகளினாலும் அறிகிறோம்.

இமயவரம்பன் நெடுஞ்சேரலாதன் கடல் தீவிலிருந்த குறும்பனை அடக்குவதற்காக அவன் மேல் படையெடுத்தான்.

இவன், கடற்படை யொன்றைத் தன் மகனாகிய செங்குட்டுவன் தலைமையில் அனுப்பினான். அக்காலத்தில் இளவரசனாக இருந்த செங்குட்டுவன் கடற்படையோடு சென்று கடல் தீவிலிருந்த குறும்பருடன் போர்செய்து அவர்களை வென்று அவர்கள் காவல் மரமாக வளர்த்து வந்த பேர்போன கடம்ப மரத்தைத் துண்டு துண்டாக வெட்டி அதனால் முரசுசெய்தான். கடல் குறும்பர்கள் அடியோடு ஒழிந்தனர். அதன் பிறகு யவனக் கப்பல்கள் வாணிகத்தின் பொருட்டுச் சேர நாட்டுத் துறைமுகங்களுக்கு வந்து வாணிகஞ் செய்தன.

கடல் துருத்திப் போர் இமயவரம்பன் நெடுஞ்சேரலாதன் காலத்தில், அவன் மகனான சேரன் செங்குட்டுவன் இளவரசனாக இருந்த காலத்தில் நிகழ்ந்தது. அதனால் கடற்போரை வென்றவர் இமயவரம்பன் நெடுஞ்சேரலாதன் என்றும் சேரன் செங்குட்டுவன் என்றும் பதிற்றுப் பத்து 2 ஆம் பத்தும் 5 ஆம் பத்தும் கூறுகின்றன. செங்குட்டுவன், கடற்போரைத் தானே முன்னின்று நடத்தி வெற்றிபெற்ற படியால் அவன்'கடல்பிறக் கோட்டிய செங்குட்டுவன்' என்று பெயர் பெற்றான்.

இமயவரம்பன் நெடுஞ்சேரலாதன் கடற்போரை வென்ற செய்தியைப் பதிற்றுப்பத்து 2ஆம் பத்து இவ்வாறு கூறுகிறது:

பவர் மொசிந்து ஓம்பிய திரள்பூங் கடம்பின்
கடியுடை முழுமுதல் துமிய ஏஎய்
வென்றெறி முழங்குபணை செய்த வெல்போர்
நாரரி நறவின் ஆர மார்பின்
போரடு தானைச் சேர லாதத

(2ஆம் பத்து 1: 12–16)

என்று கூறுகிறது.

இதில், 'திரள் பூங்கடம்பின் கடியுடை முழு முதல் துமிய ஏஎய்' என்று கூறப்படுவது காண்க (ஏஎய்— ஏவி). நெடுஞ் சேரலாதன் கடற் போரைச் செய்யத் தன் மகனை ஏவினான் என்பதும் தான் நேரில் அப்போரைச் செய்யவில்லை என்பதும் இதனால் தெரிகின்றன.

இருமுந்நீர்த் துருத்தியுள்
முரணியோர்த் தலைச் சென்று

கடம்பு முதல் தடிந்த கடுஞ்சின முன்பின்
நெடுஞ்சே ரலாதன் வாழ்க அவன் கண்ணி

(2ஆம் பத்து 10;2–5)

என்று நெடுஞ்சேரலாதன் தன் கடற்போர் வென்ற செய்தி கூறப்படுகிறது. நெடுஞ்சேரலாதனுடைய மகனான கடல்பிறக்கோட்டிய செங்குட்டுவன் இக்கடற்போரை நேரில் சென்று நடத்தி வெற்றி பெற்றதைப் பதிற்றுப்பத்து 5ஆம் பத்துச் செய்யுட்கள் கூறுகின்றன.

தானை மன்னர்
இனி யாருளரோ நின்முன்னு மில்லை
மழைகொளக் குறையாது புனல்புக நிறையாது
விலங்குவளி கடவும் துளங்கிருங் கமஞ்சூல்
வயங்குமணி இமைப்பின் வேலிடுபு
முழங்கு திரைப் பனிக்கடல் மறுத்திசினோரே

(5ஆம் பத்து 5: 17– 22)

இதில், கடற்போரைச் செய்தவர் செங்குட்டுவனுக்கு முன்னர் ஒருவரு மிலர் என்று கூறப்படுவது காண்க. இதனால், கடற்போரைத் தன் தந்தை யின் பொருட்டு முன்னின்று நடத்தியவன் செங்குட்டுவனே என்பது தெளிவாகத் தெரிகின்றது.

செங்குட்டுவன் கடற்போரைச் செய்ததைக் கூறுகிற செய்யுட்கள் வேறு சில உள்ளன. அவற்றையெல்லாம் இங்குக் காட்ட வேண்டிய தில்லை என்று கருதுகிறோம்.

சேர அரசர் கடல் தீவிலிருந்த குறும்பரை வென்றதற்கும் துளு நாட்டு நன்னருக்கும் என்ன பொருத்தம், என்ன தொடர்பு என்று வாசகர்கள் கருதக்கூடும்.

கடல் தீவில் இருந்த குறும்பருக்கும் துளு நாட்டு நன்னருக்கும் நெருங்கிய தொடர்பு உண்டு.2 இரண்டு காரணங்களைக் கொண்டு இருவருக்கும் தொடர்புண்டென்பதை யூகிக்கலாம். கடல்தீவு மிகச் சிறியது. அத்தீவிலிருந்தவர் தங்கள் தீவுக்கு அடுத்திருந்த நாட்டினரின் உதவி இல்லாமல் தனித்து இயங்கும் வாய்ப்பு உடையவர் அல்லர் என்பது முதல் காரணம். அந்தக்

கடல்தீவு துளு நாட்டுக்கு அருகில் இருந்தபடியால் துளு நாட்டு அரசரின் ஆதிக்கத்தில் அது இருந்திருக்க வேண்டும் என்பது இரண்டாவது காரணம்.

எனவே, துளு நாட்டு நன்னனின் ஆதிக்கத்திலிருந்த கடல்தீவுக் குறும்பர், நன்னனுடைய ஏவுதலின்மேல், யவனக் கப்பல்கள் சேர நாட்டுத் துறைமுகங்களுக்குப் போகாதபடி குறும்பு செய்திருக்க வேண்டும், இக்காரணம் பற்றித்தான் சேர மன்னர் கடல் தீவுப் போரைச் செய்தது பற்றி இங்குக் கூறவேண்டியதாயிற்று.

முதலாம் நன்னனுடைய வரலாறு முழுமையும் தெரியவில்லை. ஆனால், அவனுக்கும் சேரஅரசருக்கும் பரம்பரையாகப் பகைமை இருந்தது என்பது தெரிகிறது. இவன், இமயவரம்பன் நெடுஞ் சேரலாதனின் சமகாலத்தவனாதலால், அவன் இருந்த காலமாகிய கி.பி. 2ஆம் நூற்றாண்டின் தொடக்கக் காலத்தில் இருந்தவனாதல் வேண்டும். அதாவது உத்தேசமாகக் கி.பி 100 முதல் 125 வரையில் முதலாம் நன்னன் இருந்தான் என்று கொள்ளலாம்.

இரண்டாம் நன்னன் (ஏறத்தாழ கி.பி. 125-150)

முதலாம் நன்னனுக்குப் பிறகு அவன் மகனான நன்னன் இராண்டாமவன் துளு நாட்டை யரசாண்டான். இவன் துளு இராச்சியத் தில் எல்லையை விரிவுபடுத்த முயன்றான். அந்த முயற்சியில் ஓரளவு வெற்றியையுங் கண்டான். சேர இராச்சியத்தின் வடக்கிலிருந்த சேரருக்கு உரிய பூழிநாட்டை வென்று அதைத் தன் துளு நாட்டுடன் சேர்த்துக்கொண்டான். மேலும், இவனுடைய துளு நாட்டுக்குக் கிழக்கே இருந்த கொங்கு நாட்டின் வடபகுதிகளைக் கைப்பற்றவும் முயற்சி செய்தான்.

இவனுடைய சேனைத் தலைவன் மிஞிலி என்பவன். மிஞிலி சிறந்த போர் வீரன். இவன் பாரம் என்னும் ஊரில் இருந்தான்.

முதலாம் நன்னன் காலத்துக்கு முன்பிருந்தே சேர அரசர் தென் கொங்கு நாட்டைச் சிறிது சிறிதாகக் கைப்பற்றித் தங்கள் சேர இராச்சியத் தோடு சேர்த்துக்கொண்டனர். அக்காலத்தில்

கொங்கு நாட்டைச் சிறுசிறு குறுநில மன்னர் ஆண்டனர். சேர, சோழ, பாண்டிய நாடுகளில் பேரரசர் இருந்தது போலக் கொங்கு நாட்டில் பேரரசன் இல்லை. சிற்றரசர்கள் ஆட்சி செய்த கொங்கு நாட்டைச் சேர அரசரும் துளு நாட்டு அரசரும் முறையே தென் கொங்கு நாட்டையும் வடகொங்கு நாட்டையும் சிறிதுசிறிதாகக் கைப்பற்றிக்கொண்டிருந்தார்கள். சேர அரசரும் துளு மன்னனும் கொங்கு நாட்டைக் கைப்பற்றுவதைக் கண்ட சோழ, பாண்டிய அரசர்களும் கொங்கு நாட்டில் தங்கள் ஆதிக்கத்தை நிலைநிறுத்த முயற்சி செய்தார்கள். இவ்வாறு, கொங்கு நாடு கடைச்சங்க காலத்தின் இறுதியில் (கி.பி. 2ஆம் நூற்றாண்டில்) தமிழ் அரசர்களின் பொதுப் போர்க்களமாக இருந்தது.

கொங்கு நாட்டைச் சேர்ந்த உம்பற்காடு (யானை மலைப் பிரதேசம்) என்னும் பிரதேசத்தைச் சேரர் முதலில் கைப்பற்றினர். உம்பர் காட்டை வென்று அங்குத் தன் ஆட்சியை நிறுவினவன் பல்யானைச் செல்கெழு குட்டுவன் (3 ஆம் பத்து, பதிகம்) கொங்கு நாட்டின் ஒரு பகுதியான கொல்லிக் கூற்றத்தை அக்காலத்தில் ஓரி என்னும் சிற்றரசன் அரசாண்டான். அப்போது, சேர அரசன், மலையமான் திருமுடிக்காரி என்பவனைத் தன் சேனைத் தலைவனாகக் கொண்டு அவன் மூலமாக ஓரியைக் கொன்று ஓரியின் கொல்லிக் கூற்றத்தைக் கைப்பற்றினான். இவ்வாறு சேரர் கொங்கு நாட்டில் ஆதிக்கம் பெறுவது சோழ, பாண்டியருக்கு விருப்பமில்லை. மேலும், கொல்லிக் கூற்றத்துக்கு அருகில் இருந்த கொங்கு நாட்டின் மற்றொரு சிற்றரசனாகிய தகடூர் அதிகமான், சேரரும் துளு நாட்டு நன்னரும் கொங்கு நாட்டைக் கைப்பற்றிக் கடைசியில் தன்னையும் வென்றுவிடுவார்கள் என்று அஞ்சினான். இவ்வாறிருந்த போது பசும்பூண் பாண்டியன் என்னும் பாண்டிய மன்னன், தென் கொங்கு நாட்டில் சேர அரசர் முன்னமே கைப்பற்றியிருந்த ஊர்களைத் தவிர ஏனைய ஊர்களைக் கைப்பற்றிக் கொண்டான்.

பசும்பூண் பாண்டியன்

பசும்பூண் பாண்டியனைத் தலையாலங்கானத்துச் செருவென்ற நெடுஞ்செழியன் என்று சிலர் தவறாகக் கருதுகிறார்கள். பசும்பூண் பாண்டியன் வேறு, நெடுஞ்

செழியன் வேறு. தலையாலங் கானத்துச் செருவென்ற நெடுஞ் செழியனுக்குப் பசும்பூண் செழியன் என்னும் பெயரும் உண்டு (புறம் 76: 9). பசும்பூண் செழியன் வேறு, பசும் பூண் பாண்டியன் வேறு. நெடுஞ்செழியனுக்கு மூன்று தலைமுறைக்கு முன்பு இருந்தவன் பசும்பூண் பாண்டியன். இதற்குச் சங்க நூல்களில் சான்றுகள் உள்ளன. இச்சான்றுகளைக் காட்டி விளக்குவதற்கு இது இடம் அன்று.

பசும்பூண் பாண்டியன், சேரன் செங்குட்டுவனுடைய தமயனான களங்காய்க் கண்ணி நார் முடிச் சேரலின் காலத்திலிருந்த பாண்டியன். பசும்பூண் பாண்டியன், கொங்கு நாட்டில் சில இடங்களை வென்று கைப்பற்றிக்கொண்டதனால், கொங்கு நாட்டுச் சிற்றரசர் சிலர் அவனுக்குக் கீழடங்கினார்கள். அவர்களில் முக்கியமானவன், தகடூரை யரசாண்ட அதிகமான் பரம்பரையைச் சேர்ந்த நெடுமிடல் அஞ்சி என்பவன். பாண்டியனுக்குக் கீழடங்கிய நெடுமிடல் அஞ்சி அப்பாண்டியனுடைய சேனைத் தலைவனாக அமைந்தான். பசும்பூண் பாண்டியன் கொங்கு நாட்டின் சில பகுதிகளை வென்று கைப்பற்றிக் கொண்டதை,

> **வாடாப் பூவிற் கொங்கர் ஓட்டி**
> **நாடுபல தந்த பசும்பூண் பாண்டியன்**

என்று அகநானூறு (செய்யுள் 253: 4—5) கூறுகிறது.

கொங்கு நாட்டுச் சிற்றரசர்களில் முதன்மையானவர் தகடூர் அரசரான அஞ்சி யரசர்கள். அவ்வரச பரம்பரையில் வந்த நெடுமிடல் அஞ்சி, பசும்பூண் பாண்டியனுக்குக் கீழடங்கியதோடு அப் பாண்டிய னுடைய சேனாதிபதியாகவும் அமைந்துவிட்டது கண்டு கொங்கு நாட்டார் அவனை வெறுத்தார்கள்.

அக்காலத்தில் சேர நாட்டு மன்னர் கொங்கு நாட்டில் சில இடங்களைக் கைப்பற்றியிருந்ததோடு அமையாமல் மேலும் ஊர்களைக் கைப்பற்றுவதற்கு முயற்சி செய்து கொண்டிருந்தார்கள். சங்க காலத்திலே கொங்கு நாட்டைச் சிற்றரசர் பலர் ஆட்சி செய்திருந்தார் களே தவிர முடியுடைய பேரரசர் ஒருவரும் ஆட்சி செய்ய வில்லை. ஆகவே, சேர, சோழ, பாண்டிய அரசர் அச்சிற்றரசர்களை எளிதில்

வென்று கொங்கு நாட்டைச் சிறிதுசிறிதாகக் கைப்பற்றிக் கொண்டிருந்தார்கள்.

கொங்கு நாட்டைக் கொஞ்சங்கொஞ்சமாகச் சேர அரசர் கைப்பற்றிக் கொண்டி ருக்கும்போது, பசும்பூண் பாண்டியன் கொங்கு நாட்டில் புகுந்து அந்நாட்டு ஊர்கள் சிலவற்றைப் பிடித்துக் கொண்டது காரணமாகச் சேரர், பாண்டியன் மேல் பகை கொண்டனர். ஆகவே, அது காரணமாகச் சேர அரசர், பசும்பூண் பாண்டியனோடு போர் செய்ய நேரிட்டது. பாண்டியன் சேனையை அவன் சேனைத் தலைவனான நெடுமிடல் அஞ்சி தலைமை தாங்கி நடத்தினான். அவ்வாறு நடந்த சில போர்களில் நெடுமிடல் அஞ்சி தோல்வியும் அடைந்தான். இச் செய்தியைச் சங்கச் செய்யுட்களிலிருந்து அறிகிறோம்.

நெடுமிடல் சாயக் கொடுமிடல் துமியப்
பொருமலை யானையோடு புலங்கடை இறுத்து

(பதிற்றுப்பத்து நாலாம் பத்து2:10–11)

என்றும்,

நெடுமிடல் சாய்த்த பசும்பூண் பொருந்தலர்

(அகம் 266: 12.)

என்றும் கூறுவது காண்க.

பாண்டியனின் துளு நாட்டுப் போர்

துளு நாட்டு நன்ன அரசர் தங்கள் நாட்டுக்கு அருகில் இருந்த வடகொங்கு நாட்டில் ஆதிக்கம் பெற முயன்றார்கள் என்று கூறினோம். அதனால், வடகொங்கு நாட்டைக் கைப்பற்ற முயன்ற பசும்பூண் பாண்டியனுக்குத் துளு நாட்டரசர் பகைவராயினர். பசும்பூண் பாண்டியன் துளுநாட்டின் மேல் படையெடுத்துச் சென்றான். பாண்டியன் சேனையை, அவனுடைய சேனைத் தலைவனான அதிகமான் நெடுமிடல் அஞ்சி நடத்திச்சென்று துளு நாட்டில் புகுந்தான். அவனை நன்னன் (இராண்டாவன்) உடைய சேனைத் தலைவனான மிஞிலி என்பவன் பாழி என்னும் ஊருக்கருகில் எதிர்த்துப்

போர் செய்தான். அப்போரில் அதிகமான் நெடுமிடல் அஞ்சி கொல்லப்பட்டு இறந்தான். இதை,

கறையடி யானை நன்னன் பாழி
ஊட்டரு மரபின் அஞ்சுவரு பேய்க்
கூட்டெதிர் கொண்ட வாய்மொழி மிஞிலி,
புள்ளிற் கேம மாகிய பெரும் பெயர்
வெள்ளத் தானை அதிகன் கொன்று உவந்து
ஒள்வான் அமலை ஆடிய ஞாட்பு

(அகம் 142:9–14)

என்று அகப்பாட்டுக் கூறுகிறது.

அதிகமான் நெடுமிடல் அஞ்சி துளு நாட்டில் பாழிப் போரில் இறந்த செய்தியைக் கேட்டு அவன்மேல் வெறுப்புக் கொண்டிருந்த கொங்கர் மகிழ்ச்சி கொண்டாடினார்கள் என்று குறுந்தொகைச் செய்யுள் கூறுகிறது.

கூகைக் கோழி வாகைப் பறந்தலைப்
பசும்பூண் பாண்டியன் வினைவல் அதிகன்
களிறொடு பட்ட ஞான்றை
ஒளிறுவான் கொங்கர் ஆர்ப்பு

(குறுந். 393; 3–6)

என்று அச்செய்யுள் கூறுவது காண்க.

பசும்பூண் பாண்டியனுடைய துளு நாட்டுப் போர் தோல்வியாக முடிந்தது. துளு நாட்டரசன் நன்னன் இரண்டாமவன் வெற்றி பெற்றான். அதன்பிறகு பசும்பூண் பாண்டியனுடைய செய்தி ஒன்றும் தெரியவில்லை.

பாண்டியன் போர் முடிந்த பிறகு துளு நாட்டின் மேல் சேரன் போர்தொடுத்தான். சேரன் செங்குட்டுவனுடைய தமயனான களங்காய்க் கண்ணி நார்முடிச்சேரல், தனக்கு அடங்காமலும் தனக்கு எதிராகப் போர் செய்துகொண்டுமிருந்த நன்னனை அடக்குவதற்காகத் துளு நாட்டின் மேல் போர் தொடுத்தான்.

சேரன் போர்

நன்னன் இரண்டாமவன் தன் மேல் படையெடுத்துவந்த சேரனுடன் போர் செய்யவேண்டியவனானான். இந்தப் போர் மிகக் கடுமையாக இருந்தது. சேரன் நன்னனை அடியோடு அழிக்க வேண்டும் என்னும் உறுதியுடன் படையெடுத்துப் போய்ப் போர் செய்தான். சேரன் நன்னனை அழிக்கவேண்டிய காரணங்கள் மூன்று இருந்தன.

முதலாவது, நன்ன அரசர், சேர நாட்டுக்கு வரும் யவன வாணிகக் கப்பல்களைச் சேர நாட்டுக்கு வராதபடி தடுத்துக் குறும்பு செய்து கொண்டிருந்தார்கள். இந்தக் குறும்பை நார் முடிச்சேரலின் தந்தைய ராகிய இமயவரம்பன் நெடுஞ் சேரலாதன் (முதலாம் நன்னன் காலத்தில்) வென்றான் என்பதை மேலே கூறினோம்.

இரண்டாவது காரணம், நன்னன் இரண்டாமவன் சேர நாட்டுக்கு உரிய பூழி நாட்டைப் பிடித்துக் கொண்டான். இது களங்காய்க் கண்ணி நார்முடிச்சேரலின் காலத்தில் நடந்தது. ஆகவே, இழந்த பூழி நாட்டை மீட்டுக்கொள்ள வேண்டியது சேரனுடைய கடமையாக இருந்தது.

மூன்றாவது காரணம், நன்னன் வடகொங்கு நாட்டிலிருந்த புன்னாட்டைக் கைப்பற்றிக்கொண்டதாகும். அக்காலத்தில் புன்னாடு நீலக்கல் சுரங்கங்களுக்குப் பேர் பெற்றிருந்த செழிப்பான நாடாக இருந்தது. புன்னாட்டு நீலக் கற்களை உரோம தேசத்தார் விரும்பி வாங்கினார்கள். தமிழகத் துறைமுகங்களுக்கு வந்த யவனக் கப்பல் வாணிகர் சேர நாட்டு மிளகையும் புன்னாட்டு நீலக்கற்களையும் அதிக விலைகொடுத்து வாங்கிக்கொண்டு போனார்கள். கி.பி. 140க்கும் 169க்கும் இடையில் இருந்த தாலமி என்னும் யவனர் தமது நூலில் புன்னாட்டு நீலக்கற்களைப் பற்றியும் எழுதியுள்ளார். அவர் புன்னாட்டைப் பௌன்னாட என்று கூறுகிறார். புன்னாடு உள்நாட்டிலிருந்தது என்றும் அங்கு நீலக்கற்கள் கிடைத்தன என்றும் அந்நாட்டைக் கடற் கொள்ளைக்காரர் அரசாண்டனர் என்றும் அவர் எழுதியுள்ளார்.

கடற்கொள்ளைக்காரர் அரசாண்டனர் என்று தாலமி கூறுவது, துளு நாட்டு நன்னர்களையாகும். நன்ன அரசர்கள்

கடற் கொள்ளைக் காரரை ஆதாரித்தவர்கள். யவனக் கப்பல்கள் சேர நாட்டுத் துறைமுகப்பட்டினங்களுக்கு வராதபடி கடற்கொள்ளைக்காரர்களைக் கொண்டு அவர்கள் தடுத்து வந்தார்கள். கடற்கொள்ளைக்காரரை ஆதரித்த நன்னன் புன்னாட்டைக் கைப்பற்றியிருந்தபடியால், புன்னாட்டைக் கடற்கொள்ளைக்காரர் அரசாண்டனர் என்று தாலமி கூறினார் போலும்.

புன்னாட்டின் தலைநகரம் கிட்டூர் என்பது. அதைச் சங்கச் செய்யுள் கட்டூர் என்று கூறுகிறது (அகம் 44: 10;9 ஆம் பத்து; 2:2; 10:30). பாசறைக்கும் கட்டூர் என்பது பெயர். ஆனால் இந்தக் கட்டூர் பாசறை அன்று. கட்டூராகிய கிட்டூர் பிற்காலத்தில் கிட்டிபுரம் என்று வழங்கப்பட்டது. அவ்வூர், காவிரி ஆற்றின் கிளை நதியாக கப்பணி ஆற்றின் கரைமேல் இருந்தது. புன்னாடு பிற்காலச் சரித்திரத்தில் ' புன்னாடு ஆறாயிரம்' என்று பெயர் பெற்றிருந்தது. (சங்க காலத்தில் வடகொங்கு நாட்டைச் சேர்ந்திருந்த புன்னாடு இப்போது மைசூர் இராச்சியத்துடன் இணைந்திருக்கிறது)

நீலக்கல் சுரங்கத்துக்குப் பேர் போன புன்னாட்டைத் துளு நாட்டு நன்னன் கைப்பற்றிக்கொண்டபடியால், கொங்கு நாட்டில் அவனுடைய ஆதிக்கம் பெருகும் என்றும் அதனால் தன்னாட்டுக்கு ஆபத்து ஏற்படும் என்றும் அறிந்தான் சேர மன்னன். ஆகவே, களங்காய்க் கண்ணி நார் முடிச்சேரல், நன்னனை அடக்கத் துளு நாட்டின் மேல் படையெடுத்தான். நன்னனுடைய பிடியிலிருந்து புன்னாட்டை விடுவிப்பதற்காகப் புன்னாட்டின் காப்பாகச் சேரன் நன்னன்மேல் படையெடுத்துச் சென்றான்.

முதற்போர்

களங்காய்க் கண்ணி நார்முடிச்சேரல், தன்னுடைய உறவினனும் சேனைத் தலைவனும் ஆகிய வெளியன் வேண்மான் ஆய்எயினன் என்பவன் தலைமையில் தன் சேனையைத் துளு நாட்டின் மேல் போர் செய்ய அனுப்பினான். வெளியன் வேண்மான் ஆய்எயினன் நன்னன் மேல் படையெடுத்துச் சென்றான். அவனை நன்னனுடைய சேனைத் தலைவனான மிஞிலி என்பவன் பாழி என்னும் இடத்தில் எதிர்த்தான்.

கடுமையாக நடந்த அந்தப் போரில் ஆய்எயினன் இறந்து போனான். அதனால், சேரன் தோல்வியடைந்தான். இதனை,

பொலம்பூண் நன்னன் புன்னாடு கடிந்தென
யாழிசை மறுகிற் பாழி யாங்கண்
அஞ்ச லென்ற ஆஅய் எயினன்
இகலடு கற்பின் மிஞிலியோடு தாக்கித்
தன்னுயிர் கொடுத்தனன் சொல்லிய தமையாது

(அகம்396: 2—6)

என்பதனாலும்,

வெளியன் வேண்மான் ஆஅய் எயினன்
அளியியல் வாழ்க்கைப் பாழிப் பறந்தலை
இழையணி யானை இயல்தேர் மிஞிலியொடு
நண்பகல் உற்ற செருவிற் புண்கூர்ந்து
ஒள்வாள் மயங்கமர் வீழ்ந்தென

(அகம் 208:5–9)

என்பதனாலும்,

ஓன்னார்
ஓம்பரண் கடந்த வீங்குபெருந் தானை
அடுபோர் மிஞிலி செருவேல் கடைஇ
முருகுறழ் முன்பொடு பொருதுகளஞ் சிவப்ப
ஆஅய் எயினன் வீழ்ந்தென

(அகம் 181: 3–7)

என்பதனாலும்,

கடும்பரிக் குதிரை ஆஅய் எயினன்
நெடுந்தேர் மிஞிலியொடு பொருதுகளம் பட்டென

(அகம்148: 7–8)

என்பதனாலும் அறிகிறோம்.

இரண்டாம் நன்னனுடைய சேனைத் தலைவனான மிஞிலி என்பவன் இப்போர்களை வென்றான். இந்த மிஞிலி, பாரம்

என்னும் ஊரின் தலைவன் என்று முன்னமே கூறினோம். இவன், பாண்டியன் சேனாபதியாக அதிகமான் நெடுமிடல் அஞ்சியையும், சேரன் படைத் தலைவனான வெளியன் வேண்மான் ஆய் எயினனையும் போரில் வென்றதை மேலே கூறினோம்.

இரண்டாம் போர்

களங்காய்க் கண்ணி நார்முடிச்சேரல் துளு நாட்டின் மேல் செய்த முதற் போரிலே தோல்வியடைந்தான். ஆனாலும். அவன் போர் முயற்சியை விட்டுவிடவில்லை. தானும் தன்னுடைய தம்பியாகிய சேரன் செங்குட்டுவனும் இளையதம்பியாகிய ஆடுகோட்பாட்டுச் சேரலாதனும் முனைந்து நின்று இரண்டாம் முறையாகத் துளு நாட்டின் மேல் போர் செய்தார்கள். இது மும்முனைப் போராக இருந்தது. நார்முடிச்சேரல் துளு நாட்டின் தென்பகுதியில் நன்னனை எதிர்த்தான். சேரன் செங்குட்டுவன் துளு நாட்டின் மேற்குக் கடற்கரையோரமாகச் சென்று துளு நாட்டை எதிர்த்தான். ஆடுகோட்பாட்டுச் சேரலாதன் துளு நாட்டின் கிழக்குப் பக்கத்தை வடகொங்கு நாட்டில் (புன்னாட்டில்) இருந்து எதிர்த்தான்.

இப்போர் நிலைச்செருவாகச் சிலகாலம் நடந்தது. இந்த மும்முனைப் போரில் நன்னன் இரண்டாவன் தோல்வியடைந்தான். நன்னனும் அவனுடைய சேனாதிபதியாகிய மிஞிலியும் போரில் இறந்து போனார்கள். இப்போர் கடம்பின் பெருவாயில் (வாகைப்பெருந்துறை) என்னும் இடத்தில் நடந்தது. இரண்டாம் போர் நார்முடிச்சேரலுக்கு முழு

வெற்றியாக இருந்தது. களங்காய்க்கண்ணி நார்முடிச்சேரல், தான் இழந்திருந்த பூழி நாட்டை மீட்டுக்கொண்டதோடு துளு நாட்டையும் தனக்குக் கீழ் படுத்தினான். நார்முடிச் சேரல் துளு நாட்டுப் போரில் அடைந்த வெற்றியைப் பதிற்றுப்பத்து 4ஆம் பத்து இவ்வாறு கூறுகிறது.

ஊழின் ஆகிய உயர்பெருஞ் சிறப்பிற்
பூழிநாட்டைப் படையெடுத்துத் தழீஇ
உருள்பூங் கடம்பின் பெருவாயில் நன்னனை

நிலைச் செருவின் ஆற்றலை யழித்து அவன்
பொன்படு வாகை முழுமுதல் தடிந்து
குருதிச் செம்புனல் குஞ்சரம் ஈர்ப்பச்
செருப்பல செய்து செங்களம் வேட்டு

(பதிகம் 5–11)

பொன்னங் கண்ணிப் பொலந்தேர் நன்னன்
சுடர்வீ வாகைக் கடிமுதற் றடித்த
தார்மிகு மைந்தின் நார்முடிச் சேரல்

(4ஆம் பத்து 10:14–16)

நார்முடிச் சேரலின் தம்பியாகிய சேரன் செங்குட்டுவன், இப்போரில் துளு நாட்டின் கடற்கரைப் பகுதியில் இருந்த வியலூர், கொடுகூர் என்னும் ஊர்களைக் கைப்பற்றிய செய்தியைக் கீழ்க்கண்ட செய்யுள்களினால் அறிகிறோம்:

உறுபுலி யன்ன வயவர் வீழச்
சிறுகுரல் நெய்தல் வியலூர் நூறி
அக்கரை நண்ணிக் கொடுகூர் எறிந்து

(5ஆம் பத்து:10–12)

கறிவளர் சிலம்பில் துஞ்சும் யானையின்
சிறுகுரல் நெய்தல் வியலூர் எறிந்தபின்

(சிலம்பு, நடுகல்.114–115)

இப்போரின் போது செங்குட்டுவன், துளு நாட்டின் துறை முகப்பட்டின மான நறவு என்னும் பட்டினத்தையும் பிடித்தான்.

இவ்வாறு களங்காய்க்கண்ணி நார்முடிச்சேரல் தன் தம்பியருடன் சேர்ந்து துளு நாட்டை வென்று அடக்கினான். இவ் வெற்றியைக் கல்லாடனார் மிகத் தெளிவாகக் கூறுகிறார்.

குடாஅது
இரும்பொன் வாகைப் பெருந்துறைச் செருவில்
பொலம்பூண் நன்னன் பொருதுகளத் தொழிய
வலம்படு கொற்றந் தந்த வாய்வாள்

களங்காய்க் கண்ணி நார்முடிச் சேரல்

இழந்த நாடுதந் தன்ன வளம்

(அகம்199:18–23)

பிறகு, துளு நாடு சேரரின் ஆட்சிக்குட்பட்டது.

நன்னன் மூன்றாவன் (ஏறத்தாழ கி. பி. 150-180)

இரண்டாம் நன்னனுடைய மகனான மூன்றாம் நன்னன் சேரருக்கு அடங்கித் துளுநாட்டையரசாண்டான். அவன், தான் சேரனுக்கு அடங்கியவன் என்பதற்கு அடையாளமாக நன்னன் உதியன் என்று பெயர் பெற்றிருந்தான். நன்னன் என்பது துளு நாட்டு அரசரின் குடிப் பெயர். உதியன் என்பது சேரநாட்டு அரசரின் குடிப்பெயர். எனவே, நன்னன் உதியன் என்பதற்குச் சேரர் ஆட்சிக்கு உட்பட்ட நன்னன் என்பது பொருள். ' நன்னன் உதியன் அருங்கடிப்பாழி' (அகம் 258:1)

சேரர் துளு நாட்டைத் தமது ஆட்சியின்கீழ்க் கொண்டுவந்த பிறகு புன்னாடும் அதன் தலைநகரமான கட்டூரும் சேரர் ஆட்சிக்குட்பட்டன.

நன்னன் மூன்றாவன் சேர அரசர்களுக்கு அடங்கித் துளு நாட்டை யரசாண்டான். பெரும்பூட்சென்னி என்னும் சோழன் வட கொங்கு நாட்டிலிருந்த புன்னாட்டின் தலைநகரமான கட்டூரின் மேல் படையெடுத்துச் சென்றபோது, சேர அரசன் சார்பாக அக்கட்டூர்ப் போரில் சோழனை எதிர்த்த சிற்றரசர்களில் இந்த நன்னன் உதியனும் ஒருவன் என்று தெரிகிறான். கட்டூரின் மேல்படையெடுத்துவந்த பெரும் பூட் சென்னியின் சேனைத்தலைவனாகிய பழையன் என்பவனை எதிர்த்தவர்கள் இந்த நன்னனும் ஏற்றை, அத்தி, கங்கன், கட்டி, புன்றுறை என்பவர்களும் ஆவர்.

நன்னன், ஏற்றை, நறும்பூண் அத்தி
துன்னருங் கடுந்திறல் கங்கன், கட்டி
பொன்னணி வல்விற் புன்றுறை என்றாங்கு
அன்றவர் குழீஇய அளப்பருங் கட்டூர்ப்
பருந்துபடப் பண்ணிப் பழையன் பட்டென

(அகம் 44:7–11)

நன்னன் மூன்றாவனுக்குப் பிறகு துளு நாட்டை யரசாண்டவர் யார் என்பது தெரியவில்லை. மூன்றாம் நன்னனுடைய பரம்பரையினரே தொடர்ந்து ஆண்டிருக்கக்கூடும். துளு நாட்டை வென்ற பிறகு நார்முடிச் சேரல் செங்குட்டுவன் இவர்களின் தம்பியாகிய ஆடுகோட் பாட்டுச் சேரலாதன், துளு நாட்டுத் துறைமுகப்பட்டினமாகிய நறவு (நாறாவி) என்னும் பட்டினத்தில் தங்கியிருந்தான் என்று கூறப் படுகிறான்.

அறாஅ விளையுள் அறாஅ யாணர்த்
தொடைமடி களைந்த சிலையுடை மறவர்
பொங்குபிசிர்ப் புணரி மங்குலொடு மயங்கி
வருங்கடல் ஊதையிற் பனிக்கும்
துவ்வா நறவின் சாயினத் தானே

(6ஆம் பத்து 10:8–12)

துளு நாட்டு நன்னரைப் பற்றிச் சங்க நூல்களில் இவ்வளவுதான் காணப் படுகின்றன. நன்னருடைய வரலாறு இவ்வளவோடு முற்றுப் பெறுகிறது.

குறிப்பு: நன்னன் என்னும் பெயருள்ள வேறு சிற்றரசர்களும் இதேகாலத்தில் *(கி. பி. 2ஆம் நூற்றாண்டு)* இருந்தனர். அவர்களைத் துளுநாட்டு நன்ன அரசர்கள் என்று தவறாகச் சிலர் கூறுகிறார்கள். தொண்டைநாட்டில் பல்குன்றக் கோட்டத்தில் செங்கண்மா என்னும் ஊரின் அரசனான செங்கண் மாத்துவேள் நன்னன் சேய் நன்னன் என்பவன் ஒருவன் இருந்தான். அவன்மீது பாடப்பட்டது மலைபடு கடாம் என்னும் கூத்தர் ஆற்றுப்படை. இந்த நன்னன் வேறு, துளு நாட்டு நன்னன் வேறு. நன்னன் ஆஅய் *(அகம் 356:19)* என்பவனுந் துளு நாட்டு நன்னன் அல்லன். நன்னன் என்னும் பெயர் ஒற்றுமையினால் அப்பெயருள்ளவர் எல்லோரையும் துளு நாட்டு வேள் அரசராகிய நன்னருடன் சேர்த்தல் கூடாது.

04

நன்னர் காலம்

துளு நாட்டு அரசர்களைப் பற்றிய வரலாறு, கி. பி. 4ஆம் நூற்றாண்டுக்குப் பிறகு கிடைக்கின்றன. ஆனால், அவ்வரசர்கள் நன்ன அரசர் பரம்பரையினர் அல்லர்; வேறு அரச பரம்பரையினர். ஆனால், சங்க காலத்துத் துளு நாட்டின் பழைய வரலாறு சங்க நூல்களைத் தவிர வேறெங்கும் கிடைக்கவில்லை. சங்க நூல்களிலே துளு நாட்டைப் பற்றியும் துளு மன்னர்களைப் பற்றியும் கூறியுள்ளவற்றை மேலே விளக்கிக் கூறினோம். மூன்று நன்னர் இருந்ததையும் அவர்கள் ஏறத்தாழக் கி. பி. 100 முதல் 180 வரையில் இருந்தார்கள் என்பதையும் கூறினோம். இதுவே ஏறத்தாழச் சரியான காலம் என்பதை இங்கு விளக்குவோம்.

I. இமயவரம்பன் நெடுஞ்சேரலாதன் சேர நாட்டை யரசாண்ட காலத்தில் துளு நாட்டை முதலாம் நன்னன் அரசாண்டான் என்று கூறினோம். நன்னன் ஆட்சிக் காலத்திலே அவனுடைய மகனான இரண்டாம் நன்னன் இளவரசனாக இருந்தான் என்பது சொல்லாமலே அமையும். முதலாம் நன்னனுடைய ஆட்சிக் காலத்தில் அவன் ஆட்சிக்குட்பட்டிருந்த கடல் துருத்தியில் (கடல் தீவில்) குறும்ப அரசன் ஒருவன் நெடுஞ்சேரலாதனுக்கு எதிராகக் குறும்பு செய்தான் என்றும் அவனை நெடுஞ்சேரலாதன் கடற்போரில் வென்று அடக்கினான் என்றும் கூறினோம். அந்தக் கடற்போரை நேரில் சென்று நடத்தியவன் அவனுடைய இளைய மகனான சேரன் செங்குட்டுவன் (கடல் பிறக் கோட்டிய குட்டுவன்) என்றுங் கூறினோம். அப்போது செங்குட்டுவன் இளவரசனாக இருந்தான் என்பதையும்

தெரிவித்தோம். ஆகவே, முதலாம் நன்னனும் இமயவரம்பன் நெடுஞ்சேரலாதனும் சமகாலத் தினர் என்பது தெரிகின்றது.

II. இமயவரம்பன் நெடுஞ்சேரலாதன் இறந்தபிறகு சேரநாட்டை யரசாண்டவன் அவனுடைய மூத்த மகனான களங்காய்க்கண்ணி நார்முடிச்சேரல். இவன் காலத்தில் துளு நாட்டையரசாண்டவன் நன்னன் இரண்டாவன். களங்காய்க்கண்ணி நார்முடிச்சேரல் அரசாண்ட காலத்தில் அவனுடைய தம்பியாகிய சேரன் செங்குட்டுவனும் இளைய தம்பி யாகிய ஆடுகோட்பாட்டுச் சேரலாதனும் சேரநாட்டின் வெவ்வெ றிடங்களை ஆட்சி செய்தனர்.

நார்முடிச் சேரலின் காலத்தில் பாண்டி நாட்டையர சாண்டவன் பசும்பூண் பாண்டியன். பசும்பூண் பாண்டிய னுடைய சேனைத் தலைவனாக இருந்தவன் தகடூர் அரசனாகிய அதிகமான் நெடுமிடல் என்பவன். அதிகமான் நெடுமிடலை நார்முடிச்சேரல் போரில் வென்றான். பிறகு, அதிகமான் நெடுமிடல் துளு நாட்டில் சென்று போர் செய்தான். அவனை நன்னன் இரண்டாவனுடைய சேனைத் தலைவனான மிஞிலி என்பவன் போரில் கொன்று விட்டான்.

நார்முடிச் சேரல் சேனாதிபதியாகிய வெளியன் வேண்மான் ஆய்எயினன் என்பவனைத் துளு நாட்டின் மேல்போர் செய்ய அனுப்பினான். அவனை நன்னனுடைய சேனாதிபதி மிஞிலி போரில் கொன்றுவிட்டான். பிறகு, நார்முடிச்சேரலும் அவன் தம்பியராகிய செங்குட்டுவனும் ஆடுகோட்பாட்டுச் சேரலாதனும் துளு நாட்டின்மேல் போர்செய்து நன்னன் இரண்டாவனைப் போரில் கொன்று துளு நாட்டைக் கைப்பற்றினார்கள் என்பதைக் கூறினோம்.

நன்னன் இரண்டாவன் இறந்த பிறகு அவனுடைய மகனான நன்னன் மூன்றாவன் சேரருக்குக் கீழடங்கி நன்னன் உதியன் என்று பெயர் சூட்டிக்கொண்டு அரசாண்டான் என்பதையும் கூறினோம்.

மூன்று நன்னர்களும் இமயவரம்பன் நெடுஞ்சேரலாதன், அவன் மக்களான களங்காய்க் கண்ணி நார்முடிச் சேரல், செங்குட்டுவன் (கடல் பிறக்கோட்டிய குட்டுவன்), ஆடு கோட்பாட்டுச் சேரலாதன் என்பவர்களின் சமகாலத்தவர் என்பதை மேலே விளக்கிக் கூறினோம்.

துளு நாட்டுப் போர்களில் சேரன் செங்குட்டுவன் முக்கியமான பங்குகொண்டிருந்தான். தன் தந்தை நெடுஞ் சேரலாதன் காலத்தில் நிகழ்ந்த கடற்போரில் தானே முன்நின்று போரை நடத்தி வெற்றிபெற்றான். தன் தமயனான நார்முடிச் சேரல் செய்த துளுநாட்டுப் போரில் இவன் முக்கியப் பங்கு கொண்டு போரை வென்றான். இவைகளைப் பற்றி முன்பே விளக்கிக் கூறியுள்ளோம்.

இந்தப் போர்கள் எல்லாம் செங்குட்டுவனின் ஆட்சிக் காலத்தின் முற்பகுதியிலே முடிந்துவிட்டன. அவன் இளவரசனாக இருந்தபோது அரசாட்சி பெற்ற உடனே முடிவடைந்துவிட்டன.

சோழன் கரிகாலன் இறந்த பிறகு செங்குட்டுவனின் மைத்துன னான கிள்ளிவளவனுக்கும் ஒன்பது தாயாதிகளுக்கும் நடந்த அரசாட்சி உரிமைப் போரில், செங்குட்டுவன் தன் மைத்துனனுக்காகச் சோழ மன்னர் ஒன்பது பேருடனும் போர் செய்து வென்று சோழ ஆட்சியைத் தன் மைத்துனனுக்குக் கொடுத்ததும். கங்கைக் கரைக்குச் சென்று கனக விசயரை வென்று சிறைப்பிடித்துக் கொண்டுவந்ததும், கண்ணகிக்குப் பத்தினிக்கோட்டம் அமைத்ததும் ஆகியவை எல்லாம் செங்குட்டுவ னின் ஆட்சிகாலத்தின் பிற்பகுதியில் துளு நாட்டுப் போர்கள் முடிந்த சில ஆண்டுகளுக்குப் பிறகு நிகழ்ந்தன.

III. இது வேறு விதமாகவும் தெளிவாகிறது. பரணர் என்னும் புலவர், மேலே கூறிய சேர அரசர், நன்ன அரசர்களின் சமகாலத்தில் இருந்தவர். அவர் நெடுஞ்சேரலாதன், நார்முடிச் சேரல், செங்குட்டுவன் ஆகிய சேர அரசர் காலத்திலும் நன்னன் முதலாவன், நன்னன் இரண்டாவன், நன்னன் மூன்றாவன் என்னும் மூன்று துளுவ அரசர் காலத்திலும் இருந்தவர் என்பது அவருடைய பாடல்களினால் தெரிகின்றது.

இமயவரம்பன் நெடுஞ்சேரலாதன் ஆரிய அரசரை வென்றதையும் யவனரைச் சிறைப்பிடித்து வந்ததையும் இமயத்தில் வில் பொறித் ததையும் பரணர் கூறுகின்றார் (அகம் *396: 16—18*). நெடுஞ் சேரலாதன் சோழன் வேற்பஃறடக்கைப் பெருவிறற் கிள்ளியுடன் போர் என்னும் இடத்தில் போர் செய்து இருவரும் புண்பட்டுப் போர்க்களத்தில் விழுந்து சிலகாலம்

உயிர் போகாமல் கிடந்தபோது அவர்களைப் பரணர் நேரில் பாடியுள்ளார் (புறம் 63) இச்செய்யுளின் அடிக்குறிப்பு இவ்வாறு கூறுகிறது: "சேரமான் குடக்கோ நெடுஞ்சேரலாதனும் சோழன் வேற்பஃ றடக்கைப் பெருவிறற்கிள்ளியும் போர்ப்புறத்துப் பொருது வீழ்ந்தாரை அக்காலத்திற் பரணர் பாடியது" என்று அக்குறிப்புக் கூறுகிறது.[1]

நெடுஞ்சேரலாதன் காலத்தில் இருந்த முதலாம் நன்னனையும் பரணர் தம்முடைய செய்யுட்களில் குறிப்பிட்டுள்ளார். அந்த நன்னன் பெண் கொலை புரிந்தவன் என்றும் (குறுந். 292: 1—5) அவனுடைய மாமரத்தைக் கோசர் சூழ்ச்சி செய்து வெட்டிவிட்ட செய்தியையும் (குறுந். 73: 2—4) பரணர் கூறுகின்றார்.

இதனால் பரணரும் நெடுஞ்சேரலாதனும் முதலாம் நன்னனும் சமகாலத்திலிருந்தவர் என்பது தெரிகின்றது.

நெடுஞ்சேரலாதன் இறந்த பிறகு அவன் மகனான நார்முடிச் சேரல் சேரநாட்டையரசாண்டான். நார்முடிச்சேரல் அதிகமான் நெடுமிடல் என்பவனை வென்றான் என்று பதிற்றுப்பத்து (4ஆம் பத்து 2:10) கூறுகிறது. நார்முடிச் சேரல் வென்ற நெடுமிடல் என்பவனைப் பரணருங் கூறுகிறார். பசும்பூண் பாண்டியனின் சேனாபதி அதிகமான் நெடுமிடல் என்றும் அவனை அவனுடைய பகைவர்அரிமணவாயில் உரத்தூர் என்னும் ஊரில் வென்றனர் என்றும் (அகம் 266:10—14), பிறகு அவன் துளு நாட்டு வாகைப் பறந்தலைப் போரில் இறந்து போனான் என்றும் (குறுந்.393: 3—6) அவன் நன்னன் (இரண்டாவன்) உடைய சேனாபதியாகிய மிஞிலியால் கொல்லப்பட்டான் என்றும் கூறுகிறார் (அகம் 142: 9—13).

நார்முடிச் சேரலின் சேனாபதியாகிய வெளியன் வேண்மான் ஆய்எயினன் என்பவன் நன்னன் (இரண்டாவன்) உடைய சேனாபதி யாக மிஞிலியால் கொல்லப்பட்ட செய்தியையும் பரணர் கூறுகிறார் (அகம் 148: 7—8, 181:4—7, 208: 5—9, 396: 2—6).

இதனால், பரணர் நார்முடிச்சேரல், அதிகமான் நெடுமிடல், நன்னன் இரண்டாவன், அவனுடைய சேனாதிபதி மிஞிலி ஆகியோர் காலத்தில் இருந்தவர் என்பது தெரிகின்றது.

நெடுஞ்சேரலாதனின் இரண்டாவது மகனும் நார்முடிச் சேரலின் தம்பியுமாகிய சேரன் செங்குட்டுவனைப் பரணர் பதிற்றுப்பத்து 5ஆம் பத்துப் பாடினார். அதில் செங்குட்டுவனுடைய ஆட்சியின் முற்பகுதி நிகழ்ச்சிகளை மட்டும் கூறுகின்றார். செங்குட்டுவன் கடலில் சென்று கடற்போர் செய்து குறும்பரை அடக்கியதையும் மோகூர் மன்னனை வென்றதையும் சிறப்பித்துக் கூறுகிறார்.

(செங்குட்டுவன் காலத்துப் பிற்கால நிகழ்ச்சிகளான மைத்துன வளவனுக்காக ஒன்பது சோழரை வென்றதும் கங்கைக் கரையில் கனக விசயரை வென்று சிறைப்பிடித்ததும், கண்ணகிக்குப் பத்தினிக் கோட்டம் அமைத்ததும் முதலிய பிற்கால நிகழ்ச்சிகளைப் பரணர் 5ஆம் பத்தில் கூறவில்லை. எனவே, இந்நிகழ்ச்சிகள் நிகழ்வதற்கு முன்னே 5 ஆம் பத்துப் பாடினார் என்பது தெரிகிறது)[2]

நன்னன் மூன்றாவனாகிய நன்னன் உதியனைப் பரணர் தம் செய்யுளில் கூறுகிறார். (அகம் 258:1.3) எனவே பரணர், செங்குட்டுவன், நன்னன் மூன்றாவன் காலத்திலும் இருந்தவர் என்பது தெரிகின்றது.

இதனால், மூன்று நன்னர் காலத்திலும் நெடுஞ்சேரலாதன், அவன் மக்களாகிய நார்முடிச்சேரல், செங்குட்டுவன் ஆகியோர் காலத்திலும் பரணர் இருந்தார் என்பது சந்தேகமில்லாமல் தெரிகின்றது. பரணர், சேரன் செங்குட்டுவன் ஆட்சியின் முற்பகுதியிலே காலஞ்சென்றிருக்க வேண்டும்.

மிக்ஷி. சேரன் செங்குட்டுவன் வஞ்சிமா நகரத்தில் பத்தினிக் கோட்டம் அமைத்துச் சிறப்புச் செய்தபோது அவ்விழாவுக்குக் 'கடல்சூழ் இலங்கைக் கயவாகு வேந்தன்' (முதலாம் கஜபாகு) வந்திருந்தான் என்று சிலப்பதிகாரம் கூறுகிறது. கஜபாகு அரசன் கி.பி. 173 முதல் 195 வரையில் அரசாண்டான். செங்குட்டுவனின் ஆட்சிக் காலத்தின் இறுதியில் கஜபாகு ஆட்சிக்கு வந்தான். செங்குட்டுவன் ஐம்பத்தைந்து ஆண்டு அரசாண்டான் என்று 5ஆம் பத்தின் பதிகக் குறிப்புக் கூறுகிறது. இது அவனுடைய இளவரசு ஆட்சிக் காலமும் சேர்ந்ததாகும்.

செங்குட்டுவன் பத்தினிக் கோட்டம் அமைத்த காலத்தில் அவன் தலை நரைத்து முதிர்ந்த வயதுடையவனாய் இருந்தான்

என்று கூறப்படுகிறான். செங்குட்டுவன் உத்தேசம் கி.பி. 180 இல் காலஞ்சென்றிருக்க வேண்டும். அவன் பத்தினிக் கோட்டம் அமைத்தது ஏறத்தாழ கி.பி. 175.இல் இருக்கலாம். அவன் 55 ஆண்டு ஆட்சி செய்தான் என்பதனால், அவன் ஏறத்தாழ கி.பி. 125 முதல் 180 வரையில் அரசாண்டான் என்று கருதலாம்.

கி.பி. 125இல் இளவரசுப் பட்டம் பெற்றபோது செங்குட்டுவனுக்கு ஏறத்தாழ இருபது வயதிருக்கலாம். அவனுடைய தந்தையான நெடுஞ் சேரலாதன் ஐம்பத்தெட்டாண்டு அரசாண்டான் என்று கூறப்படுகிறான். எனவே, அவன் ஏறத்தாழக் கி. பி. 72 முதல் 130 வரையில் அரசாண் டிருக்கக்கூடும். அவனுடைய மூத்த மகனான நார்முடிச்சேரல் இருபத் தைந்து ஆண்டு அரசாண்டான் என்பதனால் (இளவரசுக் காலத்தையும் சேர்த்து) ஏறக்குறைய கி.பி. 120 முதல் 145 வரையில் அரசாண்டிருக்க வேண்டும். சேரன் செங்குட்டுவன் ஏறத்தாழ கி.பி. 125 முதல் 180 வரையில் அரசாண்டிருக்கக்கூடும்.

எனவே, இமயவரம்பன் நெடுஞ்சேரலாதனின் சமகாலத்தவ னாகிய முதலாம் நன்னன் ஏறத்தாழ கி.பி. 100 முதல் 125 வரையிலும் அவன் மகனான இரண்டாம் நன்னன் ஏறத்தாழ கி.பி. 125 முதல் 150 வரையிலும் அவன் மகனான மூன்றாம் நன்னன் ஏறத்தாழ கி.பி 150 முதல் 180 வரையிலும் அரசாண்டிருக்கக்கூடும் என்றும் கருதலாம்.

* * *

அடிக்குறிப்புகள்

1. இந்தச் சேரனும் சோழனும் போர்ப்புறத்தில் புண்பட்டு விழுந்து உயிர் போகாமல் கிடந்தபோது கழாத்தலையார் என்னும் புலவரும் இவர்களை நேரில் பாடினார் (புறம் 368).

2. வயது முதிர்ந்தவரான பரணர் செங்குட்டுவன்மேல் 5 ஆம் பத்துப் பாடிய பிறகு சில காலத்துக்குப் பின்னர் இறந்துபோனார். இந்த வரலாற்றை யறியாத சிலர், செங்குட்டுவன் பத்தினிக் கோட்டம் அமைத்ததும் இமயம் சென்றதும் முதலிய செய்திகளை

அவனைப் பாடிய 5ஆம் பத்தில் கூறாதபடியால் இவை பிற்காலத்தில் கட்டப்பட்ட கதைகள் என்று கூறுகிறார்கள். பிற்காலத்தில் நிகழ்ந்த செய்திகளை முன்னமே இறந்துபோன பரணர் எவ்வாறு கூறமுடியும்? செங்குட்டுவன் ஆட்சிக் காலத்தின் பிற்பகுதியில் நடந்த இச்செய்திகளைச் செங்குட்டுவனின் தம்பியாகிய இளங் கோவடிகள் சிலப்பதிகாரத்தில் கூறினார். செங்குட்டுவன் காலத்துக்குப் பிறகு, அவனைப் பரணர் பாடிய 5 ஆம் பத்தின் பதிகத்தில் அவனுடைய பிற்கால நிகழ்ச்சிகளைக் குறித்து வைத்தனர். ஆழ்ந்து ஆய்ந்தோய்ந்து பாராமல் மேற்புல்லை மேய்கிற 'ஆராய்ச்சிக்காரர்'களுக்கு உண்மைச் செய்திகள் புலப்படா. பரணர், செங்குட்டுவன் ஆட்சியின் முற் பகுதியிலேயே காலமானார் என்பதை உணராமல், அவர் செங் குட்டுவனின் இறுதிக் காலத்தில் 5 ஆம் பத்துப் பாடினார் என்று தவறாகக் கருதிக் கொண்டு இவ்வாறெல்லாம் எழுதிவிட்டனர்.

05

நன்னரைப் பற்றிய செய்யுட்கள்

நன்ன அரசரையும் அவர்களின் துளு நாட்டையும் பற்றிய செய்யுட்கள் சங்கச் செய்யுட்களில் காணப்படுகின்றன. அப்பாடல்களில் சரித்திர சம்பந்தமான பாடல்களை இந்நூலுள் ஆங்காங்கே மேற்கோள் காட்டினோம். மேற்கோள் காட்டப்படாத வேறு செய்யுள்களை இங்கே காட்டுகிறோம்.

நன்னனுடைய பாரம் என்னும் ஊரையும் அவனுடைய ஏழில் மலையைச் சார்ந்த பாழிக் குன்றையும் பரணர் பாடியுள்ளார்.

இசைநல் ஈகைக் களிறுவீசு வண்மகிழ்ப்
பாரத்துத் தலைவன் ஆர நன்னன்
ஏழில் நெடுவரைப் பாழிச் சிலம்பிற்
களிமயில் கலாவத் தன்ன

(அகம் 152: 11–14)

நன்னனுடைய பிறந்த நாள் விழா, ஊரில் சிறப்பாகக் கொண்டாடப்பட்ட செய்தியை மாங்குடி மருதனார் தமது மதுரைக்காஞ்சியில் கூறுகிறார்.

பேரிசை நன்னன் பெரும்பெயர் நன்னாள்
சேரிவிழவின் ஆர்ப்பெழுந் தாங்கு

(மதுரைக்காஞ்சி 618: 619)

நன்னனுடைய துளு நாட்டில் பாழி என்னும் நகரத்தில் பெருநிதி சேமித்து வைக்கப்பட்டிருந்ததை மாமூலனார் கூறுகிறார்.

மெய்ம்மலி பசும்பூண் செம்மற் கோசர்
கொம்மையம் பசுங்காய்க் குடுமி விளைந்த
பாக லார்கைப் பறைக்கட் பீலித்
தோகைக் காவின் துளு நாட்டன்ன
... ...
சூழியானைச் சுடர்ப்பூண் நன்னன்
பாழி யன்ன கடியுடை வியனகர்

(அகம் 15: 2–11)

நன்னனுடைய துளு நாட்டில் உள்ள உயரமான மலைகளிலே வளர்ந்த மூங்கிற் காடுகளில் முதிர்ந்த மூங்கில் வெடித்து அதிலிருந்து முத்து (வேய் முத்து) சிதறுவதை முள்ளியூர்ப் பூதியார் கூறுகிறார்.

பல புரி
வார்கயிற் றொழுகை நோன்சுவற் கொளீஇப்
பகடுதுறை யேற்றத் துமண்விளி வெரீஇ
உழைமான் அம்பிணை யினனிரிந் தோடக்
காடுகவின் அழிய உரைஇக் கோடை
நின்றுதின விளிந்த அம்பணை நெடுவேய்க்
கண்விடத் தெறிக்கு மண்ணா முத்தம்
கழங்குறழ் தோன்றல பழங்குழித் தாஅம்
இன்களி நறவின் இயல்தேர் நன்னன்
விண்பொரு நெடுவரைக் கவாஅன்
பொன்படு மருங்கின் மலை

(அகம் 173: 8–18)

நன்னனுடைய துளு நாட்டிலிருந்த ஒரு கோட்டையின் மேல் பகை மன்னன் ஒருவன் படையெடுத்து வந்து கோட்டையை முற்றுகையிட்டான் கோட்டையிலிருந்த நன்னனுடைய வீரர்கள் எதிர்த்துப் போரடினார்கள். ஆனால், அவர்கள் தோற்றுப்போகும் நிலையில் இருந்தார்கள். அதனையறிந்த நன்னன் உடனே தன் சேனைகளுடன் வந்து முற்றுகை யிட்ட மன்னனை ஓட்டிக் கோட்டையைக் காப்பாற்றினான். இந்தச் செய்தியை மோசிகீரனார் என்னும் புலவர் கூறுகிறார்.

வினைதவப் பெயர்ந்த வென்வேல் வேந்தன்
முனைகொல் தானையொடு முன்வந் திறுப்பத்
தன்வரம் பாகிய மன்னெயில் இருக்கை
ஆற்றா மையிற் பிடித்த வேல்வலித்
தோற்றம் பிழையாத் தொல்புகழ் பெற்ற
விழைதக ஓங்கிய கழைதுஞ்சு மருங்கிற்
கானமர் நன்னன்

(அகம் 392: 21–27)

(குறிப்பு: படையெடுத்து வந்த மன்னன் சேர, சோழ, பாண்டியர்களில் யார் என்று கூறப்படவில்லை. முற்றுகையிடப் பெற்ற கோட்டையின் பெயருங் கூறப்படவில்லை. இவை கூறப்பட்டிருந்தால் துளுநாட்டுச் சரித்திரத்தில் ஒரு நிகழ்ச்சியைப் பெற்றிருப்போம். ஆனால் இதனைக் கூறிய மோசிகீரனார் சரித்திர நிகழ்ச்சியைக் கூறக் கருதியவர் அல்லர். அகப் பொருட்செய்தியொன்றுக்கு உவமை கூறவந்தவர் தற்செயலாக இந்நிகழ்ச்சியைக் கூறியுள்ளார்.)

நன்னன் தன் பகையரசரை வென்று அவரிடமிருந்து பெற்ற பொருளைப் புலவருக்கு வழங்கினான் என்னும் செய்தியை மாமூலனார் கூறுகிறார்.

ஞெமன்ன்
தெரிகோல் அன்ன செயிர்தீர் செம்மொழி
உலைந்த ஓக்கல் பாடுநர் செலினே
உரன்மலி உள்ளமொடு முனை பாழாக
அருங்குறும் பெறிந்த பெருங்கல வெறுக்கை
சூழாது சுரக்கும் நன்னன்

(அகம் 349: 3–8)

மோசிகீரனார் என்னும் புலவர் நன்னனைப் (கொண்கானங் கிழானைப்) பாடிய செய்யுட்கள் புறநானூற்றில் தொகுக்கப்பட்டுள்ளன. அவை:

திரைபொரு முந்நீர்க் கரை நணிச் செலினும்
அறியுநர்க் காணின் வேட்கை நீக்கும்
சின்னீர் வினவுவர் மாந்தர் அதுபோல்

அரசர் உழைய ராகவும் புரைதபு
வள்ளியோர்ப் படர்குவர் புலவர் அதனால்
யானும்
பெற்ற தூதியம் பேறியா தென்னேன்
உற்றனென் ஆதலின் உள்ளிவந் தனனே
ஈயென விரத்தலோ வரிதே நீயது
நல்கினு நல்கா யாயினும் வெல்போர்
எறிபடைக் கொடா வாண்மை, யறுவைத்
தூவிரி கடுப்பத் துவன்றி மீமிசைத்
தண்பல இழிதரும் அருவிநின்
கொண்பெருங் கானம் பாடலெனக் கெளிதே

(புறம்.154)

திணை: பாடாண்டிணை, துறை: பரிசிற்றுறை. கொண்கானங் கிழானை மோசிகீரனார் பாடியது.

வணர்கோட்டுச் சீரியாழ் வாடுபுடைத் தழீஇ
உணர்வோர் யாரென் இடும்பை தீர்க்கெனக்
கிளக்கும் பாண! கேளினி, நயத்தில்
பாழூர் நெருஞ்சிப் பசலை வான்பூ
ஏர்தரு சுடரின் எதிர்கொண் டாஅங்கு
இலம்படு புலவர் மண்டை, விளங்கு புகழ்க்
கொண்பெருங் கானத்துக் கிழவன்
தண்டார் அகலம் நோக்கின மலர்ந்தே

(புறம் 155)

திணை: பாடாண்டிணை, துறை: பாணாற்றுப்படை கொண்கானங் கிழானை மோசிகீரனார் பாடியது.

ஒன்றுநன் குடைய பிறர்குன்றம், என்றும்
இரண்டுநன் குடைத்தே கொண்பெருங் காணம்
நச்சிச் சென்ற இரவலர்ச் சுட்டித்
தொடுத்துணக் கிடப்பினுங் கிடைக்கும் அஃதான்று

நிறையருந் தானை வேந்தரைத்
திறைகொண்டு பெயர்க்குஞ் செம்மலும் உடைத்தே

(புறம் 156)

திணை: பாடாண்டிணை, துறை: இயன்மொழி. கொண்கானங் கிழானை மோசிகீரனார் பாடியது.

06

துளு மொழியும் தமிழ் மொழியும்

கன்னட நாடு, ஆந்திர நாடு, மலையாள நாடுகளைப் போலவே துளு நாடும் திராவிட நாட்டைச் சேர்ந்தது. தமிழ், கன்னடம், தெலுங்கு, மலையாள மொழிகளைப் போலவே துளு மொழியும் திராவிட இன மொழியாகும். அசோகச் சக்ரவர்த்தியின் சாசனங்களிலே கூறப்படுகிற சத்தியபுத்திர நாடு என்பது துளுநாடே என்பதை முன்னமே கூறி யுள்ளோம்.

சங்க காலத்திலே துளு நாட்டில் வழங்கி வந்த மொழி தமிழ் என்பதையும் துளு நாட்டு அரசர் தமிழ்ப் புலவரை ஆதரித்ததையும் துளு நாட்டையும் துளு நன்னர்களையும் தமிழ்ப் புலவர் பாடிய செய் யுள்கள் சங்க இலக்கியங்களில் இடம் பெற்றிருப்பதையும் இந்நூலில் ஆங்காங்கே எடுத்துக்காட்டினோம். சங்க காலத்துக்குப் பிறகு, துளு நாட்டுக்கும் தமிழ்நாட்டுக்கும் இருந்த நெருங்கிய தொடர்பு அற்றுப் போனபடியினாலே, பிற்காலத்திலே துளுநாட்டுத் தமிழ் தனித்து நின்றது. பிறகு. தமிழ்நாடாக இருந்த சேரநாடு, மொழி மாறுபட்டுக் கேரள நாடாகவும் மலையாள மொழியாகவும் மாறிப் போன காலத்தில், துளுநாட்டுத் தமிழுக்கும் தமிழ்நாட்டுத் தமிழ் மொழிக்கும் இருந்த தொடர்பு முழுவதும் அற்றுப் போய்விட்டது. அதனால், துளு நாட்டிலே வழங்கி வந்த தமிழ்மொழி பிற்காலத்திலே சிதைந்தும் திரிந்தும் மருவியும் உருமாறிவிட்டது. இவ்வாறு துளு மொழி தமிழினின்று அகன்று தன்னந்தனியே வளர்வதாயிற்று.

நெடுங்காலம் தனித்து ஒதுங்கி யிருந்தபோதிலும், இலக்கியம் படைக்காத வெறும் பேச்சு மொழியாகவும் கொச்சை மொழியாகவும் இருந்தபோதிலும், அது திராவிட

மொழிகளிலிருந்து அதிகமாக மாறுபடவில்லை. இந்தியா தேசத்தின் வடமேற்கில் ஆப்கானிஸ் தானத்தில் அயல் மொழிகளுக்கு இடையிலே தன்னந்தனியே அகப்பட்டுக் கொண்ட 'ப்ருஃகூயி' என்னும் திராவிட மொழியைப் போல, வேற்று மொழிகளுக்கிடையே அகப்பட்டுக்கொள்ளாமல் துளு மொழி திராவிட இன மொழிகளின் சூழ்நிலையிலே இருந்தபடியால் அதன் மொழி அதிகமாக மாறுபடவில்லை. அயல் மொழி பேசும் மக்கள் துளு நாட்டிலே வராதபடி அதன் இயற்கைச் சூழ்நிலை இருந்தபடியாலும் அயல் மொழிக் காரர் துளு நாட்டில் நுழைந்து அந்த மொழியைக் கெடுக்கவில்லை.

நன்னரைப் பற்றிய செய்யுட்கள்

ஒரு மொழி இலக்கிய வளமும் கலை வளமும் பெற வேண்டு மானால், அம்மொழியைப் பேசுவோரின் எண்ணிக்கையும் கணிசமான அளவு இருக்க வேண்டும். அதிக அளவு மக்கள் தொகை இல்லாத படியாலும் இருந்த மக்கள் தொகையில் பெரும்பகுதி மக்களைக் கன்னட மொழியும் மலையாள மொழியும் கவர்ந்து கொண்டபடியாலும், துளுநாட்டிலே துளுமொழி பேசுவோரின் தொகை குறைந்து போயிற்று. சேர நாட்டில் வழங்கிய தமிழ் மொழி பிற்காலத்தில் மலையாள மொழியாக மாறிப்போன பிறகு, அந்த மலையாள மொழி தன் நாட்டுக்கு அருகிலிருக்கும் துளு நாட்டின் தென் பகுதியில் ஆதிக்கம் செலுத்திற்று. அவ்வாறே, துளு நாட்டின் வடக்குப் பகுதியில் கன்னட மொழி ஆதிக்கம் பெற்றது. மலையாளமும் கன்னடமும் திராவிட மொழியாக இருந்த போதிலும் துளு மொழிக்கு அம்மொழிகள் வேற்றுமொழிகள் தானே துளு நாட்டின் தெற்கிலும் வடக்கிலும் முறையே மலையாளமும் கன்னடமும் இடம்பெற்றபடியால், துளு நாட்டின் நடுப்பகுதியில் மட்டும் துளு மொழி நிலைபெறுவதாயிற்று.

சங்க காலத்திலும் அதன் பிற்காலத்திலும் ஏறக்குறைய கி.பி.4 ஆம் நூற்றாண்டு வரையில் தமிழ் பேசும் நாடாக இருந்த துளு நாடு, பிறகு, அரசியலினால் தமிழ்நாட்டிலிருந்து பிரிந்து தனித்தியங்கிற்று. பிறகு துளுநாட்டுத் தமிழ்மொழிக்கும், தமிழ்நாட்டுத் தமிழ் மொழிக்கும் தொடர்பற்றுப் போன காரணத்தினால் துளுநாட்டுத் தமிழ் சிதைந்தும் மருவியும் மாறுபட்டுக் கொச்சை மொழியின் நிலைக்குக் குன்றிப்

போயிற்று. இப்போது துளு மொழி பழைய மொழியிலிருந்து பெரிதும் மாறுபட்டுச் சிதைந்து இருக்கிறது. துளுநாடு தன் பழைய இலக்கியத்தைக் கைவிடாமலிருந்தால் இந்தத் தாழ்ந்த நிலையை யடைந்திருக்காது.

சென்ற 19ஆம் நூற்றாண்டிலே, ஆங்கிலேயர் ஆட்சிக் காலத்திலே, மேல் நாட்டுக் கிருஸ்துப் பாதிரிமார் துளு நாட்டு மக்களை மதமாற்றஞ் செய்ய முற்பட்டார்கள். அவர்கள் துளு மொழியிலே கிருஸ்து மத நூல்களை எழுதத் தொடங்கினார்கள். துளு மொழிக்குத் தனி எழுத்து இல்லாதபடியால், அவர்கள் அடுத்த நாடாகிய கன்னட நாட்டில் வழங்கிய கன்னட எழுத்தையே துளு மொழிக்கும் வழங்கினார்கள்.

துளு நாட்டின் தலைநகரமான மங்களூரில் கிருஸ்துவ மிஷனரிமார் பெஸல் மிஷன் பிரஸ் (The Basel Mission Press) என்னும் அச்சகத்தை அமைத்து அதன் மூலமாகத் துளு மொழியில் கிருஸ்து மத நூல்களை வெளியிட்டார்கள். அந்த அச்சகத்தில் முதல்முதலாக மத்யூ அப்போஸ்தலரின் சுவிசேஷம் (Gospell of St. Mathew) என்னும் நூல் 1842 ஆம் ஆண்டில் வெளிவந்தது. இது லித்தோகிராப் என்னும் எழுத்தினால் அச்சிடப்பட்டது. புதிய ஏற்பாடு என்னும் விவிலிய நூல் 1859 இல் அச்சிடப்பட்டது. பிரிகல் பாதிரியார் துளு மொழி இலக்கண நூலை (A Grammar of the Tulu Language by Rev. J. Brigal) ஆங்கில மொழியில் எழுதி 1872 ஆம் ஆண்டில் அச்சிட்டார். மவ்னர் பாதிரியார் துளு ஆங்கில அகராதியை (Tulu- English Dictionary by Rev. Mauner) எழுதி அச்சிட்டார். இவ்வாறு 19ஆம் நூற்றாண்டில் துளுமொழியில் இலக்கியம் தோன்றிற்று. ஆனால், மேன் மேலும் துளுமொழி இலக்கியம் வளரவில்லை. இது வருந்தத்தக்கது.

பழைய காலத்திலிருந்தே துளுமொழியில் இலக்கிய நூல்கள் ஏற்பட்டிருக்குமானால்,அவ்விலக்கிய நூல்கள், பழந்தமிழ்ச் சொற்களை ஒத்திட்டு ஆராய்வதற்குப் பெரிதுந் துணையாக இருந்திருக்கும். சங்க காலத்து இலக்கியங்களில் வழங்கப்பட்டு இப்போது வழக்கிழந்து போன பல தமிழ்ச் சொற்கள் இன்றும் துளு மொழியில் சிதைந்தும் மருவியும்

உருமாறி வழங்குகின்றன. பழமையான இலக்கியம் இல்லாத நிலையிலும் துளு மொழியில் பல தூய தமிழ்ச் சொற்கள் சிதைந்து காணப்படுகின்றன என்றால், பழைய இலக்கியங்களைத் துளு மொழி பெற்றிருக்குமானால், அத்துளு இலக்கியம் பழந்தமிழ்ச் சொற்களை ஆராய்வதற்கு எவ்வளவு பயனுள்ளதாக இருக்கும்.

தமிழ் மொழியில் இப்போது வழக்கிழந்து போன பழைய சொற்கள் இப்போதும் துளு மொழியில் சிதைந்து காணப்படுவதை இங்கு எடுத்துக் காட்டுவோம். அதற்கு முன்பு துளு நாட்டு ஊர்ப்பெயர்கள் பல தமிழ்ச் சொல்லாக அல்லது திராவிட இனச் சொல்லாக இருப்பதைக் காட்டுவோம்.

கல்

கல்[1] என்னுஞ் சொல் சங்க இலக்கியங்களில் மலை அல்லது குன்று அல்லது மலைச் சிகரம் என்னும் பொருளில் வழங்கப்பட்டுள்ளதைக் காண்கிறோம். இச்சொல் இப்பொருளில் பிற்காலத் தமிழில் வழக்கிழந்து விட்டது. ஆனால், துளுநாட்டிலே கல் என்னுஞ் சொல் பழைய பொருளில் இன்னும் வழங்கிவருகிறது. கார்க்கல் என்பது கருநிறமுள்ள மலை என்னும் பொருளுடைய சொல் (கார்— கருமை; கல்— மலை). துளு நாட்டிலே கருநிறப் பாறைக் குன்றுகள் உள்ள ஒரு ஊர் இருக்கிறது. அவ்வூருக்குக் கார்க்கல் என்று பழைய பெயர் உண்டு. இப்போது அப்பெயர் சிதைந்து கார்கள என்று வழங்குகிறது (கார்க்கல்— கார்கல— கார்கள). இவ்வூரில் உள்ள கோமட்டேசுவரர் உருவம் பேர்போனது. 41 அடி5 அங்குலம் உயரமுள்ள ஒரே கல்லினால் செய்யப்பட்ட இந்தக் கோமட்டேசுவரர் உருவம் கார்க்கல் நகரத்துக்குச் சிறப்பைத் தருகின்றது. கார்க்கல் (கார்கள) நகரத்தின் பெயரே இந்தத் தாலுகாவுக்குப் பெயராக அமைந்திருக்கிறது.

துளு நாட்டின் கிழக்கெல்லையாக அமைந்திருப்பது உயரமான மேற்குத் தொடர்ச்சி மலைகள் என்று கூறினோம். அந்த மலைகளில் உயரமான சிகரங்கள் கல் என்று பெயர் கூறப்படுகின்றன (கல் — மலை). ஆனெ கல்லு (ஆனைக்கல்), ஏர்கல்லு, அம்மெதி கல்லு, கடாயி கல்லு என்று அச்சிகரங்கள் பெயர் பெற்றுள்ளன.

அங்காடி

அங்காடி என்னும் சொல் பழைய தமிழ்ச் சொல். இதன் பொருள் கடை, கடைத்தெரு என்பது. அல்லங்காடி, நாளங்காடி முதலிய அங்காடிகளைச் சங்க நூல்களில் காண்கிறோம். இச் சொல் இப் பொருளிலே இன்றும் தமிழ்நாட்டில் வழங்குகிறது. தெலுங்கிலே இச்சொல் ‘அங்கடி’ என்று வழங்கி வருகிறது.

துளு நாட்டிலும் இப்பெயரையுடைய ஊர்கள் இருக்கின்றன. உப்பினங்கடி, பெள்தங்கடி, ஹொசங்கடி (புதிய அங்காடி) என்னும் பெயருள்ள ஊர்கள் துளு நாட்டில் இப்போதும் உள்ளன.

ஊர்

ஊர்[2] என்னும் சொல் திராவிட இனச் சொற்களுக்குப் பொதுவான ஒரு பழைய சொல். துளு நாட்டிலேயும் ஊர் என்னும் பெயருள்ள பல ஊர்கள் இன்றும் உள்ளன. பைந்தூரு, பெர்டூரு, பார்கூரு, மங்களூரு, பாணெமங்களூரு, பசரூரு, கொல்லூரு, ஸீரூரு, பைலூரு, சங்வத்தூரு, ஜால்சூரு, புத்தூரு, வேணூரு என்னும் ஊர்கள் துளு நாட்டில் இப்போதுள்ள ஊர்கள்.

வெதிரி

வெதிரி என்னும் சொல் மூங்கில் என்னும் பொருளில் தமிழ்ச் சங்க நூல்களில் வழங்கப்பட்டுள்ளது. இச்சொல் தமிழுக்கு மட்டு மல்லாமல் திராவிட இனமொழிகளுக்குப் பொதுச் சொல்லாக இருந்தது. கன்னட மொழியிலும் துளு மொழியிலும் இச்சொல் பயிலப்படுகிறது. மூங்கில் காடாக இருந்த இடங்கள் வெதிரி என்று வழங்கிப் பிறகு பெதிரி என்று திரிந்துள்ளன. துளு நாட்டிலே மூடுபதிரி, படுபத்ரி என்று இரண்டு ஊர்கள் உள்ளன. இவை மூடபத்ரி படுபத்ரி என்றும் மூடபதிரே, படு பதிரே என்றும் வழங்கப்படுகின்றன. மூடுவெதிரி, படுவெதிரி, என்னும் பெயர்களே இவ்வாறு மருவி வழங்கப் படுகின்றன (மூடு, மூடல் — கிழக்கு, வெதிரி — மூங்கில் காடு, படு — மேற்கு, வெதிரி — மூங்கிற்காடு).

மூங்கிற் காடாக இருந்து பிறகு ஊராக மாறிய இடம் என்பது இவற்றின் பொருள்.

துளுநாட்டில் சுப்பிரமணியம் என்னும் பெயருள்ள ஒரு மலையுண்டு. அதற்கு அடுத்த ஊருக்கு சுப்பிரமணியம் என்று பெயர் வழங்குகிறது. முருகனை மலைமேல் வைத்து வழிபட்டனர் பழந்தமிழர். குன்று களிலும் மலைகளிலும் முருகனை வழிபட்ட தமிழரைப் போன்றே துளுநாட்டினரும் முருகனை மலைமேல் வைத்து வழிபட்டனர். அந்த மலை அக்காலத்தில் முருகன் மலை என்று பெயர் இருந்திருக்கும். இப்போது முருகன், சுப்பிரமணியன் என்று பெயர் பெற்றபிறகு, அந்த மலைக்குச் சுப்பிரமணியம் என்றே பெயர் கூறு கின்றனர். அந்த வழியாகப் பாயும் ஆற்றுக்குக் குமாரதாரீ என்று பெயர் கூறுகின்றனர். குமரன் — முருகன். குமாரதாரி என்பது முருகன் ஆறு என்னும் பொருள் உடையது.

இவ்வாறு துளுநாட்டின் இடப்பெயர்கள் பல தமிழ்ச் சொல்லாகவே அமைந்துள்ளன.

இனி, சங்ககாலத்தில் வழங்கிப் பிறகு மறைந்துபோன தமிழ்ச்சொற்கள் இக்காலத்திலும் துளுமொழியில் சிதைந்தும் மருவியும் வழங்குவதைக் காட்டுவோம். விரிவஞ்சி சில சொற்களை மட்டும் ஆராய்வோம்.

தாழை

தாழை என்னுஞ் சொல் கைதை என்னும் தாழைப் புதருக்குப் பெயராக வழங்கப்படுகிறது. சங்க இலக்கியங்களிலே தாழை என்னுஞ் சொல் தென்னை மரத்துக்கும் பெயராக வழங்கப்பட்டிருந்தது. சங்க காலத்துக்குப் பிறகு தென்னை என்னும் பொருளில் தாழை என்னுஞ் சொல் வழக்கிழந்துவிட்டது. திருமுருகாற்றுப்படை, பொருநராற்றுப் படை, பெரும் பாணாற்றுப்படை, குறிஞ்சிப்பாட்டு, நற்றிணை முதலிய சங்க இலக்கியங்களிலே தென்னைமரம், தாழை என்று கூறப்பட்டிருக் கிறது. பிற்காலத்தில் இந்தச் சொல் வழக்கிழந்து போயிற்று. ஆனால் துளுமொழியிலே இச்சொல் இன்றும் வழங்கி வருகிறது. துளு மொழி, பிற்காலத்தில் ழகர எழுத்தை இழந்துவிட்டபடியால், ழகரத்துக்குப் பதிலாக றகர எழுத்தை வழங்குகிறது. எனவே, தாழை என்னும் பழைய சொல்

இப்போதைய துளு மொழியில் தாறெ என்று கூறப்படுகிறது. தாறெ என்றால் துளு மொழியில் (தாழை) தென்னை மரம் என்பது பொருள். இதனால் துளு மொழி மிகப் பழைய சொற்களைக் கொண்டிருக்கிறது என்பது தெரிகிறதல்லவா?

அறிவர்

அறிவன், அறிஞர் என்னுஞ் சொற்கள் தொல்காப்பியத் திலும் ஏனைய சங்க இலக்கியத்திலும் பயின்று வருகின்றன. அறிவன், அறிவர் என்னுஞ் சொல்லுக்கு உரை எழுதிய நச்சினார்க்கினியர், இளம் பூரண அடிகள் முதலியோர் முனிவர் என்றும் இருடிகள் என்றும் பொருள் எழுதியுள்ளனர். ஆனால், இவர்கள் கூறும் உரை பொருத்த மாகத் தோன்ற வில்லை. அறிவர் என்னும் பெயருள்ளவர் வான சாத்திரத்தை யறிந்தவர் என்னும் பொருளே சரியானதென்று தோன்றுகிறது. (சங்க காலத்திலேயே (சங்க காலத்தின் இறுதியில்) அறிவன் என்னுஞ் சொல் மறைத்து கணிவன் என்னுஞ் சொல் வழங்கப்பட்டது.)

அறிவன் என்பது முனிவரையும் ரிஷிகளையுங் குறிக்கிறதா அல்லது மக்கள் சமூகத்தில் வானசாத்திரத்தையறிந்தவரைக் குறிக்கிறதா என்னும் ஐயப்பாடு உண்டாகிறது. அந்த ஐயப்பாட்டைத் தீர்ப்பது போல துளு மொழிச் சொல் உதவி செய்கிறது. துளுவிலும் குடகு மொழியிலும் அறிவர் என்னுஞ் சொல் அருவர் என்று வழங்கப்படுகிறது. அருவர் என்பவர் குடகு நாட்டில் திருமணம் முதலிய சடங்குகளைச் செய்யும் புரோகிதராக இன்றும் இருக்கின்றனர். இவர்கள் பிராமணர் அல்லாதவர் என்பதும் குறிப்பிடத்தக்கது. எனவே, வானநூலை யறிந்து திருமணத் திற்குரிய நன்னாளைக் குறிக்கும் கணிவருக்கு அறிவர் என்னும் பெயர் இருந்ததென்பதும், அப்பெயர் மறைந்து போன பிறகும், குடகு மொழியில் அச்சொல் இன்றும் திருமணம் செய்யும் குருமாருக்குப் பெயராக வழங்கிவருகிறதென்பதும் தெரிகின்றன. இதனால், தொல் காப்பியம் முதலிய சங்க நூல்களில் கூறப்படுகிற அறிவர் என்பவர் அக்காலத்துத் தமிழ்ச் சமூகத்தில் வானநூல் பயின்றவரென்பது தெரிகின்றது.

பூதம்

சங்க காலத்திலே பூதம் என்னும் தெய்வ வணக்கம் இருந்ததை அறிகிறோம். பதிற்றுப்பத்து, சிலப்பதிகாரம் முதலிய சங்க இலக்கியங்களில் பூதவணக்கம் கூறப்படுகிறது. அந்தப் 'பூதங்கள்' திருமால், சிவன் போன்ற உயர்ந்த தெய்வங்களைப் போன்ற நிலையில் இல்லாவிட்டாலும் இந்திரன், முருகன் போன்ற உயர்ந்த நிலையில் வைத்து வணங்கப்பட்டன. பிற்காலத்தில் பூதம் என்பதற்குக் கொடிய துர்த்தேவதை, சிறுதேவதை என்னும் பொருள் கற்பிக்கப்பட்டது போல,சங்க காலத்தில் 'பூதம்' என்னும் தெய்வம் இழிவான நிலையில் வைத்து எண்ணப்படவில்லை. பூதம் என்னும் தெய்வம் உயர்நிலையில் வைத்து அக்காலத்தில் கருதப்பட்ட படியால்தான் அக்காலத்து மக்களும் அப்பெயரைத் தங்கள் பெயராகக் கொண்டிருந்தார்கள்.

பூதபாண்டியன், பூதனார், சேத்தம் பூதனார், குன்றம் பூதனார், இளம் பூதனார், கரும்பிள்ளைப் பூதனார், காவன் முல்லைப் பூதனார், கோடை பாடிய பெரும்பூதனார், வெண்பூதனார், காவிப்பூம் பட்டினத்துப் பொன் வாணிகனார் நப்பூதனார் முதலிய புலவர்கள், அரசர்களின் பெயரைக் காணும்போது அக்காலத்தில் பூதம் என்னும் தெய்வம் உயர்ந்த நிலையில் வைத்துக் கருதப்பட்ட சிறந்த தெய்வமாக இருந்தது என்பது தெரிகின்றது. பிற்காலத்திலே பூதத்தாழ்வார் என்னும் வைணவ ஆழ்வார் ஒருவர் இருந்ததையும் அறிவோம். ஆனால், பிற்காலத்தில் பூதம் என்னுஞ் சொல் இழிந்த பொருளில் சிறுதெய்வம் துஷ்ட தெய்வம், என்று கருதப்பட்டது. நாற்றம் என்னுஞ்சொல், மணம் என்னுஞ் சிறந்த பொருளில் வழங்கிப் பிற்காலத்தில் துர்நாற்றம் என்னும் இழிந்த பொருள் பெற்றது போல, பூதம் என்னும் சொல்லும் முற்காலத்தில் உயரிய பொருளில் வழங்கிப் பிறகு இழிந்த பொருள் பெற்றுவிட்டது.

ஆனால், துளு நாட்டில் அந்தப் பழைய பெயர் உள்ள கோவில்கள் இன்றும் இருக்கின்றன. பூதகோட்ய (பூதகோட்டம்), பூதஸ்தானம் (ஸ்தானம் — இடம், ஸ்தலம்) என்னும் பெயருள்ள பூதக் கோவில்கள் இன்றும் துளு நாட்டில் உள்ளன. பூதசதுக்கம் என்றும் தமிழில் கூறப்பட்டவையே பூதகோட்ய என்றும் பூதஸ்தானம் என்றும் வழங்கப்படுகின்றன. ஆனால்,

இப்பூத வணக்கத்தில் பல வேறுபாடுகளும் மாற்றங்களும் காலப் போக்கில் ஏற்பட்டிருக்கக்கூடும். என்றாலும் பழைய பூதம் என்னும் பெயரைத் துளு நாட்டினர் இன்றும் விடாமல் வழங்கி வருவது கருதத் தக்கது.

இது போன்று பல பழந்தமிழ்ச் சொற்களின் திரிபுகளைத் துளு மொழியில் காணலாம். உப்பாடு, (உப்பில் அடப்பட்டது — ஊறுகாய்), நுடி (பேச்சு), நுடிகட்டு (குறிசொல்லுதல்), நின்னி (எதிரொலி), கோறி (கோழி), பிலிநாயி (புலிநாய் — கழுதைப் புலி), நாகு (பெண் எருமை), கேரி (கேரி — சேரி), சேரிதெரு. உதாரணமாக துளு நாட்டுப் பாரகூரில் மூடுகேரி — கிழக்குச் சேரி— கிழக்குத் தெரு, கோட்டெகேரி — கோட்டைத் தெரு, மணிகார கேரி முதலியன), நீர்நாள் (ஒரு மாதத்தின் பெயர்), கார்தெல் (ஒரு மாதத்தின் பெயர்), பொந்தேல், புயிந்தேல், பேரார்தெ (மாதங்களின் பெயர்கள்) முதலிய சொற்கள் பழைய திராவிட மொழியின் தொன்மையைக் காட்டுகின்றன. விரிவஞ்சி இதனோடு நிறுத்துகிறேன்.

துளு மொழியில் பழைய இலக்கியம் இல்லாதது பற்றி அம் மொழியைப் புறக்கணிப்பது தவறாகும். பழைய திராவிடச் சொற்களை ஆராய்வதற்குத் துளு மொழி பெரிதும் பயன்படுகிறது. முக்கியமாகப் பழைய தமிழ்ச் சொற்களை ஆராய்வதற்குத் துளு மொழி மிகமிகப் பயன்படும் என்பதில் ஐயமில்லை. தமிழ் மொழியை நன்றாகக் கற்ற பேரறிஞர் துளு மொழியையும் பயின்றுஅதிலுள்ள பழைய திராவிடச் சொற்களை ஆராயவேண்டும். துளு மொழியிலுள்ள சொற்கள் சிதைந்தும் திரிந்தும் உருமாறியும் இருக்கும். அவற்றையெல்லாம் செம்மைப்படுத்தி, பழந்தமிழ்ச் சொற்களுடன் ஒப்பிட்டு ஆராயவேண்டுவது தமிழரின் கடமையல்லவா?

* * *

அடிக்குறிப்புகள்

1. தமிழ்நாட்டிலே ஒரு மலை 'திண்டுக்கல்' என்று பெயர் பெற்றிருக்கிறது. ஆந்திர நாட்டிலும் 'தோர்ணக்கல்' என்னும் பெயருள்ள ஒரு மலையுண்டு. இலங்கைத் தீவில் உள்ள சில மலைகள் கல (பயடய) என்று பெயர்

கூறப்படுகின்றன. கல என்பது கல் என்பதன் மரூஉ. இலங்கையில் உள்ள மலையுச்சி களில் தட்டையான பாறைக் கல்லின் மேல் அக்காலத்து வேடர் ஆண்டுக்கு இரு முறை கலெயெக்க (கல் இயக்கன்— முருகன்) என்னும் தெய்வத்துக்கு ஆடல் நிகழ்த்தி வணங்கினர். அதனை வேலனின் வெறியாடலுடன் ஒப்பிடலாம். அந்த மலைப் பாறைகள் கல (கல்) என்று பெயர் பெற்றிருந்தன. ஆண்டிய கல, நெல்லியா கல, கணெமுல்லெ கல, கோபல்லவெ கல முதலியன.

2. திராவிட இனத்தார் வாழ்கிற நாடுகள் பலவற்றில் ஊர் என்னும் பெயருள்ள ஊர்கள் பல உண்டு. ஆனால், பாரசீகக் குடாக் கடலின் கரைமேல் யூபிரிடிஸ், தைகிரிஸ் என்னும் ஆறுகள் பாய்கிற பழைய சுமெரிய நாட்டிலே ஊர் என்னும் பெயருள்ள ஊர்கள் சில இருந்தன. அவை ஊர், நிப்பூர் எரிதூர் (எருதூர்), ஊருக், அஸ்ஸுர் என்று பெயர் பெற்றிருந்தன. இப்பெயர்களும், வேறு சில காரணங்களும் சுமெரிய நாட்டுக்கு திராவிட மக்களுக்கும் மிகப் பழைய காலத்தில் நெருங்கிய தொடர்பு இருந்ததைக் காட்டுகின்றன என்று சரித்திர ஆராய்ச்சிக்காரர்கள் கருதுகிறார்கள்.

07

இணைப்பு

I. சத்தியபுத்திர நாடு

தேவனாம் பிரியன் என்னும் சிறப்புப் பெயரைக் கொண்டிருந்த அசோகச் சக்கரவர்த்தி பாரத நாட்டைக் கி.மு.275—234 வரையில் அரசாண்டார். இவருடைய இராச்சியத்தில், தெற்கே இருந்த தமிழகம் அடங்கவில்லை என்பதுஇவருடைய சாசனங்களிலிருந்து தெரிகின்றது. அசோகச் சக்கரவர்த்தியுடைய இரண்டாவது, பதின் மூன்றாவது சாசனங்கள் (Rock Edicts II and XIII) இச்செய்தியைத் திட்டவட்டமாகக் கூறுகின்றன.

சோழ பாண்டிய சத்தியபுத்திர கேரளபுத்திர தம்பபாணி (இலங்கை) ஆகிய நாடுகள் அசோகச் சக்கரவர்த்தியின் ஆட்சிக்குட் பட்டவையல்ல என்பது இச்சாசனங்களினால் தெரிகின்றது. பிராகிருத மொழியில் பிராமி எழுத்தினால் எழுதப்பட்ட இந்தச் சாசனங்களில் வாசகம், சோடா பாடா ஸதியபுதொ கேத புதோ ஆ தம்ப பம்ணி என்று எழுதப்பட்டிருக்கிறது. அதாவது, சோழ பாண்டிய சத்தியபுத்திர கேரள புத்திர தம்பபாணி நாடுகள் என்பது இதன் பொருள், கேரளபுத்திர நாடு என்பது சேர நாட்டைக் குறிக்கிறது. சத்திய புத்திர நாடு என்பது துளு நாட்டைக் குறிக்கிறது.

சத்திய புத்திர நாடு என்று அசோகச் சக்கரவர்த்தியின் சாசனம் கூறுவது துளுநாடு என்று கருதப்பட்டாலும் வேறு சில ஆராய்ச்சிக் காரர்கள் வேறு கருத்தைத் தெரிவிக்கிறார்கள். அதிகமான் அரசர் ஆண்ட தகடூர், சத்தியபுத்திர நாடு

என்றும் கோயம்புத்தூர் மாவட்டத்தில் உள்ள சத்திய மங்கலம் தாலுகாவே சத்தியபுத்திரநாடு என்றும், சத்தியவிரத க்ஷேத்திரம் என்று பெயர் பெற்ற காஞ்சிபுரமே சத்தியபுத்திரநாடு என்றும் வெவ்வேறு கருத்தைத் தெரிவித்துள்ளனர். 'வாய்மொழிக் கோசர்' இருந்த துளு நாடே சத்தியபுத்திர நாடு என்பது இந்நூலாசிரிய ருடைய கருத்து.

இதுபற்றி எழுதப்பட்டுள்ள கருத்துகளை வாசகரின் ஆராய்ச்சிக்காகக் கீழே தருகிறேன்.

1. Asoka, V. A. Smith. 3rd Edition, p. 161.
2. Ancient Karnataka, Vol. I. 'Tuluva, ' B. A. Saletore, p. 43.
3. Cera Kings of Sangam Period, K. G.Sesha Aiyer, 1937, pp. 18-19.
4. 'Satyaputra', Govinda Pai, Krishnaswami Iyenger Commemoration Volume, pp. 33-47.
5. History of the Tamils, P. T. Srinivasa Iyengar. 1929,p.327.
6. The Early History of India, (4th Edition),Vinicent A.Smith, 1957, pp.171,194.
7. 'The identification of Satiyaputra', B. A. Saletore, Indian culture,Vol.I, pp 667-674.
8. The Chronology of the Early Tamils, K.N. Sivaraja pillai, 1932, pp. 168- 169,
9. 'Who are Satyaputras?', V.R. Ramachandra Dishitar, The Indian Culture. Vol. I, pt. III.
10. Indian Review. June.1909.
11. Journal of the R oyal Asiatc Society,1918,p.54.
12. Indian Antiquary, Vol.XVIII, p. 24.
13. Journal of the Royal Asiatic Society, Bombay Branch (New Series), Vol. XX, p. 398.

II. பரசுராமன் கதை

துளு நாட்டிலும் சேர (கேரள) நாட்டிலும் பழைய புராணக் கதையொன்று வழங்கி வருகிறது. ஒரு காலத்தில் சேர நாடும் துளு நாடும் கடலாக இருந்ததென்றும் பரசுராம முனிவன் சஃயாத்திரி (மேற்குத் தொடர்ச்சி மலை) மலைமேல் இருந்து தன் கையிலிருந்த கோடாலியைச் சுழற்றி எறிந்தான் என்றும் அந்தக் கோடாலி சென்ற இடம் நிலமாக மாறிப் போயிற்று என்றும் அவ்வாறு புதிதாக உண்டான நிலம் துளு நாடும் கேரள நாடும் என்றும், அந்நிலங்களில் பரசுராமன் பிராமணரைக் குடியேற்றி னான் என்றும் செவிவழிச் செய்தி கூறுகிறது. தமிழ் நாட்டில் பிற்காலத்திலே அகஸ்திய முனிவருக்கு முதன்மை கொடுக்கப்பட்டது போலத் துளு நாட்டிலும் கேரள நாட்டிலும் பரசுராமனுக்கு முதலிடங் கொடுக்கப்பட்டது.

சேர நாடாகிய கேரள நாடும் துளு நாடாகிய கொங்கண நாடும் பரசுராமனால் உண்டாக்கப்பட்டன என்னும் கதையை வடமொழிப் புராணங்களும் கேரளோற்பத்தி என்னும் பிற்காலத்து மலையாள நூலும் துளு நாட்டுச் செவிவழிச் செய்திகளும் கூறுகின்றன. இச்செய்தியைச் சங்கநூல்கள் கூறவில்லை. ஆனால், பரசுராமன் துளுநாட்டுச் செல்லூரில் அரியதோர் யாகம் செய்தான் என்றும் அந்த நினைவுக்குறியாக அவ் வூரில் ஒரு தூண் அமைக்கப்பட்டிருந்தது என்றும் ஒரு சங்கச் செய்யுள் கூறுகிறது. ஆனால், செல்லூரில் யாகத்தூண் இருந்த செய்தியை வடமொழிப் புராணங்களும் துளு நாட்டுக் கேரள நாட்டுச் செவிவழிச் செய்திகளும் கூறவில்லை. சங்கச் செய்யுள் மட்டும் கூறுகிறது.

மருதன் இளநாகனார் என்னும் புலவர் இச்செய்தியைத் தமது செய்யுளில் கூறியுள்ளதை முன்னமே கூறினோம். மழுவாழ் நெடியோன் (பரசுராமன்) செல்லூரில் அரிதாக முயன்று ஒரு வேள்வி செய்தான் என்றும் அதன் அறிகுறியாக அந்த இடத்தில் நெடுந்தூண் ஒன்று (யாகத் தூண்) நிறுத்தப்பட்டிருந்ததென்றும் அத்தூணின் அடிப்புறத்தில்

வடக் கயிறு சுற்றிக் கட்டப்பட்டிருந்த தென்றும் இப்புலவர் கூறியுள்ளார். அச்செய்யுளின் வாசகம் இது:

கெடாஅத் தீயின் உருகெழு செல்லூர்க்
கடாஅ யானைக் குழூஉச்சமந் ததைய
மன்மருங் கறுத்த மழுவாள் நெடியோன்
முன்முயன்று அரிதினின் முடித்த வேள்விக்
கயிறரை யாத்த காண்டகு வனப்பின்
அருங்கடி நெடுந்தூண்

(அகநானூறு. 220:3–8)

இந்தச் செல்லூர் கடற்கரைக்கு அருகில் இருந்தது என்றும் அவ்வூர்க் கிழக்கில் கோசருடைய நியமம் இருந்தது என்றும் இப்புலவரே இன்னொரு செய்யுளில் கூறுகிறார்.

அருந்திறற் கடவுள் செல்லூர்க் குணாஅது
பெருங்கடல் முழக்கிற் றாகி யாணர்
இரும்பிடம் படுத்த வடுவுடை முகத்தார்
கருங்கட் கோசர் நியமம்

(அகநானூறு 90: 9–12)

துளு நாட்டுச் செல்லூரில் பரசுராமன் செய்த வேள்விக்கு நினைவுக் குறியாக ஒரு யாகத்தூண் அமைக்கப் பட்டிருந்ததென்றும், அச்செல்லூர் கடற்கரைக்கு அருகில் இருந்ததென்றும் மருதன் இளநாகனார் கூறுகிற இச்செய்தி கேரள நாட்டாரும் துளு நாட்டாரும் அறியாத ஓர் புதிய அரிய செய்தியாகும்.

இந்தச் செல்லூர் மேற்குக் கடற்கரையோரத்தில் துளு நாட்டில் இருந்தது. பின்னத்தூர் திரு. அ. நாராயணசாமி ஐயர் அவர்கள், இச் செல்லூர், கிழக்குக் கடற்கரை யோரத்தில் சோழ நாட்டில் இருந்ததென்று கூறுகிறார். ஐயர் அவர்கள் தாம் உரை எழுதி அச்சிட்ட நற்றிணைப் பதிப்பிலே பாடினோர் வரலாற் றிலே 'மதுரை மருதன் இளநாகனார்' என்னுந் தலைப்பிலே இவ்வாறு எழுதுகிறார்.

"திருவழுந்தூர்த் திதியனுக்குரிய செல்லூரில் பரசுராம முனி வேள்வி செய்தது கூறுவதுடன் தழும்பனது ஊணூரும் சாயாவனமும் (திருச்சாய்க்காடு) இவராற் கூறப்பட்டுள்ளன."

இவ்வாறு இவர் கூறுவது தவறு திதியன் என்பவனுக்குச் செல்லூர் உரியதென்று சங்க இலக்கியத்தில் எங்குமே கூறப்படவில்லை. ஐயரவர்கள், சோழ நாட்டிலிருந்த திதியனுக்குச் செல்லூர் உரியதென்று கூறுவது புதுமையாக இருக்கிறது. எனவே இவர் செல்லூர் சோழநாட்டிலிருந்ததாகக் கருதுவது தவறானது. இந்தச் செல்லூர், துளு நாட்டிலே மேற்குக் கடற்கரைப் பக்கமாக இருந்ததும் கோசர் என்னும் இனத்தார் வாழ்ந்திருந்ததுமான ஊர்.

கந்தபுராணம் சஃயாத்திரி காண்டத்திலும் வேறு வடமொழிப் புராணங்களிலும் மேற்குக் கடற்கரையுடன் பரசுராமனைத் தொடர்பு படுத்திக் கூறியுள்ளது. துளுநாட்டுச் சேரநாட்டுச் செவிவழிச் செய்திகளும் பரசுராமனை மேற்குக் கடற்கரை நாடுகளுடன் தொடர்புபடுத்திக் கூறுகின்றன. எனவே, மருதன் இளநாகனார் கூறுகிற பரசுராமன் யாகஞ் செய்த செல்லூர் துளு நாட்டுச் செல்லூரே என்பதில் சிறிதும் ஐயமில்லை.

கேரள நாட்டில் முப்பத்திரண்டு கிராமங்களையும் துளுநாட்டில் முப்பத்திரண்டு கிராமங்களையும் பரசுராமன் உண்டாக்கி அக்கிராமங்களைப் பிராமணருக்குத் தானஞ் செய்தான் என்னும் கதை, பிற்காலத் தில் நம்பூதிரிப் பிரமாணர் செல்வாக்கும் ஆதிக்கமும் பெற்ற கி.பி. 14 ஆம் நூற்றாண்டுக்குப் பிறகு ஏற்பட்ட கதை என்று தோன்றுகிறது. பரசு ராமனைப் பற்றிய இக்கதைகள் பிற்காலத்தில் தோன்றியவை.

சங்க காலத்திலே பரசுராமனைப்பற்றி வழங்கப்பட்ட கதை, அவன் துளுநாட்டுச் செல்லூரில் செய்த யாகத்தின் அறிகுறியாகத் தூண் ஒன்று நிறுத்தப்பட்டிருக்கிறது என்பது ஒன்றே. அக்காலத்துச் சேரநாடாகிய கேரளநாட்டில் பரசுராமன் கதை வழங்கப்படவில்லை. பரசுராமன் கோடரியைக் கடலில் வீசி எறிந்து கேரளநாட்டையும் துளு நாட்டையும் உண் டாக்கினான் என்னும் கதையும் அந்நாடுகளில் கிராமங்களை உண்டாக்கிப் பிராமணருக்குத் தானஞ் செய்தான் என்னும் கதையும் பிற்காலத்தில் கட்டப்பட்ட கதைகளே.

செல்லூர் செல்லி என்றும் கூறப்பட்டது. மல்லல் யாணர்ச் செல்லிக் கோமான் (அகம் 316: 12) என்று கூறுவது காண்க.

III. மோகூரும் மோரியரும்

சங்கச் செய்யுட்கள் சிலவற்றிலே, கோசர் என்னும் கூட்டத்தாருக்கு மோகூர் பணியாதபடியினாலே (அடங்காத படியினாலே) அவர்களைப் பணியச் செய்வதற்குக் கோசர் மோரியருடைய உதவியை நாடினார்கள் என்றும், அவர்களுக்கு உதவி செய்ய விரும்பிய மோரியர், வடுகச் சேனையை முதலில் அனுப்பி அச்சேனையைப் பின்தொடர்ந்து தங்கள் தேர்களைச் செலுத்திக்கொண்டு போனார்கள் என்றும் போகும் வழியில் மலைகள் குறுக்கிட்டபடியால், மலைமேல் தேர்கள் போவதற் காக மலையிலே வழிகளை உண்டாக்கிக்கொண்டு போனார்கள் என்றும் சரித்திரச் செய்திகள் கூறப்படுகின்றன (அகம் 69, 251, 281; புறம் 175).

அகம் 69ஆம் செய்யுளில் இச்செய்தி கூறப்படுகிறது. காதலன் ஒருவன் தன் காதலியை விட்டுப் பிரிந்து பொருள் சம்பாதிப்பதற்காக அயல்நாடு சென்றான். சென்றவன், தான் திரும்பி வருவதாகச் சொன்ன காலம் வந்தும் அவன் திரும்பி வராததைக் குறித்து அவன் மனைவி மனக்கவலையடைந்தாள். அப்போது அவளுடைய தோழி, அவளுக்கு ஆறுதல் கூறுகிறாள். மோரியருடைய தேர்ச்சக்கரங்கள் தடையில்லாமல் போவதற்காகச் செப்பனிட்டு அமைத்த மலைப் பாதையைக் கடந்து அயலூருக்குச் சென்ற தலைவர் அங்கே நெடுநாள் தங்கமாட்டார் என்று தோழி கூறுகிறாள். இந்த வாசகம் இது:

விண்பொரு நெடுங்குடை இயல்தேர் மோரியர்
பொன்புனை திகிரி திரிதரக் குறைத்த
அறையிறந்து அகன்றனர் ஆயினும் எனையதூஉம்
நீடலர் வாழி தோழி

(அகம் 69: 10–13)

அகநானூறு 151ஆம் செய்யுளும் இச்செய்தியையே கூறுகிறது. தலைவன் ஒருவன் தன் மனைவியைத் தனியேவிட்டு

அயல்நாட்டுக்குப் பொருள் சம்பாதிக்கச் சென்றான். அவன் திரும்பி வருவதாகச் சொன்ன காலம் வந்தும் அவன் திரும்பி வராதபடியால் அவன் மனைவி கவலை யடைந்தாள். அப்போது அவளுடைய தோழி அவளுக்குத் தேறுதல் கூறினாள். நந்த அரசர்கள் சேர்த்து வைத்திருந்த பெருஞ்செல்வம் கிடைப்பதாக இருந்தாலும் அவர் அதிக நாள் வெளியே தங்கமாட்டார். கோசர் தம் பகைவருடைய ஊரை வென்ற காலத்தில் அவர்களுக்குப் பணியாத மோகூரைப் பணியச் செய்வதற்காக அவர்களுக்கு உதவியாக வந்த மோரியர், தங்கள் தேர்கள் போவதற்காக அமைத்த மலைப்பாதையைக் கடந்து வெளிநாட்டுக்குச் சென்ற அவர் (தலைவர்) அதிக காலம் தங்கமாட்டார், விரைவில் வந்து விடுவார்" என்று தோழி கூறினாள். அந்த வாசகம் இது:

நந்தன் வெறுக்கை எய்திலும் மற்றவண்
தங்கலர், வாழி தோழி! வெல்கொடித்
துணைகால் அன்ன புனைதேர்க் கோசர்
தொன்மூதாலத் தரும்பணைப் பொதியில்
இன்னிசை முரசங் கடிப்பிகுத் திரங்கத்
தெம்முனை சிதைத்த ஞான்றை மோகூர்
பணியா மையிற் பகைதலை வந்த
மாகெழு தானை வம்ப மோரியர்
புனைதேர் நேமி யுருளிய குறைத்த
இலங்குவெள் ளருவிய அறைவா யும்பா
... ...
நிரம்பா நீளிடைப் போகி
அரம்போழ் அவ்வளை நிலைநெகிழ்த் தோரே!

(அகம் 251: 5–20)

அகம் 281ஆம் செய்யுளும் இதே செய்தியைக் கூறுகிறது. அயல்நாடு சென்ற தலைவன் நெடுநாள் சென்றும் திரும்பிவராததற்கு மனக்கவலை கொண்ட மனைவியை

அவளுடைய தோழி தேற்றுகிறாள். " வடுகச் சேனை முன்வர அதனைத் தொடர்ந்து பின்னே வந்த மோரியரின் தேர்ப் படையின் தேர்ச்சக்கரங்கள் தடையில்லாமல் செல்வதற்காக மலை மேல் அமைத்த வழியைக் கடந்து அயல் நாடு சென்ற தலைவர் அதிக நாள் தங்கமாட்டார். விரைவில் வந்து விடுவார், நீ வருந்தாதே" என்று கூறுகிறாள்.

முரண்மிகு வடுகர் முன்னுற மோரியர்

தென்திசை மாதிர முன்னிய வரவிற்கு
விண்ணுற ஓங்கிய பணியிருங் குன்றத்து
ஒண்கதிர்த் திகிரி யுருளிய குறைத்த
அறை யிறந்தவரோ சென்றனர்

(அகம் 281: 8–12)

புறநானூறு *175*ஆம் செய்யுளும் இச்செய்தியைக் கூறுகிறது. கள்ளில் ஆத்திரையனார் என்னும் புலவர் தன்னையாதரித்த ஆதனுங்கன் என்பவனை ஒரு போதும் மறக்கமாட்டேன் என்று இச்செய்யுளில் கூறுகிறார். "மோரியர் தம்முடைய தேர் உருளை தடையில்லாமல் செல்வதற் காக மலைப்பாறைகளை வெட்டி அமைத்த பாதையில் சூரியன் இயங்குவது போன்ற உன் அறத்துறையாகிய நல்வழியில் நடக்கும் உன்னை மறக்கமாட்டேன்" என்று கூறுகிறார். இதன் வாசகம் இது:

விண்பொரு நெடுங்குடைக் கொடித்தேர் மோரியர்
திண்கதிர்த் திகிரி திரிதரக் குறைத்த
உலக இடைகழி அறைவாய் நிலைஇய
மலர்வாய் மண்டிலத் தன்ன

(புறம் 175: 6–9)

(குறிப்பு: இப்புறப்பாட்டின் பழைய உரையாசிரியர் மோரியர் என்பதை ஓரியர் என்று தவறாகப் பிரித்துப் பொருள் கூறுகிறார். அவர் கூறுவது தவறான உரைஎன விடுக)

இந்த நான்கு சங்கச் செய்யுள்களிலே மோரியர் தென்னாட்டுக்கு வந்தனர் என்பதும் அவர்களின் தேர்கள் தடையில்லாமல் வருவதற்கு இடையிலிருந்த மலைப் பாறைகள் குறைத்துச் செப்பனிடப்பட்டன என்பதும் இச்செய்யுள்களில் கூறப்படுகின்றன. மோரியர் என்பவர் மௌரிய ராகிய அரச குலத்தார். மோரிய (மௌரிய) அரசர் பாரத (இந்திய) நாட்டின் பேரரசராக இருந்து அரசாண்டவர்கள். அவர்கள் ஏறாத்தாழ கி.மு. 4ஆம் நூற்றாண்டு முதல் கி.மு. 2ஆம் நூற்றாண்டு வரையில் அரசாண்டனர். (சந்திரகுப்த மௌரியன் கி.மு. 322 இல் மகத இராச்சி யத்தை ஏற்படுத்தினான். இவன் வம்சத்தின் கடைசி அரசனான பிரு கத்ரதன் கி.மு. 185இல் தன் சேனைத் தலைவனான புஷ்யமித்திரனால் கொல்லப்பட்டு இறந்தான். பிறகு சுங்க இராஜ பரம்பரை நிறுவப்பட்டது)

பேர்போன மோரிய அரசர் சங்கச் செய்யுளில் கூறப்படுகிறது பற்றிச் சரித்திர ஆராய்ச்சிக்காரரும் மற்ற அறிஞரும் ஆராயத் தொடங்கினார்கள்.மோரிய அரசர் மோகூர்மேல் படையெடுத்து வந்ததை இச்செய்யுள்கள் கூறுகிறபடியால் இத்தொடர்பு பற்றி அவர்கள் ஆராய்ந்தார்கள். (பாண்டியனுடைய சேனைத் தலைவனாகிய பழையன் என்பவன் மதுரைக்கு அருகில் மோகூர் என்னும் ஊரை யரசாண்டபோது, சேரன் செங்குட்டுவன் மோகூரின் மேல் படை யெடுத்துப் போய் மோகூர்ப் பழையனை வென்ற செய்தி பதிற்றுப்பத்து ஐந்தாம் பத்திலும் சிலப்பதிகாரத்திலும் கூறப்படு கின்றது.)

மோரியர் — மோகூர் ஆராய்ச்சியைப் பல அறிஞர்கள் எழுதி யுள்ளனர். அவர்கள் பல்வேறு கருத்துகளை வெளியிட்டுள்ளனர். அவைகளைப் பற்றியெல்லாம் இங்கு ஆராய்ந்தால் இடம் விரியும். ஆனால், அவ்வறிஞர்களின் கட்டுரைகளையும் நூல்களையும் இங்குக் குறிப்பிடுகிறேன்.

1. 'Mauryan Invasion of South India,' Ch.I, The Beginnings of South Indian History, Krishnaswamy Aiyangar,1918.
2. Bombay Gazetteer, 1896, Vol, Part II,pp.202-4.
3. The Mauryan Invasion of Tamilakam', Somasundara Desikar, Quarterly Jounral of the Mythic Society, Vol.XVIII, pp.155-166.

4. The Mauryan Invasion of the Tamil Land', K.A.Nila kandam, Quarterly Jounral of the Mythic Society, Vol. XVI, p.304.
5. History of the Tamil, P.T. Srinivasa Iyangar,1929, pp.520-526.
6. 'The Mauryan Invasion of the Tamilakam', Somasundara Desikar,Indian Historical Quarterly, Vol.IV, pp.135-145,
7. The Mauryan Invasion Polity, V.R.Ramachandra Dikshidar pp.58-61
8. 'Kosar and Vamba Moriyar', Quarterly Journal of the Mythic Society, 1924.
9. 'The Moriyar of the Sangam Works,' K.G. Sankar, J.R.A.S., 1924, pp.664-667.
10. 'Kosar of the Tamil Literature and the Satyaputra of Asoka Edicts', J.R.A.S.,1923, pp.609-613.
11. 'Satyaputra of Asoka's Edict', J.R.A.S., 1922,No.2, pp. 84-86.
12. Early History of India, Vincent A. Smith,4th Edition,1957, p.157.
13. The Cambridge History of India, Vol. I.p.596
14. 'Maurya Invasion of South India', A Comprehensive History of India, Vol. II, Edited by K.A. Nilakanta Sastri, 1957, pp. 501-503.
15. *15. 'தமிழகமும் மோரியர் படையெடுப்பும்,' டாக்டர் கே. கே. பிள்ளை. பேராசிரியர் டாக்டர் ரா. பி. சேதுப் பிள்ளை வெள்ளி விழா மலர், 1961, பக்கம் 359—363.*

பண்டித மு. இராகவையங்கார் தாம் 1915ஆம் ஆண்டில் எழுதிய சேரன் செங்குட்டுவன் என்னும் நூலில் இதுபற்றிக் கூறியுள்ளார். இச்செய்யுளில் கூறப்படுகிற மோரியரை ஐயங்கார், சமுத்திர குப்தன் என்று கூறுகிறார். இது மிகவும் பிழைபட்ட செய்தியாகையால் இவர் கூற்றை அறிஞர் ஏற்றுக்கொள்ள வில்லை.

பி.தி. ஸ்ரீநிவாச அய்யங்கார், 1929இல் தாம் எழுதிய தமிழர் சரித்திரம் என்னும் நூலில் (History of the Tamils, P.t. Srinivasa Ayengar, 1929, p. 520-526) இது பற்றி ஆராய்கிறார். இவர் ஆராய்ச்சியும் உண்மை நாடுவதாக இல்லை.

மேற்கண்ட மூன்று சங்கச் செய்யுட்கள் மோரியர் படையெடுத்து வந்த செய்தியைக் கூறுகின்றன. ஆனால், யார் மேல் படையெடுத்து வந்தனர் என்பதைக் கூறவில்லை. அகம் 251 ஆம் செய்யுள் மட்டும் மோரியர் மோகூர் மேல் படையெடுத்து வந்தனர் என்பதைக் கூறுகின்றது.

மோகூர் என்னும் ஊர் பாண்டி நாட்டில் இருந்தது என்பதையும் அவ்வூரையாண்ட பழையன் என்னும் அரசனைச் சங்க காலத்திலிருந்த சேரன் செங்குட்டுவன் வென்றான் என்றும் பதிற்றுப்பத்து 5ஆம் பத்தினாலும் சிலப்பதிகாரத்திலிருந்தும் அறிகிறோம். ஆனால், மோரியர் இந்த மோகூரின்மேல் படையெடுத்து வந்தனரா? மோரியருக்கும் மோகூருக்கும் என்ன பகை? மோகூர் மன்னன் ஒரு சிற்றரசன்தானே. நெடுந் தொலைவிலிருந்த மோரியருக்கும் தென் கோடியிலிருந்த மோகூருக்கும் என்ன பகை?

இதில் ஏதோ தவறு இருக்கும் போலத் தோன்றுகின்றது. மோகூர் என்னும் சொல்லில் பிழை இருக்கிறது போலத் தோன்றுகிறது. மோகர் என்று இருக்கவேண்டிய சொல் மோகூர் என்று தவறாக எழுதப்பட்டது என்று தோன்றுகிறது. இது பிற்காலத்தில் ஏடெழுதுவோரால் நிகழ்ந்த பிழை என்று தோன்றுகிறது. 'மோகர் பணியாமையின்' என்றிருக்க வேண்டிய வாசகம்' மோகூர் பணியாமையின்' என்று பிற்காலத்தில் தவறாக எழுதப்பட்டும் படிக்கப்பட்டும் வந்தது என்று தோன்றுகிறது.

மோகர் என்பவர் கொங்கண (துளு) நாட்டின் கடற்கரைப் பக்கத்தில் இருந்த போர்ப்பிரியமுள்ள மீன்பிடிக்குந் தொழில் செய்த மக்கள். அவர்களுடைய சந்ததியார் துளு நாட்டுக் கடற்கரைப் பக்கத்தில் இன்றும் மோகர், என்னும் பெயருடன் இருக்கிறார்கள். அந்த மோகர் போர் விருப்பமும் அஞ்சாமையுமுடையவராக இருந்த படியால்

கோசருக்கு அடங்கமாலிருந்தனர். அவர்கள் பணிந்து போகாதபடியால் அவர்களைப் பணியச் செய் வதற்காகக் கோசர், மோரியருடைய உதவியை வேண்டினார்கள். ஆகவே, மோகரை அடக்குவதற்காக மோரியர் படையெடுத்து வந்தார்கள்.

துளு நாட்டுக் கடற்கரையோரத்தில் வசித்திருந்த மோகர் மேல் போர் செய்ய வந்த மோரியர், துளு நாட்டுக்கு அப்பால் இருந்து வந்தபடியால், அவர்கள் இடையில் இருந்த உயரமான மேற்குத் தொடர்ச்சி மலையைக் கடந்து துளு நாட்டுக்குள் செல்ல வேண்டியவ ராயினர். மலையிலே கணவாய்கள் இல்லாதபடியாலும் கடல் மட்டத்துக்குமேல் 3000அடி முதல் 6000அடி வரையில் உயர்ந்திருக்கிற மேற்குத் தொடர்ச்சி மலைகளைத் கடக்க வேண்டியிருந்தபடியாலும் மோரியர் மலைமேல் ஏறிச்செல்வதைத் தவிர வேறுவழி யில்லை. அக் காலத்தில் மனிதர் நடந்து செல்லக்கூடிய ஒற்றையடிப் பாதை (காலடிப் பாதை) தவிர வண்டிகள் செல்வதற்கு அகலமாக பாதைகள் மலைமேல் இல்லை. மோரியர் தேர்ப் படையுடன் வந்தபடியால், மலை வழியில் உள்ள ஒற்றையடிப் பாதைகள் அவர்களின் தேர்கள் செல்வதற்குப் பயன்படவில்லை. ஆகவே, வண்டிகளும் தேர்களும் செல்வதற்குரிய அகலமான பாதையை அமைக்க வேண்டியிருந்தது.

மோகர் மேல் படையெடுத்துச் சென்ற மோரியர், தங்கள் தேர்ப் படையைச் செலுத்திக்கொண்டு போவதற்கு, மலைமேல் சென்ற காலடிப்பாதைகளை அகலமாக அமைத்துத் தெருவுண்டாக்கினார்கள். அவருக்கு முன்னே சென்ற காலாட்படையினர், குறுக்கே கிடந்த பாறைகளையும் கற்களையும் உடைத்துச் சமப்படுத்தி அகலமான பாதைகளையுண்டாக்கிக் கொண்டே போனார்கள். காலாட்படையினர் அமைத்த அகலமான பாதையைப் பின்பற்றி மோரியரின் தேர்ப்படை சென்றது. முன்னே வழி அமைத்துச் சென்ற காலாட்படையினர் வடுகர். இதைத்தான் 'முரண்மிகு வடுகர்முன் உற மோரியர்' தேர்களின் சக்கரம் பின்னால் உருண்டு சென்றது என்று கூறப்பட்டது.

(இக்காலத்திலுங்கூட துளு நாட்டின் கிழக்கிலுள்ள மைசூர் நாட்டிலிருந்து துளு நாட்டுக்குப் போகவேண்டுமானால், மேற்குத் தொடர்ச்சி மலைமேல் உள்ள (நிலீணீமீ) 'காட் சாலை'கள் வழியாகத் தான் போகவேண்டும். இந்த மலைச்சாலைகள் அகலமாகவும் நன்றாகவும் செம்மையாகவும் இருக்கின்றன. இச்சாலைகள் அண்மைக் காலத்தில் இருந்த ஆங்கிலேயர் ஆட்சிக் காலத்தில் அமைக்கப்பட்டவை. ஆனால், கி.பி. முதல் இரண்டாம் நூற்றாண்டுகளில் இந்த மலைகளின் மேல் காலடிப் பாதையைத் தவிர வேறு நல்ல சாலைகள் இல்லை. மோரியர் தேர்ப்படை செல்வதற்காக அக்காலத்தில் முதல்முதலாக அகலமான சாலை மலைமேல் உண்டாக்கப்பட்டது.

சில ஆராய்ச்சிக்காரர்கள், மோரியர் மலையைக் குடைந்து வழி யுண்டாக்கிச் சென்றார்கள் என்றும், வேறு சிலர் மலையை வெட்டி வழி யுண்டாக்கிக்கொண்டு போனார்கள் என்றும் எழுதியுள்ளனர். இது தவறு எனத் தெரிகிறது. முன்னமே காலடிப் பாதையாக இருந்த அறை (மலை) வழியின் இடையே இருந்த பாறைகள் கற்கள் முதலியவை அப்புறப் படுத்தியும் செம்மைப்படுத்தியும் தேர்ப்படை போவதற்கு ஏற்றபடி அகலமான வழியையுண்டாக்கிக்கொண்டு மோரியப் படை துளு நாட்டுக் கடற்கரைப் பக்கத்திலிருந்த மோகர் மேல் போருக்குச் சென்றது என்பதே நாம் இங்கே கூறுகிற செய்தியாகும். இதுவே பொருத்தமான தாகும். எனவே, செய்யுளில் இப்போதுள்ள மோகூர் என்னும் பாடம் பிழையானதென்றும் அது மோகர் என்றிருக்க வேண்டும் என்றும் கொள்ளத்தகும். ஆகவே,

தெம்முனை சிதைத்த ஞான்றை மோகர்
பணியா மையிற் பகைதலை வந்த
மாகெழுதானை வம்ப மோரியர்
புனைதேர் நேமி யுருளிய குறைத்த
இலங்குவெள் ளருவிய அறைவாய்

என்றும் மோகூர் என்பதை மோகர் என அமைத்துக் கொள்வது சரியெனத் தோன்றுகிறது.

துளு நாட்டு மோகர்மேல் வெளிநாட்டார் செல்வதற்கு இதைத் தவிர வேறு வழியில்லை. ஆனால், பாண்டி நாட்டு மோகூர் மேல் செல்வதற்கு மலைகளின் மேல் வழி யுண்டாக்காமலே செல்ல வழிகள் இருந்தன. எனவே, மோரியர் படை யெடுத்துச் சென்றது மோகூர் மேலன்று என்பதும் தெளிவாகின்றது. இதைத்தான் மேலே காட்டிய சங்கச் செய்யுட்கள் கூறுகின்றன.

மோகர் மேல் படையெடுத்துச் சென்ற மோரியர் என்பவர் யார், அவர்கள் மகத இராச்சியத்தை யரசாண்ட மோரியர் (மௌரியர்) அல்லர் என்பது வெளிப்படை மோரியச் சக்கரவர்த்திகளின் ஆட்சி கி.மு. 2ஆம் நூற்றாண்டிலேயே மறைந்து போயிற்று என்று முன்னமே கூறினோம். இச்சங்கச் செய்யுட்கள் இயற்றப்பட்ட காலம் கி.பி 2ஆம் நூற்றாண்டு. ஆகவே, இச்சங்கச் செய்யுட்கள் பாடப்பட்ட காலத்தில் (ஏறக்குறைய ஒரு நூற்றாண்டு காலத்துக்கு முன்பு) இந்த வம்ப மோரியரின் துளு நாட்டுப் படையெடுப்பு நிகழ்ந்திருக்க வேண்டும். அப்படியானால், இந்த வம்பமோரியர் கி.பி. முதல் நூற்றாண்டில் இருந்தவராதல்வேண்டும். இவர் யார்?

மௌரிய இராச்சியம் மேற்குக் கடற்கரை வரையில் பரவி யிருந்தது. மௌரிய அரசரின் வீழ்ச்சிக்குப் பிறகு அவர்களின் கீழ் ஆங்காங்கே இராச்சியப் பகுதிகளை யரசாண்டிருந்த சிற்றரசர் அவ்வப் பகுதிகளின் அரசராகச் சுதந்தரம் பெற்று அரசாண்டார்கள். அவர்களில் ஒரு சாரார், இந்தியாவின் மேற்குப் பக்கத்தில் நிலைத்து நெடுங்காலம் மோரியர் என்னும் பெயருடன் இருந்தனர். அவர்களே 'வம்ப மோரியர்' ஆக இருக்கக்கூடும். அந்த வம்பமோரியர் கி.பி. முதல் நூற்றாண்டில் துளுநாட்டு மோகர் மேல் படையெடுத்து வந்திருக்கக் கூடும் என்று தோன்றுகிறது. இந்த மோரியர் படையெடுப்பின் முழு வரலாறு தெரியவில்லை.

இந்த வம்பமோரியரின் சந்ததியார் பிற்காலத்திலுங்கூட (கி.பி. 6ஆம் நூற்றாண்டில்) சாளுக்கிய அரசர் காலத்தில் இந்தியாவின் மேற்குப் பக்கத்தில் இருந்து அரசாண்டு வந்தனர் என்பது தெரிகின்றது.

மௌரிய ஆட்சிக் காலத்தில், அவர்களின் இராச்சியத்தின் தெற்குப் பகுதியை யரசாண்ட இராசப் பிரதிநிதி சுவர்ணகிரி என்னும் நகரத்தில் இருந்து அரசாண்டார் என்று தெரிகின்றது. சுவர்ணகிரி என்பது, இப்போதுள்ள ஆந்திர தேசத்தில் ராய்ச்சூர் மாவட்டத்தில் உள்ள மாங்கி என்னும் ஊர். இங்கிருந்த மோரிய இராசப் பிரதிநிதி களின் சந்ததியார் பிற்காலத்தில் மோரியர் என்னும் பெயருடன் இருந்தார்கள் போலும். இவர்களைத்தான் இச்சங்கச் செய்யுட்கள் வம்பமோரியர் என்று கூறுகின்றன போலும்.

IV. ஆய் எயினன்

சேரர் சார்பாக அவர்களின் சேனைத் தலைவனான ஆய் எயினன் நன்னனுடன் போர் செய்தான் என்று இந்நூலில் கூறினோம். அவனைப் பற்றிய செய்தியை இங்குக் கூறுவோம்.

இவன் வெளியம் என்னும் ஊரை யாண்ட சிற்றரசன். ஆகவே, இவன் 'வெளியே வேண்மான் ஆய் எயினன்' (அகம் 208:5) என்று கூறப் படுகிறான். வெளியன் என்பது சேர நாட்டில் இருந்த ஊர் என்பதை 'வானவரம்பன் வெளியம்' (அகம் 359:5) என்பதனால் அறிகிறோம் (வானவரம்பன் — சேர அரசன்). வெளியன் வேண்மான் ஆய் எயினன் சேர அரசர்களின் சேனைத் தலைவன் என்று தெரிகிறான். ஆய் எயினனுக்கு நல்லினி என்னும் பெயருள்ள ஒரு மகள் இருந்தாள். அவளை உதியஞ் சேரல் மணஞ் செய்திருந்தான். இவர்களுக்குப் பிறந்த மகன் இமயவரம்பன் நெடுஞ்சேரலாதன். இதனை,

மன்னிய பெரும்புகழ் மறுவில் வாய்மொழி
இன்னிசை முரசின் உதியஞ் சேரற்கு
வெளியன் வேண்மான் நல்லினி ஈன்றமகன்

இமயவரம்பன் நெடுஞ்சேரலாதன் என்று பதிற்றுப்பத்து இரண்டாம் பத்துப் பதிகத்தினால் அறிகிறோம்.

எனவே, ஆய்எயினன் மகளாகிய நல்லினி, சேரன் செங்குட்டுவ னுக்கும் இளங்கோவடிகளுக்கும் களங்காய்க்

கண்ணி நார்முடிச் சேரலுக்கும் ஆடுகோட்பாட்டுச் சேரலாதனுக்கும் பாட்டி என்று தெரிகிறது. அந்தக் குடும்பத்தைச் சேர்ந்தவன் ஆய் எயினன்.

அக்காலத்தில் துளு (கொங்கண) நாட்டை யரசாண்ட நன்னன் என்பவன், வடகொங்கு நாட்டைச் சேர்ந்த புன்னாடு என்னும் ஊரைக் கைப்பற்ற முயற்சி செய்தான். அது, சேர அரசர் தென் கொங்கு நாட்டைக் கைப்பற்றிக் கொண்டிருந்த காலம். ஆகவே, கொங்கணத்து நன்னன் புன்னாட்டைக் கைப்பற்றிக் கொள்வது சேரர்களுக்கு ஆபத்தாக இருந்தது. அன்றியும் அக்காலத்தில் புன்னாடு நீலக்கல்லுக்குப் பேர் பெற்றிருந்தது. புன்னாட்டில் நீலக்கல் சுரங்கங்கள் இருந்தன. அங்குக் கிடைத்த நீலக்கற்களை யவனர், ரோமர் முதலிய மேல்நாட்டவர் வாங்கிக் கொண்டு போனார்கள். ஆகவே புன்னாடு, துளுநாட்டு நன்னன் ஆட்சியின் கீழ்ப் போவதைச் சேர அரசன் விரும்பவில்லை. ஆகவே, சேர அரசன் புன்னாட்டின் சார்பாக நன்னனுடன் போர் தொடுத்தான்.

சேர அரசனின் சேனைத் தலைவனான ஆய்எயினன் புன்னாட்டின் சார்பாக நன்னனுடன் போர் தொடுத்தான்.

சேர அரசனின் சேனைத் தலைவனான ஆய்எயினன் புன்னாட்டின் சார்பாகத் துளு நாட்டின் மேல் படையெடுத்துச் சென்றான். துளு நாட்டுப் பாழி என்னும் இடத்தில் நன்னனுடைய சேனைத் தலைவனான மிஞிலி என்பவன் அவனை எதிர்த்துப் போர் செய்தான். இச்செய்திகளைப் பரணர் என்னும் புலவர் கூறுகிறார். இதனை,

பொலம்பூண் நன்னன் புன்னாடு கடிந்தென
யாழிசை மறுகில் பாழி யாங்கண்
அஞ்ச லென்ற ஆஅய் எயினன்
இகலடு கற்பின் மிஞிலியொடு தாக்கித்
தன்னுயிர் கொடுத்தனன் சொல்லியது அமையாது

(அகம் 396: 2-6)

என்றும்,

ஒன்னார் ஓம்பரண் கடந்த வீங்கு பெருந்தானை

அடுபோர் மிஞிலி செருவேல் கடைஇ

முருகுறழ் முன்பொடு பொருதுகளஞ் சிவப்ப

ஆஅய் எயினன் வீழ்ந்தென

(அகம்181; 3–7)

என்றும்,

கடும்பரிக் குதிரை ஆஅய் எயினன்

நெடுந்தேர் மிஞிலியொடு பொருதுகளம் பட்டென

(அகம்148: 7–8)

என்றும் பரணர் கூறுகிறார்.

ஆஅய் எயினன் இறந்தபிறகு அவனுடைய உடம்பை அவனுடைய மனைவியரிடம் கொடுக்காமல் இருந்தான் நன்னன். அதனால் அவர்கள் பூசல் உண்டாக்கினார்கள். அப்போது அகுதை என்னும் சிற்றரசன் பூசலை நீக்கி அவன் உடம்பை அவர்களுக்குக் கொடுத்தான்.

வெளியன் வேண்மான் ஆஅய் எயினன்

அளியியல் வாழ்க்கைப் பாழிப் பறந்தலை

இழையணி யானை இயல்தேர் மிஞிலியோடு

நண்பகல் உற்ற செருவிற் புண் கூர்ந்து

ஒள்வாள் மயங்கமர் வீழ்ந்தெனப் புள்ளொருங்கு

அங்கண் விசும்பின் விளங்கு ஞாயிற்று

ஒண்கதிர் தெறாமைச் சிறகரிற் கோலி

நிழல்செய் துழறல் காணேன் யானெனப்

படுகளங் காண்டல் செல்லான் சினஞ் சிறந்து

உருவினை நன்னன் அருளான் சுரப்பப்

பெருவிதுப் புற்ற பல்வேள் மகளிர்

குரூஉப் பூம் பைந்தார் அருகிய பூசல்

வசைவிடக் கடக்கும் வயங்கு பெருந்தானை

அகுதை களைதந் தாங்கு

(அகம் 208: 5–18)

என்றும் இச்செய்திகளைப் பரணர் தமது செய்யுள்களில் கூறுகிறார். பரணர், இமயவரம்பன் நெடுஞ்சேரலாதன், அவன் மகன் நார்முடிச் சேரல், மற்றொரு மகன் சேரன் செங்குட்டுவன் ஆகியோர் காலத்தில் இருந்தவர். சேரன் செங்குட்டுவன்மீது 5ஆம் பத்துப் பாடியவர். அப்போது அவர் வயது முதிர்ந்த வராக இருந்தார். அவர் காலத்துக்குப் பின் செங்குட்டுவன் செய்த போர்களும் நிகழ்ச்சிகளும் அவனைப் பாடிய ஐந்தாம் பத்தில் இடம்பெறவில்லை.

V. கடம்பும் கடம்பரும்

கடல் துருத்தி என்னுந் தீவில் கடம்ப மரத்தைக் காவல் மரமாக வைத்திருந்த குறும்பரைச் சேரர் வென்று அடக்கியதை இந்நூலில் கூறினோம். அந்தக் கடம்ப மரத்தையும் பிற்காலத்தில் இருந்தவரான கடம்ப குல அரசரையும் இணைத்து இக் காலத்தில் சிலர் சரித்திரம் எழுதுகிறார்கள். அத்தவறான கருத்தை இங்கே விளக்குவோம்.

கடல் துருத்தியில் இருந்தவர் துளுநாட்டைச் சேர்ந்தவர். அவர்கள் துளுநாட்டு நன்னனுக்கு அடங்கியிருந்தவர்கள். அவர்கள் அத்தீவில் தங்கள் காவல் மரமாகக் கடம்ப மரத்தை வளர்த்து வந்தார்கள். ஆனால், அவர்களுக்குக் கடம்பர் என்று பெயர் இருந்த தில்லை. இக்காலத்து ஆராய்ச்சிக்காரர்களில் சிலர் கடம்ப மரத்தைக் காவல் மரமாகக் கொண்டிருந்த இத்தீவினரைக் கடம்பர் என்று தவறாகக் கருதிக்கொண்டனர். இவ்வாறு தவறாகக் கருதிக்கொண்டு, பிற்காலத்தில் பனவாசி (வனவாசி) நாட்டை யரசாண்ட கடம்ப அரசர் களின் முன்னோர்கள் இத்தீவில் இருந்தவர் என்று எழுதிவிட்டார்கள். கடம்ப மரத்தைக் காவல் மரமாகக் கொண்டிருந்த காரணத்தி னாலே அவர்களைப் கடம்பர் என்று கூறுவது தவறு. சங்க நூல்களில் அவர்கள் கடம்பர் என்று கூறப்படவில்லை. இதனை இவர்கள் சிறிதும் அறியவில்லை.

மோகூரிலிருந்த பழையன் சந்ததியார் வேப்பமரத்தையும் குறுக்கை என்னும் ஊரில் இருந்த திதியன் பரம்பரையினர் புன்னை மரத்தையும் நன்னன் பரம்பரையார் பாழி என்னும் ஊரில் வாகை மரத்தையும் காவல் மரமாக வளர்த்து வந்தார்கள் என்பதைச் சங்க நூல்களில் காண்கிறோம். ஆனால், இவர்கள் வேம்பர், புன்னையர், வாகையர் என்று பெயர் கூறப்படவில்லை. அது போலவே கடம்ப மரத்தைக் காவல் மரமாகக் கொண்டி ருந்தவர் கடம்பர் என்று பெயர் பெறவில்லை. இதனையறியாமல், இக்காலத்து ஆராய்ச்சிக்காரர்களில் சிலர், இத்தீவிலிருந்தவரைக் கடம்பர் என்று தவறாகக் கருதிக்கொண்டு. பிற்காலத்திலிருந்த கடம்ப அரசரின் முன்னோர்கள் இவர்கள் என்று பிழையான கருத்தைத் தவறாக எழுதிவைத்துள்ளனர்.

பனவாசி அரசராகிய கடம்பர் கடம்ப மரத்தின் பெயரைக் கொண்டவர் என்றும் அந்தக் கடம்பமரம் கடற்றுருத்தியில் இருந்த கடம்ப மரம் என்றும், ஆகவே இக்கடம்ப மரத்தை வெட்டிய நெடுஞ்சேரலாதன் கி.பி. 5ஆம் நூற்றாண்டின் பிற்பகுதியில் பிரபலமாக இருந்த கடம்ப அரசர் காலத்தில் இருந்தவன் என்றும் தம் மனம் போனபடிஎல்லாம் சான்று இல்லாமல் எழுதிவிட்டார், தமிழர் சரித்திரம் என்னும் நூலை ஆங்கிலத்தில் எழுதிய பி.டி. சீநிவாச ஐயங்கார் (History of the Tamils, P. T. Srinivasa Iyengar, 1927, p.501) காவல் மரமாக இருந்த கடம்ப மரத்துக்கும் பிற்காலத்தில் இருந்த கடம்ப அரசருக்கும் என்ன உறவு? அந்த உறவுக்கு என்ன சான்று? யவனக் கப்பல்களைத் தங்கள் நாட்டுத் துறை முகத்துக்கு வராதபடி தடுத்ததற்காகக் கடல் தீவில் இருந்தவர்களை வென்று அவர்கள் வளர்த்திருந்த கடம்பமரத்தை வெட்டி அடக்கினான் நெடுஞ் சேரலாதன். அது நிகழ்ந்தது கி.பி. 2ஆம் நூற்றாண்டில், யவன வாணிபம் தமிழ்நாட்டுடன் நடந்து வந்த காலத்தில். ஏறத்தாழ கி. பி. 250ல் தமிழ்நாட்டுடன் நடைபெற்ற யவன வாணிபம் நின்று விட்ட பிறகு, கி. பி. 5ஆம் நூற்றாண்டில் நெடுஞ்சேரலாதன் இருந்தான் என்று சரித்திரம் எழுதுகிறார் சீனிவாச ஐயங்கார்!

கே.ஜி. சேஷையரும் இந்தத் தவற்றைச் செய்கிறார். நெடுஞ் சேரலாதன் வென்ற இத்தீவின் மக்கள் பிற்காலத்தில் இருந்த கடம்ப குல அரசரின் முன்னோராக இருக்கலாம் என்று இவர் கூறுகிறார் (Cera Kings of the Sangam Period, K. G. Sesha Aiyar, 1937, p. 11,12). ஆனால், சீனிவாச ஐயங்கார் எழுதியது போல இவர், நெடுஞ்சேரலாதன் கி.பி 5ஆம் நூற்றாண்டில் இருந்தவன் என்று எழுதவில்லை. அவன் கி.பி. 2ஆம் நூற்றாண் டினன் என்பதே இவர் கருத்து.

சேரன் செங்குட்டுவன் என்னும் நூலை எழுதிய மு. இராக வையங்காரும், கடல் துருத்தியில் இருந்தவருக்கும் பிற்காலத்தில் இருந்த கடம்ப அரசருக்கும் தொடர்பு கற்பிக்கிறார். 'சேரலாதன் பகைவர் (கடல் துருத்தியில் கடம்ப மரத்தைக் காவல்மரமாக வளர்த்திருந் தவர்)கடம்பைத் தம் குலமரமாகக் கொண்டு மைசூர் தேசத்தின் மேல் பாலை ஆண்ட கதம்ப வேந்தராகக் கருதப்படுகின்றனர்' என்று அவர் எழுதுகிறார்.

கடல் துருத்தியில் கடம்ப மரத்தைக் காவல் மரமாகக் கொண் டிருந்தவர் வேறு. அவர்கள் கடம்பர் அல்லர். அவர்களுக்குக் கடம்பர் என்ற பெயர் இருந்ததில்லை. பிற்காலத்தில் பனவாசி நாட்டையரசாண்ட கடம்ப அரசர் வேறு. இவர்களையும் அவர்களையும் தொடர்பு படுத்துவது தவறு.

கடம்ப அரசர் குலத்தை உண்டாக்கிய மூல புருஷன் மயூரசர்மன் என்னும் பிராமணன். இவன் ஏறாத்தாழ கி.பி.360 இல் முடிசூடினான். இவனுடைய பிற்காலச் சந்ததியார் கடம்பர் என்று பெயர் பெற்றிருந் தனர். கடம்ப அரசர் குலத்தின் ஆதிபுருஷன் மயூரசர்மன் என்பதை அடியோடு மறந்துவிட்டு, கடல் துருத்தித் தீவில் கி.பி. 2ஆம் நூற்றாண்டில் இருந்தவர் கடம்ப அரசரின் முன்னோர் என்று இவர்கள் கூறுவது எவ்வாறு பொருந்தும்?

பதிற்றுப்பத்து 2ஆம் பத்திலும் 5ஆம் பத்திலும் சிலப்பதி காரத்திலும் சேரர் கடம்ப மரத்தை வெட்டிய செய்தி கூறப்

படுகிறது. இந்நூல்களில் ஓரிடத்திலேனும் இவர் கடம்பர் என்று கூறப்படவில்லை. கடம்ப மரந்தான் கூறப்படுகிறது. இதை யாராயாமல் காவல் மரமாகிய கடம்ப மரத்தையும் பனவாசிக் கடம்ப குலத்து அரசரையும் பொருத்துவது தவறான செய்தியாகும்.

www.ingramcontent.com/pod-product-compliance
Lightning Source LLC
LaVergne TN
LVHW060233051026
849517LV00005B/1599
* 9 7 8 9 3 9 1 4 8 0 8 2 0 *